லெனின்

அரசும் புரட்சியும்

அரசைப் பற்றிய மார்க்சிய தத்துவமும் புரட்சியில் பாட்டாளி வர்க்கத்தின் கடமைகளும்

தமிழில்: ரா.கிருஷ்ணய்யா

CITU 12ஆவது மாநில மாநாடு சிறப்பு வெளியீடு

பாரதி புத்தகாலயம்

ARASUM PURATCHIYUM (In Tamil)

V.I.LENIN

First Edition: January, 2013

Published by

BHARATHI PUTHAKALAYAM

421, Anna Salai, Teynampet, Chennai - 600 018
Email: thamizhbooks@gmail.com
www.thamizhbooks.com

நன்றி: முன்னேற்றப் பதிப்பகம், மாஸ்கோ.

அரசும் புரட்சியும்

லெனின்

தமிழில்: ரா.கிருஷ்ணய்யா
முதல் பதிப்பு: ஜனவரி, 2013

வெளியீடு:

பாரதி புத்தகாலயம்

421, அண்ணாசாலை, தேனாம்பேட்டை, சென்னை - 600 018
தொலைபேசி : 04424332424, 24332924, 24339024

விற்பனை நிலையம்

7, இளங்கோ சாலை, தேனாம்பேட்டை, சென்னை - 600 018

திருவல்லிக்கேணி: 48, தேரடி தெரு | **வடபழனி** பஸ்நிலையம் அருகில், ஆனந்தபவன் மாடி
பெரம்பூர்: 52, கூக்ஸ் ரோடு | **ஈரோடு:** 39, ஸ்டேட் பாங்க் சாலை,
திண்டுக்கல்: 3சி18, எல்.பி.ஜி. காம்பவுண்ட் | **நாகை:** 1, ஆரியபத்திரபிள்ளை தெரு
திருப்பூர்: 447, அவினாசி சாலை | **திருவாரூர்:** 35, நேதாஜி சாலை
சேலம்: 36/1 அத்வைத ஆஸ்ரமம் சாலை | **மயிலாடுதுறை:** 147, பட்டமங்கலத் தெரு
அருப்புக்கோட்டை: 31, அகமுடையார் மகால் | **புதுக்கோட்டை:** வடக்கு ராஜா வீதி
மதுரை: 37A, பெரியார் பேருந்து நிலையம் | **மதுரை:** சர்வோதயா மெயின்ரோடு,
மகபூப்பாளையம் | **குன்னூர்:** N.K.N வணிகவளாகம் பெட்போர்ட்
செங்கற்பட்டு:1 டி., ஜி.எஸ்.டி சாலை | **விழுப்புரம்:** 26/1, பவானி தெரு
திருநெல்வேலி: 25A, ராஜேந்திரநகர் முதல் தெரு, | **விருதுநகர்:** 131, கச்சேரி சாலை
கும்பகோணம்: 352, பச்சையப்பன் தெரு | **வேலூர்:** S.P. Plaza 264, பேஸ் II ,
சத்துவாச்சாரி **நெய்வேலி:** பேருந்து நிலையம் அருகில், சிஐடியு அலுவலகம்
தஞ்சாவூர்: காந்திஜி வணிக வளாகம் காந்திஜி சாலை | **தேனி:** 12,பி, மீனாட்சி அம்மாள் சந்து,
இடமால் தெரு | **கடலூர்:** பாரதி பஜார், பழைய அண்ணா மேம்பாலம்
நாகர்கோவில்: கேவ் தெரு, டோத்தி பள்ளி ஜங்ஷன்
கோவை: 77, மசக்காளிபாளையம் ரோடு, பீளமேடு | **திருச்சி:** வெண்மணி இல்லம், கரூர்
புறவழிச்சாலை | **திருவண்ணாமலை:** முத்தம்மாள் நகர், ITI opp. வேங்கிக்கால்

அச்சு : பிரிண்டெக், சென்னை - 5

முதற் பதிப்பின் முன்னுரை

அரசு பற்றிய பிரச்சனை தத்துவத்திலும் நடைமுறை அரசியலிலும் இன்று மிகுந்த முக்கியத்துவம் பெற்று வருகிறது. ஏகபோக முதலாளித்துவமானது அரசு ஏகபோக முதலாளித்துவமாய் மாற்றப்படும் நிகழ்ச்சிப் போக்கை ஏகாதிபத்திய யுத்தம் அளவு கடந்த வேகமும் தீவிரமும் பெறச் செய்திருக்கிறது. அனைத்து வல்லமை கொண்ட முதலாளித்துவக் கூட்டுகளுடன் மேலும் மேலும் இணைந்து ஒன்றிவரும் அரசானது உழைப்பாளி மக்களை அசுரத்தனமாய் ஒடுக்குவது மேலும் மேலும் அசுரத்தனமானதாகி வருகிறது. முன்னேறிய நாடுகள்-அவற்றின் 'உட்பகுதி'களைக் குறிப்பிடுகிறோம்-தொழிலாளர்களுக்கு இராணுவக் கடுங்காவல் சிறைக் கூடங்களாகி வருகின்றன.

நீடிக்கும் யுத்தத்தின் முன்னெப்போதும் கண்டிராத கொடுமைகளும் துயரங்களும் மக்களுடைய நிலையைப் பொறுக்க முடியாததாக்கி அவர்களுடைய சீற்றத்தை உக்கிரமடையச் செய்கின்றன, உலகப் பாட்டாளி வர்க்கப் புரட்சி முற்றி வருவது தெளிவாய்த் தெரிகிறது. அரசின்பால் இதற்குள்ள போக்கு பற்றிய பிரச்சனை நடைமுறை முக்கியத்துவமுடையதாகி வருகிறது.

ஒப்பளவில் சமாதான வழியிலான வளர்ச்சி நடைபெற்ற கடந்த பல பத்தாண்டுகளில் திரண்டு பெருகிய சந்தர்ப்பவாதத்தின் கூறுகள் சமூக-தேசிய வெறிப் போக்கினை உருவாக்கி அதற்கு ஊட்டமளித்திருக்கின்றன. இப்போக்கு உலகெங்கும் அதிகாரபூர்வமான சோஷலிஸ்டுக் கட்சிகளில் கோலோச்சுகிறது. சொல்லளவில் சோஷலிசம், செயலில் தேசியவெறி இதுதான் இப்போக்கு (ருஷ்யாவில் பிளெஹானவ், பத்ரேசவ், பிரெஷ்கோவ்ஸ்கயா, ருபனோவிச், ஓரளவு மறைமுகமான வடிவில் த்ஸெரெத்தேவி, செர்னோவ் வகையறாக்கள்; ஜெர்மனியில் ஷெய்டெமன், லெகின், டேவிட் மற்றும் பலர்; பிரான்சிலும் பெல்ஜியத்திலும் ரெனொடேல், கெட்டு, வண்டர்வேல்டே; இங்கிலாந்தில் ஹைண்ட்மன், ஃபேபியன்கள்,[2] இத்தியாதி). 'சோஷலிசத்தின் தலைவர்கள்' 'தமது' தேசிய முதலாளித்துவ வர்க்கத்தின் நலன்களுக்கு மட்டுமின்றி "தமது" அரசின் நலன்களுக்கும் அடிபணிந்து இழிவுற்றுத் தொண்டூழியம் புரிவோராய் மாற்றமடைவது இந்தப் போக்கின் தனி விசேஷமாகும். வல்லரசுகள் எனப்படுவனவற்றில் பெரும்பாலானவை நெடுங்காலமாய் மிகப் பல சிறிய பலவீன இனங்களைச் சுரண்டியும் அடிமைப்படுத்தியும் வந்திருக்கின்றன, ஏகாதிபத்திய யுத்தம் இவ்வகைக் கொள்ளையைப் பகிர்ந்து கொள்வதற்கும் மறுபங்கீடு செய்வதற்குமான யுத்தமாகும்.

‘அரசு’ குறித்த சந்தர்ப்பவாதத் தப்பெண்ணங்களை எதிர்த்துப் போராடாமல், பொதுவில் முதலாளித்துவ வர்க்கத்தின் செல்வாக்கிலிருந்தும், குறிப்பாய் ஏகாதிபத்திய முதலாளித்துவ வர்க்கத்தின் செல்வாக்கிலிருந்தும் உழைப்பாளி மக்களை விடுவிக்கப் போராடுவது சாத்தியமன்று.

முதற்கண், அரசு பற்றிய மார்க்ஸ், எங்கெல்ஸ் போதனையைப் பரிசீலிக்கிறோம். இந்தப் போதனையில் கவனியாது புறக்கணிக்கப்பட்டிருக்கும் அல்லது சந்தர்ப்பவாத முறையில் திரித்துப் புரட்டப்பட்டிருக்கும் கூறுகளை மிகவும் முக்கியமாய் விளக்குகிறோம். அடுத்து, இந்தப் புரட்டல்களுக்குப் பிரதான காரணஸ்தராகிய கார்ல் காவுத்ஸ்கி குறித்து - நடப்பு யுத்தத்தின்போது கையாலாகாததாகிப் பரிதாப முடிவை எய்தியிருக்கும் இரண்டாவது அகிலத்தின் (1889-1914) பிரபல தலைவர் அவர் - தனிப்பட விவாதிக்கிறோம். இறுதியில், 1905-ஆம் ஆண்டு, இன்னும் முக்கியமாய் 1917-ஆம் ஆண்டு ருஷ்யப் புரட்சிகளது அனுபவத்தின் பிரதான முடிவுகளைத் தொகுத்துக் கூறுகிறோம். 1917-ஆம் ஆண்டின் ருஷ்யப் புரட்சி இப்போழுது (1917 ஆகஸ்டுத் தொடக்கம்) அதன் வளர்ச்சியினுடைய முதற் கட்டத்தின் இறுதியை நெருங்கிக் கொண்டிருப்பதாகத் தெரிகிறது மொத்தத்தில் இந்தப் புரட்சியை ஏகாதிபத்திய யுத்தத்தின் காரணமாய் மூளும் சோஷலிசப் பாட்டாளி வர்க்கப் புரட்சிகளின் கோவையில் ஓர் இணைப்பாய் அன்றி வேறு எவ்விதத்திலும் புரிந்து கொள்ள முடியாது, ஆகவே அரசின் பால் சோஷலிசப் பாட்டாளி வர்க்கப் புரட்சிக்குள்ள போக்கு குறித்த பிரச்சனை நடைமுறை அரசியல் முக்கியத்துவம் மட்டுமின்றி, இன்றைய மிக அவசர அவசியப் பிரச்சனை ஒன்றாகவும்-முதலாளித்துவக் கொடுங்கோன்மையிலிருந்து தம்மை விடுவித்துக் கொள்ள வெகுஜனங்கள் கூடிய சீக்கிரத்தில் என்ன செய்ய வேண்டியிருக்கும் என்பதை அவர்களுக்கு விளக்கிச் சொல்லும் பிரச்சனையாகவும்-முக்கியத்துவம் பெற்று வருகிறது.

ஆசிரியர்

1917 ஆகஸ்டு

இரண்டாம் பதிப்பின் முன்னுரை

அத்தியாயம் 2-க்கு 3-ஆம் பிரிவு ஒன்று சேர்க்கப்பட்டிருக்கிறது என்பதைத் தவிர அநேகமாய் வேறு மாற்றம் எதுவும் இன்றி இந்த இரண்டாம் பதிப்பு வெளியிடப்படுகிறது.

மாஸ்கோ,

1918 டிசம்பர் 17

ஆசிரியர்

பொருளடக்கம்

அத்தியாயம் – 1

வர்க்கச் சமுதாயமும் அரசும்

1. வர்க்கப் பகைமைகள் இணக்கம் காண முடியாதவை ஆனதன் விளைவாய்த் தோன்றியதே அரசு

மார்க்சின் போதனைக்குத் தற்போது என்ன நேர்ந்து வருகிறதோ, அதுவேதான் விடுதலைக்காகப் போராடும் ஒடுக்கப்பட்ட வர்க்கங்களுடைய புரட்சிகரச் சிந்தனையாளர்களும் தலைவர்களுமானோரின் போதனைகளுக்கு வரலாற்றிலே அடிக்கடி நேர்ந்துள்ளது. ஒடுக்கும் வர்க்கங்கள் மாபெரும் புரட்சியாளர்களை அவர்களுடைய வாழ்நாளில் ஓயாமல் வேட்டையாடின; அவர்களுடைய போதனைகள் மீது காட்டுத்தனமான காழ்ப்பும் வெறித்தனமான வெறுப்பும் கொண்டு கயமையான பொய்ப் பிரசார அவதூறு இயக்கம் நடத்தின. அவர்கள் இறந்த பிற்பாடு அவர்களை அபாயமற்ற பூஜையறைப் படங்களாக்கி வழிபாட்டுக்குரியோராக்கவும், ஓரளவு அவர்களுடைய பெயர்களைப் புனிதத் திருப்பெயர்களாக்கவும் முயற்சிகள் செய்யப்படுகின்றன, ஒடுக்கப்பட்ட வர்க்கங்களை 'ஆன்ம திருப்தி' பெறச் செய்வதும், அவற்றை ஏமாற்றுவதும், அதே போதில் புரட்சிப் போதனையிடமிருந்து அதன் சாரப் பொருளைக் களைந்து, அதன் புரட்சி முனையை மழுங்கடித்து, அதைக் கொச்சைப் படுத்துவதும்தான் இந்த முயற்சிகளின் நோக்கம். முதலாளித்துவ வர்க்கத்தாரும் தொழிலாளர் இயக்கத்திலுள்ள சந்தர்ப்பவாதிகளும் இன்று மார்க்சியத்தை இவ்வாறு 'பதனம் செய்வதில்' ஒன்றுபடுகிறார்கள். இந்தப் போதனையின் புரட்சித் தன்மையை, இதன் புரட்சி ஆன்மாவை அவர்கள் விட்டொழிக்கவோ, மூடி மறைக்கவோ, திரித்துப் புரட்டவோ செய்கிறார்கள். முதலாளித்துவ வர்க்கத்துக்கு ஏற்புடையதை, அல்லது ஏற்புடையதாய்த் தோன்றுவதை முதன்மையானதாய் முன்னிலைக்குக் கொண்டுவந்து மெச்சிப் புகழ்கிறார்கள். சமூக தேசிய வெறியர்கள் எல்லோருமே இப்பொழுது 'மார்க்சியவாதிகள்' ஆகிவிட்டனர் (சிரிக்க வேண்டாம்!). ஜெர்மன் முதலாளித்துவ அறிஞர்கள்-நேற்று வரை மார்க்சியத்தை அழித்தொழிக்கும் நிபுணர்களாய் இருந்தவர்கள்-மார்க்ஸ் 'ஜெர்மன் தேசத்தவர்' என்பதாய் அடிக்கடி பேசுகிறார்கள்; கொள்ளைக்கார யுத்தம் புரிவதற்கு இவ்வளவு திறம்பட ஒழுங்கமைக்கப்பட்டிருக்கும் தொழிற் சங்கங்களுக்குப் போதமளித்தவர் என்பதாய் முழங்குகிறார்கள்!

மார்க்சியத்தைத் திரித்துப் புரட்டுவது என்றுமில்லாத அளவுக்கு மலிந்திருக்கும் இப்படிப்பட்ட ஒரு நிலைமையில், மெய்யாகவே மார்க்ஸ் அரசு என்னும் பொருள் குறித்து என்ன போதித்தார் என்பதைத் திரும்பவும் நிலைநாட்டுவதே நமது தலையாய கடமை. இதற்கு, நேரடியாக மார்க்ஸ், எங்கெல்ஸ் நூல்களிலிருந்து நீண்ட பல மேற்கோள்கள் தருவது இன்றியமையாதது. நீண்ட பல மேற்கோள்கள் வாசகத்தைக் கடினமாக்கிவிடும், சுவையாகவும் எளிதாகவும் பலரும் படிக்கத்தக்க வாசகமாக்குவதற்குத் தடையாகிவிடும் என்பது மெய்தான். ஆயினும் இம்மேற்கோள்களைத் தவிர்ப்பது சாத்தியமன்று. மார்க்ஸ், எங்கெல்ஸ் நூல்களில் அரசு என்னும் பொருள் குறித்துக் காணப்படும் எல்லாப் பகுதிகளையும், அல்லது அத்தியாவசியமான எல்லாப் பகுதிகளையாவது கூடுமான வரை முழு அளவில் எப்படியும் மேற்கோளாய்க் கொடுத்தாக வேண்டும். அப்பொழுதுதான் விஞ்ஞான சோஷலிசத்தின் மூலவர்களுடைய கருத்துக்களின் முழுப் பரிமாணத்தையும், அவற்றின் வளர்ச்சியையும் பற்றி வாசகர்கள் சுயேச்சையான ஓர் அபிப்பிராயத்தை வந்தடைய முடியும்; இக்கருத்துக்கள் தற்போது மேலோங்கி விட்ட 'காவுத்ஸ்கி வாதத்தால்' திரித்துப் புரட்டப்பட்டிருப்பதை ஆவண ஆதாரத்தால் நிரூபித்து, கண்கூடாய்ப் புலப்படுத்த முடியும்.

எங்கெல்சின் நூல்களில் மிகவும் பெயர் பெற்றதான '**குடும்பம், தனிச்சொத்து, அரசு ஆகியவற்றின் தோற்றம்**' என்பதிலிருந்து தொடங்குவோம், இந்நூலின் ஆறாம் பதிப்பு 1894-லேயே ஷ்டுட்கார்ட் நகரில் வெளியிடப்பட்டது, ருஷ்ய மொழிபெயர்ப்புகள் ஏராளம் இருப்பினும் பெரும்பாலும் அரைகுறையாகவோ, சிறிதும் திருப்தியளிக்காதவையாகவோ இருப்பதால், ஜெர்மன் மூலங்களிலிருந்து மேற்கோள்களை மொழிபெயர்க்க வேண்டியிருக்கிறது.

வரலாற்று வழிப்பட்ட தமது பகுத்தாய்வினைத் தொகுத்தளித்து எங்கெல்ஸ் கூறுவதாவது:

"ஆகவே அரசானது எவ்வகையிலும் வெளியிலிருந்து சமுதாயத்தின் மீது வலுக்கட்டாயமாய் இருத்தப்பட்ட சக்தியல்ல; இதே போல் அது எவ்வகையிலும் ஹெகல் வலியுறுத்தும் 'அறநெறிக் கருத்தின் எதார்த்த உருவோ', 'அறிவின் பிம்பமும் எதார்த்தமுமோ' அல்ல. மாறாக, சமுதாயத்தின் குறிப்பிட்ட ஒரு வளர்ச்சிக் கட்டத்தின் விளைவே அரசு. இந்தச் சமுதாயம் தன்னுடனான தீராத முரண்பாட்டில் சிக்கிக் கொண்டுவிட்டது, இணக்கம் காண முடியாத பகை சக்திகளாய்ப் பிளவுண்டுவிட்டது, இந்தப் பகைமை நிலையை அகற்றத் திறணற்றதாகிவிட்டது என்பதை ஒப்புக் கொள்வதன் விளைவே அரசு. ஆனால் இந்தப் பகைச் சக்திகள், முரண்பட்டு மோதிக் கொள்ளும் பொருளாதார நலன்களைக் கொண்ட இந்த வர்க்கங்கள், தம்மையும் சமுதாயத்தையும் பயனற்ற போராட்டத்தில் அழித்துக் கொண்டு விடாமல் தடுக்கும் பொருட்டு, மோதலைத் தணித்து 'ஒழுங்கின்'

வரம்புகளுக்குள் இருத்தக்கூடிய ஒரு சக்தியை, வெளிப்பார்வைக்குச் சமுதாயத்துக்கு மேலானதாய்த் தோன்றும் ஒரு சக்தியை நிறுவுவது அவசியமாயிற்று. சமுதாயத்திலிருந்து உதித்ததானாலும் சமுதாயத்துக்கு மேலானதாய்த் தன்னை அமர்த்திக் கொண்டு மேலும் மேலும் தன்னை அதற்கு அயலானாக்கிக் கொள்ளும் இந்தச் சக்தியே அரசு எனப்படுவது" (ஆறாவது ஜெர்மன் பதிப்பு, பக்கங்கள் 177-78).[3]

அரசின் வரலாற்றுப் பாத்திரம் குறித்தும், அரசு என்றால் என்ன என்பது குறித்தும் மார்க்சியத்தின் அடிப்படைக் கருத்தை இது தெள்ளத் தெளிவாய் எடுத்துரைக்கிறது. வர்க்கப் பகைமைகள் **இணக்கம் காண முடியாதவை ஆனதன்** விளைவும் வெளியீடுமே அரசு. எங்கே, எப்பொழுது, எந்த அளவுக்கு வர்க்கப் பகைமைகள் புறநிலைக் காரணங்களால் இணக்கம் காண முடியாதவை ஆகின்றனவோ, அங்கே, அப்பொழுது, அந்த அளவுக்கு அரசு உதித்தெழுகிறது. எதிர் மறையில் கூறுமிடத்து, அரசு ஒன்று இருப்பதானது வர்க்கப் பகைமைகள் இணக்கம் காண முடியாதவையாய் இருத்தலை நிரூபிக்கிறது.

மார்க்சியத்தைத் திரித்துப் புரட்டும் போக்கு மிகவும், முக்கியமான, அடிப்படையான இந்த விவகாரத்திலிருந்து தான் தொடங்கி இரு பிரதான வழிகளில் செல்கிறது.

ஒரு புறத்தில், முதலாளித்துவ சித்தாந்தவாதிகளும், குறிப்பாய்க் குட்டி முதலாளித்துவ சித்தாந்தவாதிகளும், எங்கே வர்க்கப் பகைமைகளும் வர்க்கப் போராட்டமும் உள்ளனவோ அங்கு மட்டுமே அரசு இருக்கிறதென்பதை மறுக்க முடியாத வரலாற்று உண்மைகளின் நிர்ப்பந்தம் காரணமாய் ஒப்புக் கொள்ள வேண்டிய கட்டாயத்துக்கு உள்ளாகி, வர்க்கங்களிடையே இணக்கம் உண்டாக்குவதற்கான உறுப்பே அரசு என்று தோன்றும் வண்ணம் மார்க்சுக்குத் 'திருத்தம்' கூறுகிறார்கள். வர்க்கங்களிடையே இணக்கம் உண்டாக்க முடிந்திருந்தால். மார்க்சின் கருத்துப்படி அரசு உதித்தும் இருக்க முடியாது, தன்னை நிலைநிறுத்திக் கொண்டிருக்கவும் முடியாது. அற்பவாதக் குட்டி முதலாளித்துவப் பேராசிரியர்களும் நூலாசிரியர்களும் கூறும் கருத்துப்படி-அருள் கூர்ந்த அவர்கள் அடிக்கடி மார்க்சை ஆதாரங் காட்டுகிறார்கள்-அரசானது வர்க்கங்களிடையே இணக்கம் உண்டாக்குவதாய்த் தோன்றுகிறது. மார்க்சின் கருத்துப்படி வர்க்க ஆதிக்கத்துக்கான ஓர் உறுப்பே, ஒரு வர்க்கம் பிறிதொன்றை ஒடுக்குவதற்கான ஓர் உறுப்பே அரசு; வர்க்கங்களுக்கு இடையிலான மோதலை மட்டுப்படுத்துவதன் வாயிலாய் இந்த ஒடுக்குமுறையைச் சட்ட முறையாக்கி, நிரந்தரமாக்கிடும் 'ஒழுங்கை' நிறுவுவதே அரசு. ஆனால் குட்டி முதலாளித்துவ அரசியல்வாதிகளின் அபிப்பிராயத்தில், ஒழுங்கு என்றால் ஒரு வர்க்கம் பிறிதொன்றை ஒடுக்குவதல்ல, வர்க்கங்களிடையே இணக்கம் உண்டாக்குவதே ஒழுங்கு; மோதலை மட்டுப்படுத்துவது என்றால் ஒடுக்குவோரைக் கவிழ்ப்பதற்கான குறிப்பிட்ட போராட்ட சாதனங்களையும் முறைகளையும் ஒடுக்கப்பட்ட

வர்க்கங்களிடமிருந்து பறிப்பதல்ல, வர்க்கங்களிடையே இணக்கம் உண்டாக்குவதே மோதலை மட்டுப்படுத்துவது.

உதாரணமாய், 1917-ஆம் ஆண்டுப் புரட்சியின் போது அரசின் முக்கியத்துவத்தையும் பாத்திரத்தையும் பற்றிய பிரச்சனை உடனடிச் செயல்-அதுவும் வெகுஜன அளவிலான செயல்-தேவைப்பட்ட நடைமுறைப் பிரச்சனையாய் அதன் முழுப் பரிமாணத்திலும் எழுந்த போது, எல்லா சோஷலிஸ்டு-புரட்சியாளர்களும்[4] மென்ஷிவிக்குகளும்[5] 'அரசானது' வர்க்கங்களிடையே 'இணக்கம் உண்டாக்குகிறது' என்னும் குட்டி முதலாளித்துவத் தத்துவத்துக்கு உடனே சரிந்து சென்று விட்டனர். இவ்விரு கட்சிகளையும் சேர்ந்த அரசியல்வாதிகளுடைய எண்ணற்ற தீர்மானங்களும் கட்டுரைகளும் இந்த அற்பத்தனமான குட்டி முதலாளித்துவ 'இணக்கம் காணும்' தத்துவத்திலே மூழ்கித் திளைத்தன. குறிப்பிட்ட ஒரு வர்க்கத்தின், தனது எதிர் சக்தியுடன் (தன்னை எதிர்க்கும் வர்க்கத்துடன்) இணக்கம் கொள்ள முடியாததாகி விட்ட குறிப்பிட்ட ஒரு வர்க்கத்தின் ஆதிக்கத்திற்கான ஓர் உறுப்பே அரசு என்பது குட்டி முதலாளித்துவ ஜனநாயகவாதிகள் ஒருபோதும் புரிந்து கொள்ள இயலாத ஒன்றாகும். எமது சோஷலிஸ்டுப் புரட்சியாளர்களும் மென்ஷிவிக்குகளும் சோஷலிஸ்டுகளே அல்ல (போல்ஷிவிக்குகளாகிய நாம் எப்பொழுதுமே கூறி வந்துள்ள விவரம் தான் இது), ஓரளவு சோஷலிசப் பதங்களைப் பிரயோகிக்கும் குட்டி முதலாளித்துவ ஜனநாயகவாதிகளேயன்றி வேறல்ல என்பதற்கு, அரசு சம்பந்தமாய் அவர்கள் அனுசரிக்கும் போக்கு மிகவும் எடுப்பான எடுத்துக்காட்டுகளில் ஒன்று.

மறுபுறத்தில், மார்க்சியத்தைப் பற்றிய 'காவுத்ஸ்கி வாதப்' புரட்டு இன்னும் நுண்ணயம் வாய்ந்தது. அரசானது வர்க்க ஆதிக்கத்துக்கான ஓர் உறுப்பு என்பதையோ, வர்க்கப் பகைமைகள் இணக்கம் காண முடியாதவை என்பதையோ 'தத்துவார்த்தத்தில்' இப்புரட்டு மறுப்பதில்லை. ஆனால் அது பாராமுகமாய் விட்டொழிப்பது அல்லது பூசி மெழுகிச் செல்வது இதுதான்: வர்க்கப் பகைமைகள் இணக்கம் காண முடியாதவை ஆகியதன் விளைவே அரசு என்றால், அது சமுதாயத்துக்கு மேலானதாய் நின்று 'மேலும் மேலும் தன்னை அதற்கு அயலானாக்கிக் கொள்ளும்' சக்தியாகும் என்றால், ஒடுக்கப்பட்ட வர்க்கத்தின் விடுதலை பலாத்காரப் புரட்சியின்றி சாத்தியமில்லை என்பதோடு, ஆளும் வர்க்கத்தால் தோற்றுவிக்கப்பட்டதும் 'அயலானாய் இருக்கும்' இந்நிலையின் உருவகமானதும் ஆன அரசு அதிகாரப் பொறியமைவை அழித்திடாமலும் இந்த விடுதலை சாத்தியமில்லை என்பது தெளிவு. தத்துவார்த்த வழியில் தானாகவே வெளிப்படும் இந்த முடிவினைப் புரட்சியின் கடமைகளைப் பற்றிய ஸ்தூலமான வரலாற்று வழிப்பட்ட பகுத்தாய்வின் அடிப்படையில் திட்டவட்டமாய் எடுத்துரைத்தார் மார்க்ஸ்-இதனை நாம் பிற்பாடு காணப் போகிறோம். இந்த முடிவைத் தான்-பிற்பாடு நாம் விவரமாய்க் காட்டப் போவது போல-காவுத்ஸ்கி 'மறந்துவிடுகிறார்', திரித்துப் புரட்டுகிறார்.

2. ஆயுதமேந்திய ஆட்களைக் கொண்ட தனிவகைப் படைகளும், சிறைக்கூடங்களும், இன்ன பிறவும்

எங்கெல்ஸ் தொடர்ந்து கூறுகிறார்:

"... புராதன மக்களின் (குலங்கள் அல்லது கணங்களின்) ஒழுங்கமைப்பு[6] போலல்லாது, அரசு முதலில் அதன் குடிமக்களைப் பிரதேச வாரியாகப் பிரிக்கிறது,,,"

இந்தப் பிரிவினை நமக்கு 'இயல்பானதாய்த்' தோன்றுகிறது. ஆனால் தலைமுறைகள் அல்லது குலங்களின் பிரகாரம் அமைந்த பழைய ஒழுங்கமைப்பை எதிர்த்து நீண்ட நெடும் போராட்டம் இதற்கு அவசியமாயிருந்தது.

"... ஒரு பொது அதிகாரம் நிறுவப்பட்டது இரண்டாவது சிறப்பியல்பாகும். இந்தப் பொது அதிகாரம் முன்பு போல இப்பொழுது மக்கள் நம்மை ஆயுதமேந்தியோராய் ஒழுங்கமைத்துக் கொள்வதற்கு நேரடியாக ஒத்ததாயில்லை. இந்தத் தனி வகைப்பட்ட பொது அதிகாரம் ஏன் தேவையாயிற்று என்றால், சமுதாயம் வர்க்கங்களாய்ப் பிளவுண்ட பிற்பாடு தானாகவே இயங்கும் மக்களது ஆயுதமேந்திய ஒழுங்கமைப்பு சாத்தியமற்றதாகி விட்டது... இந்தப் பொது அதிகாரம் ஒவ்வொரு அரசிலும் இருந்து வருகிறது. இது ஆயுதமேந்திய ஆட்களை மட்டுமின்றி, புராதன [குலச்] சமுதாயம் அறிந்திராத பொருளாயதத் துணைச் சாதனங்களையும் சிறைச்கூடங்களையும், எல்லா வகையான பலாத்கார ஏற்பாடுகளையும் கொண்டதாகும்...."

அரசு எனப்படும் 'சக்தி' சமுதாயத்திலிருந்து உதித்தது, ஆனால் சமுதாயத்துக்கு மேலானதாய்த் தன்னை இருத்திக் கொள்கிறது, சமுதாயத்துக்குத் தன்னை மேலும் மேலும் அயலானாக்கிக் கொள்கிறது என்கிற இக்கருத்தை எங்கெல்ஸ் தெளிவுபடுத்துகிறார். இந்தச் சக்தி பிரதானமாய் எவற்றால் ஆனது? சிறைக்கூடங்களையும் இன்ன பிறவற்றையும் தமது ஆதிக்கத்தில் வைத்திருக்கும் ஆயுதமேந்திய ஆட்களைக் கொண்ட தனி வகைப் படைகளால் ஆனது அது.

ஆயுதமேந்திய ஆட்களைக் கொண்ட தனிவகைப் படைகள் என்பதாய் நாம் பேச முழு நியாயம் உண்டு, ஏனெனில், அரசு ஒவ்வொன்றுக்கும் உரியதான இந்தப் பொது அதிகாரம் ஆயுதம் தாங்கிய மக்களுக்கு, அவர்களது 'தானே இயங்கும் ஆயுதமேந்திய ஒழுங்கமைப்புக்கு' 'நேரடியாக ஒத்ததாயில்லை'.

தற்போது ஆதிக்கம் புரியும் அற்பவாதக் கண்ணோட்டத்தின்படி, சிறிதும் கவனிக்கத் தேவையற்றதென்றும் பழக்கப்பட்டு சர்வ சாதாரணமாகி விட்டதென்றும் கருதப்படும் ஒன்றை, வேர்விட்டு ஆழப் பதிந்ததோடு இறுகிக் கெட்டிப் பிடித்தவை என்றும் சொல்லத்தக்க தப்பெண்ணங்களால் புனிதமென உயர்த்தி வைக்கப்படும் இதனை, மாபெரும் புரட்சிகர சிந்தனையாளர்கள் எல்லோரையும் போலவே

எங்கெல்சும் வர்க்க உணர்வு படைத்த தொழிலாளர்களுடைய கவனத்துக்குக் கொண்டு வருகிறார். நிரந்தரச் சேனையும் போலீசும் தானே அரசு அதிகாரத்தின் பிரதான கருவிகள், இவ்வாறின்றி வேறு எப்படி இருக்க முடியும்?

பத்தொன்பதாம் நூற்றாண்டின் இறுதியைச் சேர்ந்த மிகப் பெருவாரியான ஐரோப்பியர்களுடைய கண்ணோட்டத்தின்படி-இவர்களுக்காகவே எங்கெல்ஸ் எழுதினார், இவர்கள் எந்தவொரு பெரும் புரட்சியையும் அனுபவித்து அறியாதவர்கள் அல்லது அருகிலிருந்து பார்த்திராதவர்கள்-இது வேறு எப்படியும் இருக்க முடியாது. 'தானாகவே இயங்கும் மக்களது ஆயுதமேந்திய ஒழுங்கமைப்பு' என்றால் என்னவென்பது அவர்களால் புரிந்து கொள்ள முடியாத ஒன்று. சமுதாயத்துக்கு மேலானதாய் நின்று மேலும் மேலும் அதற்குத் தம்மை அயலானாக்கிக் கொள்ளும் ஆயுதமேந்திய ஆட்களைக் கொண்ட தனிவகைப் படைகள் (போலீசும் நிரந்தரச் சேனையும்) அவசியமாகியது ஏனென்று கேட்டால், மேற்கு ஐரோப்பிய, ருஷ்ய அற்பவாதிகள் ஸ்பென்சர் அல்லது மிகைலோவ்ஸ்கியிடமிருந்து கடன் வாங்கிய சில தொடர்களைக் கூறி, மேலும் மேலும் சிக்கலாகி வரும் சமுதாய வாழ்வையும், பணிப் பிரிவினையும், பிறவற்றையும் குறிப்பிட முற்படுகிறார்கள்.

இவ்வாறு குறிப்பிடுவது 'விஞ்ஞான வழிப்பட்டதாய்த்' தோன்றுகிறது. மிகவும் முக்கியமான, அடிப்படையான உண்மையை, அதாவது இணக்கம் காண முடியாத பகை வர்க்கங்களாய்ச் சமுதாயம் பிளவுண்டு விட்டதென்ற உண்மையைக் கண்ணில் படாதபடி மூடி மறைத்து சாதாரண மனிதனைத் தூக்கத்தில் இருத்த இது பயன்படுவதாகி விடுகிறது.

இந்தப் பிளவு உண்டாகாமல் இருந்திருந்தால், 'தானாகவே இயங்கும் மக்களது ஆயுதமேந்திய ஒழுங்கமைப்பு', அதன் சிக்கலினாலும் அதன் உயர் நுட்பத்திறனாலும் பிறவற்றாலும் தடிகள் ஏந்திய குரங்கு மந்தை அல்லது புராதன ஒழுங்கமைப்பிலிருந்து வேறுபட்டிருக்கும். ஆயினும் இது போன்ற ஓர் ஒழுங்கமைப்பு அப்பொழுதும் சாத்தியமாகவே இருந்திருக்கும்.

நாகரிகச் சமுதாயம் பகை வர்க்கங்களாய், அதுவும் இணக்கம் காண முடியாத பகை வர்க்கங்களாய்ப் பிளவுண்டதால்தான் இது சாத்தியமற்றதாகியது. இவ்வர்க்கங்கள் 'தானாகவே இயங்கும்' ஆயுதபாணிகளாய் இருப்பின், இவற்றினிடையே ஆயுதமேந்திய போராட்டம் மூண்டு விடும். அரசு உதித்தெழுகிறது, தனி வகைப் படைகள் அமைக்கப்படுகின்றன. ஒவ்வொரு புரட்சியும் அரசுப் பொறியமைவை அழிப்பதன் மூலம், வர்க்கப் போராட்டத்தை ஒளிவு மறைவின்றி நமக்குப் புலப்படுத்திக் காட்டுகிறது; ஆளும் வர்க்கம் தனக்குச் சேவை புரியக் கூடிய ஆயுதமேந்திய ஆட்களைக் கொண்ட தனி வகைப் படைகளை மீட்டமைக்க எப்படி முயலுகிறது என்பதையும், ஒடுக்கப்பட்ட வர்க்கம் ஒடுக்குவோருக்குப் பதிலாய் ஒடுக்கப்பட்டோருக்குச்

சேவை புரியக் கூடிய இப்படிப்பட்ட ஒரு புதிய ஒழுங்கமைப்பைத் தோற்றுவித்துக் கொள்ள எப்படி முயலுகிறது என்பதையும் நமக்குத் தெளிவாய்க் காட்டுகிறது.

மாபெரும் புரட்சி ஒவ்வொன்றும் நடைமுறையில், திட்டவட்டமாகவும், இன்னும் முக்கியமாய் வெகுஜனச் செயல் அளவிலும் நம் முன் எழுப்பும் அதே பிரச்சனையை, அதாவது ஆயுதமேந்திய ஆட்களைக் கொண்ட 'தனிவகைப்' படைகளுக்கும் 'தானாகவே இயங்கும் மக்களது ஆயுதமேந்திய ஒழுங்கமைப்புக்கும்' இடையிலான உறவு பற்றிய பிரச்சனையை மேற்கூறிய மேற்கோளில் எங்கெல்ஸ் தத்துவார்த்த வழியில் எழுப்புகிறார். ஐரோப்பிய, ருஷ்யப் புரட்சிகளின் அனுபவம் இந்தப் பிரச்சனைக்கு எப்படித் திட்டவட்டமான முறையில் பதிலளிக்கிறது என்பதை நாம் பார்ப்போம்.

இப்பொழுது எங்கெல்சின் விளக்கத்துக்குத் திரும்பலாம்.

சில சமயங்களில்-உதாரணமாய் வட அமெரிக்காவின் சில பகுதிகளில்-இந்தப் பொது அதிகாரம் பலவீனமாய் இருப்பதை அவர் சுட்டிக் காட்டுகிறார் (முதலாளித்துவச் சமுதாயத்தில் அரிய விதிவிலக்காய் இருந்த ஒன்றை, வட அமெரிக்காவில் ஏகாதிபத்திய காலகட்டத்துக்கு முன்பு கட்டற்ற குடியேற்றக் குடியினர் பெருவாரியாய் இருந்த சில பகுதிகளை இங்கு அவர் மனதிற் கொண்டுள்ளார்). ஆனால் பொதுவாய்க் கூறுமிடத்து இந்தப் பொது அதிகாரம் வளர்ந்து வலிமையுறுகிறது என்று குறிப்பிடுகிறார்.

"... அரசினுள் எந்த அளவுக்கு வர்க்கப் பகைமைகள் மேலும் கடுமையாகின்றனவோ, அக்கம் பக்கத்து அரசுகள் பெரிதாகி அவற்றின் மக்கள் தொகை பெருகுகின்றனவோ, அதே அளவுக்குப் பொது அதிகாரம் வளர்ந்து வலிமையுறுகிறது. இன்றைய ஐரோப்பாவைக் கவனித்தால் போதும், இது தெளிவாகிவிடும். இங்கு பொது அதிகாரம் சமுதாயம் அனைத்தையும், அரசையும் கூட விழுங்கிவிடுமோ என்று அஞ்சத்தக்க அளவுக்கு வர்க்கப் போராட்டமும் நாடு பிடிக்கும் போட்டாபோட்டியும் அதைத் தீவிரமாய் வளரச் செய்திருக்கின்றன...".

கடந்த நூற்றாண்டின் தொண்ணூறாம் ஆண்டுகளின் தொடக்கப் பகுதியில் எழுதப்பட்டது இது. எங்கெல்சின் கடைசி முன்னுரை 1891 ஜூன் 16-ஆம் தேதியிடப்பட்டதாகும். ஏகாதிபத்தியத்துக்கான மாற்றம்-டிரஸ்டுகளின் முழு ஆதிக்கத்துக்கும் பெரிய வங்கிகளின் சர்வ வல்லமைக்கும் மிகப் பெரிய அளவிலான காலனியாதிக்கக் கொள்கைக்கும் இன்ன பிறவற்றுக்குமான மாற்றம்-அப்பொழுதுதான் பிரான்சில் ஆரம்பித்துக் கொண்டிருந்தது; வட அமெரிக்காவிலும் ஜெர்மனியிலும் இந்த மாற்றம் இன்னும் கூட பலவீனமாகவே இருந்தது, இதற்குப் பிற்பட்ட காலத்தில் 'நாடு பிடிக்கும் போட்டாபோட்டி' பிரம்மாண்டமான அளவுக்கு மும்முரமாகிவிட்டது. இருபதாம் நூற்றாண்டின் இரண்டாம் பத்தாண்டின் தொடக்கத்துக்குள் 'நாடு பிடிக்கும் போட்டியாளர்களிடையே,

அதாவது கொள்ளைக்காரப் பேரரசுகளிடையே உலகம் பூராவுமே பங்கிடப்பட்டுவிட்டதால் இந்தப் போட்டாபோட்டி மேலும் கடுமையாகிவிட்டது. இதன் பின் இராணுவ, கடற்படைப் போர்க்கருவிகள் நம்ப முடியாதபடி வளர்ந்துவிட்டன; பிரிட்டன் அல்லது ஜெர்மனி உலகெங்கும் ஆதிக்கம் செலுத்த வேண்டுமென்பதற்காக, கொள்ளையின் பாகப் பிரிவினைக்காகக் கட்டவிழ்த்து விடப்பட்ட 1914-1917 ஆம் ஆண்டுகளின் கொள்ளைக்கார யுத்தத்தைத் தொடர்ந்து சமுதாயத்தின் எல்லா சக்திகளையும் நாசகர அரசு அதிகாரம் 'கபளீகரம் செய்வது' படுபயங்கர விபத்தாகிவிடும் அளவுக்கு முற்றிவிட்டது.

'நாடு பிடிக்கும் போட்டாபோட்டி' வல்லரசுகளுடைய அயல்நாட்டுக் கொள்கையின் மிக முக்கிய தனி இயல்புகளில் ஒன்றாகுமென்று 1891-லேயே எங்கெல்சினால் சுட்டிக் காட்ட முடிந்தது. ஆனால் 1914-1917 ஆம் ஆண்டுகளில் இந்தப் போட்டாபோட்டி பன்மடங்கு கடுமையாகி ஏகாதிபத்திய யுத்தத்தை மூண்டெழச் செய்தபோது சமூக தேசிய வெறிக் கயவர்கள் 'தமது சொந்த' முதலாளித்துவ வர்க்கத்தின் கொள்ளைக்கார நலன்களின் பாதகாப்பைத் 'தாயகப் பாதுகாப்பு', 'குடியரசின், புரட்சியின் பாதுகாப்பு' என்பன போன்ற சொல்லடுக்குகளால் மூடி மறைத்து வருகிறார்கள்.

3. அரசு—ஒடுக்கப்பட்ட வர்க்கத்தைச் சுரண்டுவதற்கான கருவி

சமுதாயத்துக்கு மேலானதாய் நிற்கும் தனிவகைப் பொது அதிகாரத்தின் பராமரிப்புக்காக வரிகளும் அரசுக் கடன்களும் தேவைப்படுகின்றன.

"... பொது அதிகாரமும் வரிகள் வசூலிக்கும் உரிமையும் பெற்ற அதிகாரிகள் சமுதாயத்தின் ஆட்சி உறுப்புக்கள் என்ற முறையில் சமுதாயத்துக்கு மேலானவர்களாய் நிற்கிறார்கள்" என்று எங்கெல்ஸ் எழுதுகிறார். "புராதன [குலச்] சமுதாய அமைப்பின் ஆட்சி உறுப்புக்களுக்கு மனம் விரும்பி சுதந்திரமாய் அளிக்கப்பட்ட மதிப்பும் மரியாதையும்–அவர்களால் இவற்றைப் பெற முடிவதாய்க் கொண்டாலுங்கூட–அவர்களுக்குத் திருப்தி அளிப்பனவாய் இல்லை..." அதிகாரிகளுடைய புனித நிலையையும் காப்புரிமையையும் பறைசாற்றும் தனிச்சட்டங்கள் நிறைவேற்றப்படுகின்றன. 'கீழ்த்தர போலீஸ் ஊழியனுக்குக் கூட' குலத்தின் பிரதிநிதிகளைக் காட்டிலும் அதிக 'செல்வாக்கு' இருக்கிறது. ஆயினும் குலத்தின் முதலாளருக்குச் சமுதாயம் அளித்த 'வலுக்கட்டாயமற்ற மதிப்பையும் மரியாதையையும்' கண்டு நாகரிக அரசின் இராணுவ அதிகாரத்தின் தலைவருங்கூட பொறாமை கொள்வார்.

அரசு அதிகார உறுப்புக்களான அதிகாரிகளுடைய தனி உரிமை நிலை என்கிற பிரச்சனை இங்கு எழுப்பப்படுகிறது. இங்கு சுட்டிக் காட்டப்படும் பிரதான விவரம் இதுவே: இவர்களைச் சமுதாயத்துக்கு மேலானவர்களாய் அமர்த்துவது எது? இந்தத் தத்துவார்த்தப் பிரச்சனைக்கு 1871-ல் பாரிஸ் கம்யூன் நடைமுறையில் எவ்வாறு தீர்வு

கண்டது என்பதையும், பிற்போக்கான ஒரு நிலையிலிருந்து 1912-ல் காவுத்ஸ்கி எப்படி இதனை மூடி மறைத்தார் என்பதையும் பிற்பாடு நாம் பார்ப்போம்.

“... வர்க்கப் பகைமைகளைக் கட்டுப்படுத்துவதன் அவசியம் காரணமாய் அரசு உதித்தது என்பதனாலும், அதே போதில் இந்த வர்க்கங்களுக்கிடையிலான மோதல்களிலிருந்தே அது உதித்தது என்பதனாலும், பொதுவாக அது மிகப் பெரும் பலம் படைத்த, பொருளாதாரத் துறையில் ஆதிக்கம் செலுத்தும் வர்க்கத்தின் அரசாகி விடுகிறது. அரசின் உதவியால் இவ்வர்க்கம் அரசியல் துறையிலும் ஆதிக்கம் செலுத்தும் வர்க்கமாகி, ஒடுக்கப்பட்ட வர்க்கத்தை அடக்கி வைப்பதற்கும் சுரண்டுவதற்கும் இவ்வாறு புதிய சாதனங்களைப் பெற்றுக் கொள்கிறது...” புராதன அரசுகளும் பிரபுத்துவ அரசுகளும், அடிமைகளையும் பண்ணையடிமைகளையும் சுரண்டுவதற்கான அமைப்புகளாய் இருந்தன. இதே போல “நவீன காலப் பிரதிநிதித்துவ அரசு கூலி உழைப்பை மூலதனம் சுரண்டுவதற்கான கருவியாய் இருக்கிறது. ஆனால் விதிவிலக்காய்ச் சில கால கட்டங்கள் ஏற்படுவது உண்டு. ஒன்றோடொன்று போரிடும் வர்க்கங்கள் ஒன்றுக்கொன்று ஏறத்தாழ சமநிலை பெறும் இக்கட்டங்களில் அரசு அதிகாரம் வெளித்தோற்றத்துக்கு நடுவர் போலாகி, சொற்ப காலத்துக்கு இரு தரப்பாரிடமிருந்தும் ஓரளவு சுயேச்சையுடையதாகிறது...” பதினேழு, பதினெட்டாம் நூற்றாண்டுகளின் வரம்பற்ற முடியாட்சி முறையும், பிரான்சில் முதலாவது, இரண்டாவது சாம்ராஜ்யங்களது போனப்பார்ட் ஆட்சியும் ஜெர்மனியில் பிஸ்மார்க் ஆட்சியும் இத்தகையனவே.

குடியரசு ருஷ்யாவில், கேரென்ஸ்கி அரசாங்கம் குட்டி முதலாளித்துவ ஜனநாயகவாதிகளுடைய தலைமையின் காரணமாய், சோவியத்துகள் ஏற்கனவே ஆற்றலிழந்தும் முதலாளித்துவ வர்க்கம் அவற்றைக் கலைக்க இன்னமும் பலம் பெறாமலும் இருந்த ஒரு தருணத்தில், புரட்சிகரப் பாட்டாளி வர்க்கத்தின் மீது அடக்குமுறையைக் கட்டவிழ்த்து விடத் தொடங்கியது முதலாய் இத்தகையதே என்பதையும் இங்கு நாம் குறிப்பிடலாம். எங்கெல்ஸ் மேலும் எழுதுகிறார்:

ஜனநாயகக் குடியரசில் “செல்வமானது மறைமுகமாய், ஆனால் முன்னிலும் திடமாய் அதிகாரம் செலத்துகிறது”. முதலாவதாக ‘நேரடியாய் அதிகாரிகளுக்கு லஞ்சம் தருவதன் மூலமும்’ (அமெரிக்கா), இரண்டாவதாக ‘அரசாங்கத்தைப் பங்கு மார்க்கெட்டுடன் கூட்டு சேரச் செய்வதன்’ மூலமும் (பிரான்சும் அமெரிக்காவும்) அது அதிகாரம் செலுத்துகிறது.

எல்லா வகையான ஜனநாயகக் குடியரசுகளிலும் தற்போது ஏகாதிபத்தியமும் வங்கிகளுடைய ஆதிக்கமும், செல்வத்தின் வரம்பில்லா அதிகாரத்தைப் பாதுகாப்பதற்கும் செயல்படுத்துவதற்குமான இவ்விரு வழிகளையும் தனிப் பெருங் கலையாய் “வளரச் செய்துவிட்டன”.

உதாரணமாய், ருஷ்ய ஜனநாயகக் குடியரசின் ஆரம்ப மாதங்களில்,- 'சோஷலிஸ்டுகளான' சோஷலிஸ்டுப் புரட்சியாளர்களும் மென்ஷிவிக்குகளும் முதலாளித்துவ வர்க்கத்துக்கு மாலையிட்டுக் கூட்டு அரசாங்கத்தில் கூடித் தேன்நிலவு கொண்டாடியபோது எனலாம்-திரு. பல்ச்சீன்ஸ்கி, முதலாளிகளையும், அவர்களுடைய கொள்ளைக்காரச் செயல்களையும், இராணுவக் காண்டிராக்டுகள் மூலம் அரசை அவர்கள் சூறையாடியதையும் கட்டுப்படுத்துவதற்கான ஒவ்வொரு நடவடிக்கையையும் தடுத்து நின்றார். பிற்பாடு அமைச்சரவையிலிருந்து திரு. பல்ச்சீன்ஸ்கி ராஜினாமா செய்ததும் (முற்றிலும் அவரையே ஒத்த மற்றொரு பல்ச்சீன்ஸ்கிதான் அவரிடத்தில் அமர்ந்தார் என்பதைக் கூறத் தேவையில்லை), ஆண்டுக்கு 1,20,000 ரூபிள் சம்பளத்தில் சொகுசான வேலை கொடுத்து முதலாளிகள் அவருக்கு 'வெகுமதி' அளித்தார்களே, அதை என்னென்பது? நேரடியான அல்லது மறைமுகமான லஞ்சம் என்பதா? அரசாங்கத்துக்கும் சிண்டிகேட்டுகளும் இடையிலான கூட்டு என்பதா? அல்லது 'வெறும்' நேச உறவுகள் என்பதா? செர்னோவ்கள், த்ஸெரெத்தேலிகள், அவ்க்சேன்தியெவ்கள், ஸ்கோபெலெவ்கள் ஆகியோர் ஆற்றும் பணி என்ன? இவர்கள் கஜானாவைச் சூறையாடும் கோடீஸ்வரர்களின் 'நேரடிக்' கூட்டாளிகளா? அல்லது மறைமுகக் கூட்டாளிகளா?

ஜனநாயகக் குடியரசில் 'செல்வத்தின்' சக்கராதிபத்தியம் மேலும் உறுதியாகிவிடுவன் காரணம் என்னவெனில், அரசியல் பொறியமைவின் தனிப்பட்ட குறைபாடுகளையோ, முதலாளித்துவத்தின் மோசமான அரசியல் கவசத்தையோ அது ஆதாரமாய்க் கொண்டிருக்கவில்லை என்பதுதான். ஜனநாயகக் குடியரசு தான் முதலாளித்துவத்துக்கு மிகச் சிறந்த அரசியல் கவசமாகும். ஆகவே மூலதனம் இந்த மிகச் சிறந்த கவசத்தை (பல்ச்சீன்ஸ்கிகள், செர்னோவ்கள், த்ஸெரெத்தேலிகள் முதலானோர் மூலம்) பெற்றுக் கொண்டதும், அது முதலாளித்துவஜனநாயகக் குடியரசின் ஆட்களிலோ, நிறுவன ஏற்பாடுகளிலோ, கட்சிகளிலோ ஏற்படும் எந்த மாற்றத்தாலும் அசைக்க முடியாதபடி திடமாகவும் உறுதியாகவும் தனது அதிகாரத்தை நிலைநாட்டிக் கொள்கிறது.

அனைத்து மக்கள் வாக்குரிமையை எங்கெல்ஸ் மிகத் தெளிவாகவும் திட்டவட்டமாகவும் முதலாளித்துவ வர்க்கத்தின் ஆதிக்கத்துக்குரிய கருவி என்பதாய் அழைப்பதையும் நாம் குறிப்பிட வேண்டும். ஜெர்மன் சமூக ஜனநாயகத்தின் நெடுங்கால அனுபவத்தைக் கணக்கில் எடுத்துக் கொண்டுதான் அவர் பின்வருமாறு கூறுகிறார்:

அனைத்து மக்களின் வாக்குரிமை, "தொழிலாளி வர்க்கத்தினுடைய முதிர்ச்சியின் அளவுகோலாகும். தற்கால அரசில் அது இதற்கு மேல் எதுவாகவும் இருக்காது, இருக்கவும் முடியாது".

நம்முடைய சோஷலிஸ்டு-புரட்சியாளர்களையும் மென்ஷிவிக்குகளையும் போன்ற குட்டி முதலாளித்துவ ஜனநாயக

வாதிகளும், இவர்களுடைய உடன் பிறந்த சகோதரர்களான மேற்கு ஐரோப்பிய சமூக தேசிய வெறியர்கள், சந்தர்ப்பவாதிகள் அனைவரும் அனைத்து மக்களின் வாக்குரிமையிடமிருந்து இதற்கு 'மேற்பட்ட' ஒன்றை எதிர்பார்க்கிறார்கள். 'இன்றைய அரசில்' அனைத்து மக்களின் வாக்குரிமை உழைப்பாளி மக்களில் பெரும்பாலானோரின் சித்தத்தை மெய்யாகவே புலப்படுத்திக் காட்ட வல்லது, இந்தச் சித்தம் நிறைவேற வழி செய்ய வல்லது என்ற பொய்க் கருத்தை இவர்கள் கொண்டுள்ளனர்; மக்களுக்கும் இதனை ஊட்டி வருகின்றனர்.

இங்கு இந்தப் பொய்க் கருத்தைச் சுட்டிக் காட்டுவதோடு நிறுத்திக் கொள்கிறோம். எங்கெல்சின் முற்றிலும் தெளிவான, கறாரான, ஸ்தூலமான உரை 'அதிகாரப் பூர்வமான' (அதாவது சந்தர்ப்பவாத) சோஷலிஸ்டுக் கட்சிகளின் பிரசாரத்திலும் கிளர்ச்சியிலும் இடையறாது திரித்துப் புரட்டப்படுவதை மட்டும் இங்கு குறிப்பிடுகிறோம். எங்கெல்ஸ் இங்கு உதறியெறியும் இந்தக் கருத்து முழுக்க முழுக்கப் பொய்யானதென்பதை 'இன்றைய' அரசு குறித்த மார்க்ஸ், எங்கெல்சின் கருத்துக்களைப் பற்றி மேலும் தொடர்ந்து நாம் கூறுவதிலிருந்து விவரமாய்ப் புலப்படும்.

எங்கெல்ஸ் தமது கருத்துக்களை மிகவும் பெயர் பெற்ற தமது நூலில் பின்வருமாறு தொகுத்துக் கூறுகிறார்:

"ஆகவே அரசு அனாதிக் காலம் முதலாய் இருந்துள்ள ஒன்றல்ல. அரசின்றியே நிலவிய சமுதாயங்கள், அரசையும் அரசு அதிகாரத்தையும் அறியாத சமுதாயங்கள் இருந்திருக்கின்றன. பொருளாதார வளர்ச்சியின் குறிப்பிட்ட ஒரு கட்டத்தில்-சமுதாயம் வர்க்கங்களாய்ப் பிளவுண்டதுடன் இணைந்த ஒரு கட்டத்தில்-அரசு இந்தப் பிளவின் காரணமாய் இன்றியமையாததாகியது. இந்த வர்க்கங்கள் பொருளுற்பத்திக்கு இன்றியமையாத் தேவையாய் இருப்பது மறைவதோடு, நேரடியாகவே இடையூறுமாகி விடும் ஒரு கட்டத்தைப் பொருளுற்பத்தி வளர்ச்சியில் இப்பொழுது நாம் விரைவாய் நெருங்கிக் கொண்டிருக்கிறோம். முந்தைய ஒரு கட்டத்தில் வர்க்கங்கள் தவிர்க்க முடியாதவாறு உதித்தெழுந்தது போலவே தவிர்க்க முடியாதவாறு அவை மறைந்தொழியும். அவற்றுடன் கூடவே அரசும் தவிர்க்க முடியாதவாறு மறைந்தொழியும். சமுதாயமானது உற்பத்தியாளர்களுடைய சுதந்திரமான, சரிசமத்துவமான கூட்டமைப்பின் அடிப்படையில் பொருளுற்பத்தியைப் புனரமைத்து, அரசுப் பொறியமைவு அனைத்தையுமே அதற்கு அப்பொழுது உரித்தான இடத்தில், அதாவது தொல்பொருள் காட்சிக்கூடத்தில், கைராட்டைக்கும் வெண்கலக் கோடரிக்கும் பக்கத்திலே கொண்டுபோய் வைத்துவிடும்".

இன்றைய சமூக-ஜனநாயகவாதிகளின் பிரசார, கிளர்ச்சி வெளியீடுகளில் இந்த மேற்கோளைக் காண்பது அரிதாகிவிட்டது. அப்படி இது காணப்படும்போது கூட, பூஜையறைப் படத்தைத் தொழுதெழுகிறவரின் பாணியிலேதான், அதாவது சம்பிரதாய முறையில் எங்கெல்சுக்கு மரியாதை செலுத்தும் பாணியிலேதான் பெரும்பாலும்

எடுத்தாளப்படுகிறது. 'அரசுப் பொறியமைவு அனைத்தையும் தொல்பொருள் காட்சிக் கூடத்தில்' கொண்டுபோய் வைப்பதில் அடங்கியுள்ள புரட்சியின் வீச்சையும் ஆழத்தையும் மதிப்பிட்டறிய எம்முயற்சியும் எடுக்கப்படுவதில்லை. அரசுப் பொறியமைவு என்று எங்கெல்ஸ் குறிப்பிடுவதன் அர்த்தத்தைப் புரிந்து கொள்வதாகக்கூட பல சந்தர்ப்பங்களில் தெரியக் காணோம்.

4. அரசு 'உலர்ந்து உதிர்வதும்' பலாத்காரப் புரட்சியும்

அரசு 'உலர்ந்து உதிர்வது' பற்றி எங்கெல்ஸ் கூறிய சொற்கள் மிகவும் பிரபலமானவை; அடிக்கடி மேற்கோளாய் எடுத்தாளப்படுபவை; மார்க்சியத்தைச் சந்தர்ப்பவாதத்துக்கு இசைவானதாக்குவதற்காக வழக்கமாய்ச் செய்யப்படும் புரட்டின் சாரப்பொருளை மிகத் தெளிவாகப் புலப்படுத்துகிறவை. ஆகவே இவற்றை நாம் விவரமாய்ப் பரிசீலிக்க வேண்டும். இவை எங்கிருந்து எடுக்கப்பட்டனவோ, அந்த வாக்குவாதம் முழுவதையுமே நாம் மேற்கோளாய்த் தந்தாக வேண்டும்.

"பாட்டாளி வர்க்கம் அரசு அதிகாரத்தைக் கைப்பற்றி உற்பத்திச் சாதனங்களை முதலில் அரசு உடைமையாக்குகிறது. ஆனால் இதன் மூலம் அது, பாட்டாளி வர்க்கமாகத் தான் இருத்தலை ஒழித்துக் கொள்கிறது, எல்லா வர்க்க வேறுபாடுகளையும் வர்க்கப் பகைமைகளையும் ஒழித்திடுகிறது, அரசு அரசாய் இருத்தலையும் ஒழித்திடுகிறது. இதுவரை சமுதாயம் வர்க்கப் பகைமைகளின் அடிப்படையில் அமைந்திருந்ததால் அதற்கு அரசு தேவைப்பட்டது; அதாவது, குறிப்பிட்ட சுரண்டும் வர்க்கத்துக்கான ஒழுங்கமைப்பு ஒன்று தேவைப்பட்டது. இந்தச் சுரண்டும் வர்க்கத்துக்குரிய பொருளுற்பத்திப் புறநிலைகளை நிலை நாட்டுவதற்காகவும், இதன் பொருட்டு இன்னும் முக்கியமாய், சுரண்டப்படும் வர்க்கத்தை அந்தந்தப் பொருளுற்பத்தி அமைப்பாலும் (அடிமை முறை, பண்ணையடிமை முறை, கூலியுழைப்பு முறை) நிர்ணயிக்கப்படும் ஒடுக்கு முறை நிலைமைகளில் பலவந்தமாய் இருத்தி வைப்பதற்காகவும் இந்தச் சமுதாயத்துக்கு அரசு தேவைப்பட்டது. சமுதாயம் அனைத்தின் அதிகாரபூர்வமான பிரதிநிதியாக, கண்கூடான அதன் உருவகத் திரட்சியாக அரசு விளங்கிற்று. ஆனால் எந்த வர்க்கம் தன்னுடைய காலத்தில் சமுதாயம் முழுவதுக்கும் தானே பிரதிநிதியாக இருந்ததோ அந்த வர்க்கத்தின் அரசாய் இருந்த அளவுக்குத்தான், அதாவது புராதன காலத்தில் அடிமையுடைமைக் குடிகளின் அரசாக இருந்த அளவுக்குத்தான், அரசால் இவ்வாறு விளங்க முடிந்தது. இறுதியில் அரசானது சமுதாயம் முழுமைக்கும் மெய்யான பிரதிநிதியாகிவிடும் போது, அது தன்னைத் தேவையற்றதாக்கிக் கொள்கிறது. இனி கீழ்ப்படுத்தி வைக்க வேண்டிய சமூக வர்க்கம் எதுவும் இல்லாமற் போனதும், வர்க்க ஆதிக்கமும் பொருளுற்பத்தி முறையில் தற்போதுள்ள அராஜகத்தின் அடிப்படையில் நடைபெறும் தனியார் வாழ்வுப் போராட்டமும் இந்தப் போராட்டம் காரணமாய் எழும்

மோதல்களும் மட்டுமீறிய செயல்களும் நீக்கப்பட்டதும், கீழ்ப்படுத்தி வைப்பதற்கு எதுவும் இல்லாமற் போகிறது, ஆதலால் தனிவகைப் பலவந்த சக்தியை-அரசினை-அவசியமாக்கும் எதுவும் இல்லாமற் போகிறது. அரசானது சமுதாயம் முழுமையின் பிரதிநிதியாக மெய்யாகவே முன்வந்து புரிந்திடும் முதலாவது செயல்-அதாவது பொருளுற்பத்திச் சாதனங்களைச் சமுதாயத்தின் உடைமையாக்கிக் கொள்ளும் இச்செயல்-அரசு என்ற முறையில் சுயேச்சையாய் அது புரிந்திடும் இறுதிச் செயலாகவும் அமைந்துவிடுகிறது. சமூக உறவுகளில் அரசின் தலையீடு ஒவ்வொரு துறையிலுமாய்த் தேவையற்றதாகி, பிற்பாடு தானாகவே தணிந்து அணைந்து விடுகிறது. ஆட்களை ஆளும் அரசாங்கமானது பொருள்களது நிர்வகிப்பாய், பொருளுற்பத்தி வேலைகளது நடப்பாய் மாறி விடுகிறது. அரசு 'ஒழிக்கப்படுவதில்லை'. அது உலர்ந்து உதிர்ந்துவிடுகிறது. 'சுதந்திர மக்கள் அரசு' என்னும் தொடர் எந்த அளவுக்கு மதிக்கத்தக்கது என்பதையும்-கிளர்ச்சியை முன்னிட்டுச் சில நேரங்களில் எந்த அளவுக்கு அதன் பிரயோகம் நியாயமென்பதையும், முடிவில் விஞ்ஞான வழியில் அது எவ்வளவு குறைபாடானதென்பதையும்-அராஜகவாதிகளுடைய கோரிக்கையாகச் சொல்லப்படும் ஒரே நொடியில் அரசு ஒழிக்கப்பட வேண்டுமென்ற கோரிக்கை எந்த அளவுக்கு மதிக்கத்தக்கது என்பதையும் மேற்கூறியது புலப்படுத்துகிறது." (விஞ்ஞானத்தில் திருவாளர் ஒய்கென் டூரிங்கின் புரட்சி [டூரிங்குக்கு மறுப்பு], பக்கங்கள் 301-03, மூன்றாவது ஜெர்மன் பதிப்பு).

கருத்து வளத்தில் தலைசிறந்து விளங்கும் எங்கெல்சின் இந்த வாக்குவாதத்தில் ஒரேயொரு விவரம் மட்டும்தான் நவீன கால சோஷலிஸ்டுக் கட்சிகளுடைய சோஷலிச சிந்தனையில் இடம் பெறுகிறதெனத் திடமாய்க் கூறலாம். அரசு 'ஒழிக்கப்பட வேண்டும்' என்னும் அராஜகவாதக் கோட்பாட்டுக்கு மாறாக, மார்க்சின் கருத்துப்படி அரசு 'உலர்ந்து உதிர்ந்துவிடும்' என்கிற ஒரேயொரு விவரம் மட்டும்தான் ஏற்கப்பட்டுள்ளது. மார்க்சியத்தைச் சந்தர்ப்பவாதமாய்ச் சிறுமைப்படுத்துவதே அன்றி வேறல்ல. ஏனெனில் இந்த 'வியாக்கியானம்' பாய்ச்சல்களும் சூறாவளிகளும் இல்லாமலே, புரட்சி இல்லாமலே, மெதுவாகவும், ஏன் பையப் பையவுங்கூட நடந்தேறும் மாறுதல் என்கிற தெளிவற்ற கருத்தை மட்டும்தான் விட்டு வைக்கிறது. அரசு 'உலர்ந்து உதிர்வது' பற்றி தற்போது பரவலாய்-பிரபலமாய் என்றுகூடச் சொல்லலாம்-நிலவும் கருத்தினை, புரட்சியை நிராகரிக்கும் கருத்தெனக் கொள்ளாவிடிலும், நிச்சயமாய்ப் புரட்சியை முனை மழுங்கச் செய்யும் கருத்தென்றே கொள்ள வேண்டும்.

மார்க்சியத்தை அப்பட்டமாய்த் திரித்துப் புரட்டும் 'வியாக்கியானமே' ஆகும் இது. முதலாளித்துவ வர்க்கத்துக்குத்தான் இதனால் அனுகூலம். தத்துவத்தின் கண்ணோட்டத்தில் பார்க்கையில், உதாரணமாய் மேலே நாம் முழுமையாய் எடுத்தளித்த எங்கெல்சின் 'தொகுப்பு உரை' சுட்டிக்

காட்டும் மிக முக்கிய நிலைமைகளையும் காரணக் கூறுகளையும் புறக்கணிப்பதையே இது அடிப்படையாய்க் கொண்டுள்ளது.

முதலாவதாக, எங்கெல்ஸ் தமது உரையின் தொடக்கத்திலேயே, பாட்டாளி வர்க்கம் அரசு அதிகாரத்தைக் கைப்பற்றுவதன் மூலம் அது "அரசு அரசாய் இருத்தலை ஒழித்திடுகிறது" என்கிறார். இதன் பொருள் குறித்துச் சிந்திப்பது அவசியமெனக் கருதப்படுவதில்லை. பொதுவாய் இது சிறிதும் கவனியாது விடப்படுகிறது, அல்லது எங்கெல்சிடம் இருந்த ஒரு வகை 'ஹெகலியப் பலவீனத்தின்' பாற்பட்டதாய்க் கருதப்படுகிறது. ஆனால் உண்மை என்னவெனில், இச்சொற்கள் மாபெரும் பாட்டாளி வர்க்கப் புரட்சிகளில் ஒன்றான 1871-ஆம் ஆண்டின் பாரிஸ் கம்யூனது அனுபவத்தைச் சுருக்கமாய் எடுத்துரைக்கின்றன. இது குறித்து உரிய இடத்தில் நாம் விவரமாய்ப் பேசுவோம். உண்மை என்னவெனில், எங்கெல்ஸ் இங்கு பாட்டாளி வர்க்கப் புரட்சி முதலாளித்துவ அரசை 'ஒழித்திடுவது' குறித்துப் பேசுகிறார். அரசு 'உலர்ந்து உதிர்வது' பற்றிய சொற்கள் சோஷலிசப் புரட்சிக்குப் பிற்பாடு பாட்டாளி வர்க்க அரசின் மிச்சங்களைக் குறிப்பனவாகும். எங்கெல்சின் கருத்துப்படி முதலாளித்துவ அரசு 'உலர்ந்து உதிர்வதில்லை'; புரட்சியின் மூலம் பாட்டாளி வர்க்கத்தால் 'ஒழிக்கப்படுகிறது'. இந்தப் புரட்சிக்குப் பிறகு உலர்ந்து உதிர்வது பாட்டாளி வர்க்க அரசு அல்லது அரை-அரசே ஆகும்.

இரண்டாவதாக, அரசு என்பது 'தனிவகைப் பலவந்த சக்தியாகும்'. தேர்ந்த தெளிவுடன் இங்கு எங்கெல்ஸ் இந்த அற்புதமான, ஆழ்ந்த பொருட் செறிவுள்ள இலக்கணத்தை வகுத்தளிக்கிறார். இதிலிருந்து பெறப்படுவது என்னவெனில், பாட்டாளி வர்க்கத்தை முதலாளித்துவ வர்க்கம் அடக்குவதற்காக, கோடானுகோடியான உழைப்பாளி மக்களை ஒரு சில செல்வந்தர்கள் ஒடுக்குவதற்காக அமைந்த 'தனிவகைப் பலவந்த சக்திக்குப்' பதிலாய், முதலாளித்துவ வர்க்கத்தைப் பாட்டாளி வர்க்கம் அடக்குவதற்கான 'தனிவகைப் பலவந்த சக்தியை' (பாட்டாளி வர்க்கச் சர்வாதிகாரத்தை) அமைத்தாக வேண்டும். 'அரசு அரசாய் இருத்தலை ஒழித்திடுவது' என்பதன் அர்த்தம் இதுவே, பொருளுற்பத்திச் சாதனங்களைச் சமுதாயத்தின் உடைமையாக்கிக் கொள்ளும் 'செயல்' இதுவேதான். ஒரு (முதலாளித்துவ) 'தனிவகை சக்திக்குப்' பதிலாய் மற்றொரு (பாட்டாளி வர்க்க) 'தனிவகை சக்தியை' இத்தகைய முறையில் அமைத்திடுவது 'உலர்ந்து உதிரும்' வடிவில் நடைபெறுவது சாத்தியமல்ல என்பது கூறாமலே விளங்கக்கூடியது.

மூன்றாவதாக, அரசு 'உலர்ந்து உதிர்வது' பற்றியும், இன்னுங்கூட பளிச்சென விளங்கும் வண்ணம் கவர்ச்சிகரமாய் அமைந்த 'தானாகவே தணிந்து அணைந்துவிடுவது' பற்றியும் எங்கெல்ஸ் பேசுகையில், "பொருளுற்பத்திச் சாதனங்களைச் சமுதாயம் அனைத்தின் உடைமையாக்கிக் கொண்டதற்குப்" பிற்பட்ட காலத்தையே அதாவது

சோஷலிசப் புரட்சிக்குப் பிற்பட்ட காலத்தையே மிகத் தெளிவாகவும் திட்டவட்டமாகவும் குறிப்பிடுகிறார். இக்காலத்தில் 'அரசின்' அரசியல் வடிவம் முழு அளவிலான, முழு நிறைவான ஜனநாயகமாகும் என்பதை நாம் எல்லோரும் அறிவோம். ஆகவே எங்கெல்ஸ் இங்கு ஜனநாயகம் 'தானாகவே தணிந்து அணைந்துவிடுவது' அல்லது 'உலர்ந்து உதிர்ந்துவிடுவது' பற்றிப் பேசுகிறார்; வெட்கங்கெட்ட முறையில் மார்க்சியத்தைத் திரித்துப் புரட்டும் சந்தர்ப்பவாதிகள் யாருடைய மண்டையிலும் இது நுழைவதே இல்லை. முதல் பார்வைக்கு இது மிக விநோதமாகவே தோன்றுகிறது. ஆனால் ஜனநாயகம் என்பதும் ஓர் அரசே ஆகும், ஆதலால் அரசு மறையும் போது அதுவும் மறைந்தே ஆக வேண்டும் என்பது பற்றி ஆலோசிக்காதவர்களுக்குத்தான் இது 'புரியாததாய்' இருக்கும். புரட்சியால் மட்டுமே முதலாளித்துவ அரசை 'ஒழிக்க' முடியும். பொதுவாக அரசு எனப்படுவது, அதாவது முழு அளவிலான, முழு நிறைவான ஜனநாயகம் எனப்படுவது 'உலர்ந்து உதிரவே' முடியும்.

நான்காவதாக, 'அரசு உலர்ந்து உதிர்கிறது' என்ற புகழ் பெற்ற தமது கோட்பாட்டை வகுத்தளித்ததும் எங்கெல்ஸ் இந்தக் கோட்பாடு சந்தர்ப்பவாதிகள், அராஜகவாதிகள் ஆகிய இரு சாராரின் கூற்றுக்கும் எதிரானது என்பதைத் திட்டவட்டமாய் உடனே விளக்குகிறார். இவ்வாறு விளக்குகையில், 'அரசு உலர்ந்து உதிர்கிறது' என்ற நிர்ணயிப்பிலிருந்து பெறப்படுவதில் சந்தர்ப்பவாதிகளுக்கு விரோதமான முடிவை எங்கெல்ஸ் முன்னணியிலே நிறுத்துகிறார்.

அரசு 'உலர்ந்து உதிர்வது' பற்றி படித்தோ கேட்டோ இருப்போரில் பத்தாயிரத்தில் 9,990 பேர், எங்கெல்ஸ் எடுத்துரைத்த முடிவுகள் விரோதமாயிருந்தது அராஜகவாதிகளுக்கு மட்டுமல்ல என்பதைச் சிறிதும் உணராதவர்களாகவோ, ஞாபகத்தில் வைத்திராதவர்களாகவோ தான் இருப்பார்கள் என்று பந்தயம் கட்டலாம். எஞ்சியுள்ள பத்துப் பேரில், ஒன்பது பேர் 'சுதந்திர மக்கள் அரசு' என்பதன் பொருள் தெரியாதவர்களாகவோ, இந்த முழக்கத்தைத் தாக்குவது சந்தர்ப்பவாதி களைத் தாக்குவதாக அமைவது ஏனென்று அறியாதவர்களாகவோதான் இருப்பார்கள். வரலாறு இவ்விதம்தான் சன்னம் சன்னமாய்ப் பொய்யாகத் திரித்துக் கூறப்பட்டு நடப்பிலுள்ள அற்பவாதத்துக்கு ஏற்றதாக்கப்படுகிறது. அராஜகவாதிகளுக்கு விரோதமான முடிவு ஆயிரக்கணக்கான முறை திரும்பத் திரும்பப் பறை சாற்றப்பட்டிருக்கிறது; கொச்சைப்படுத்தப்பட்டுப் படுமோசமான வடிவத்தில் மக்களுடைய மனதில் ஆழப் பதிக்கப்பட்டுத் தப்பெண்ணமாய் இறுகி விடும்படி வளர்க்கப்பட்டிருக்கிறது. ஆனால் சந்தர்ப்பவாதிகளுக்கு விரோதமான முடிவு மழுங்கடிக்கப்பட்டு 'மறக்கப்பட்டு விட்டது'!

'சுதந்திர மக்கள் அரசு' என்பது 1870-80 ஆம் ஆண்டுகளில் ஜெர்மன் சமூக ஜனநாயகவாதிகளது வேலைத்திட்டத்தில் குறிக்கப்பட்ட கோரிக்கையாய் அமைந்து அவர்களிடையே பெருவழக்காகிவிட்ட

முழக்கமாயிருந்தது, இந்த முழக்கம் ஜனநாயகம் என்னும் கருத்தோட்டத்தை ஆடம்பரமான அற்பவாதப் பாணியில் சித்திரிக்கிறதென்பதைத் தவிர வேறு அரசியல் உள்ளடக்கம் சிறிதும் இல்லாததே ஆகும். சட்ட முறையில் அனுமதிக்கப்பட்ட வழியில் சூசகமாய் அது ஜனநாயகக் குடியரசைக் குறித்தவரை, கிளர்ச்சியை முன்னிட்டுச் 'சில நேரங்களில்' அதைப் பிரயோகிப்பது 'நியாயமே' என்பதை எங்கெல்ஸ் ஏற்றுக் கொண்டார். ஆனால் அது சந்தர்ப்பவாத முழக்கமே ஆகும். ஏனெனில் அது முதலாளித்துவ ஜனநாயகத்துக்கு மெருகிட்டு மினுங்கச் செய்வதுடன் நில்லாமல், பொதுவாய் அரசு குறித்த சோஷலிச விமர்சனத்தைப் புரிந்து கொள்ளவும் தவறிவிடுகிறது. ஜனநாயகக் குடியரசானது முதலாளித்துவத்தில் பாட்டாளி வர்க்கத்துக்கு மிகச் சிறந்த அரசு அமைப்பாகுமென நாம் அதனை ஆதரிக்கிறோம். ஆனால் மிகவும் ஜனநாயகமான முதலாளித்துவக் குடியரசிலுங்கூட கூலியடிமையிலேதான் மக்கள் உழல வேண்டியிருக்கிறதென்பதை மறக்க நமக்கு உரிமை இல்லை. மேலும் ஒவ்வொரு அரசும் ஒடுக்கப்பட்ட வர்க்கத்தை அடக்கியாளுவதற்கான 'தனிவகை சக்தியே' ஆகும். ஆகவே, எந்தவொரு அரசும் சுதந்திரமானதும் அல்ல, மக்கள் அரசும் அல்ல. மார்க்சும் 'எங்கெல்சும் 1870-80 ஆம் ஆண்டுகளில் தமது கட்சித் தோழர்களுக்கு இதைத் திரும்பத் திரும்ப விளக்கிக் கூறினர்.[7]

ஐந்தாவதாக, அரசு உலர்ந்து உதிர்வது பற்றிய கருத்து-யாரும் மறக்காது நினைவில் கொண்டுள்ள இந்தக் கருத்து-காணப்படும் எங்கெல்சின் அதே நூலில், பலாத்காரப் புரட்சியின் முக்கியத்துவம் குறித்த கருத்தும் அடங்கியிருக்கிறது. பலாத்காரப் புரட்சியின் பாத்திரம் குறித்து எங்கெல்ஸ் அளிக்கும் வரலாற்று வழிப்பட்ட பகுத்தாய்வு, பலாத்காரப் புரட்சியைப் போற்றும் மெய்யான புகழுரையாகி விடுகிறது. இது 'யாருக்கும் நினைவில் இல்லை'. நவீன கால சோஷலிஸ்டுக் கட்சிகளில் இந்தக் கருத்தின் முக்கியத்துவம் குறித்துப் பேசுவதும், ஏன் நினைப்பதுங்கூட தகாததாகி விட்டது. இக்கட்சிகள் மக்களிடையே நடத்தும் அன்றாடப் பிரசாரத்திலும் கிளர்ச்சியிலும் இக்கருத்துக்கு எவ்விதப் பங்கும் அளிக்கப்படுவதில்லை. ஆயினும் இக்கருத்து அரசு 'உலர்ந்து உதிரும்' கருத்துடன் பிரிக்க முடியாதபடி இணைந்ததாகும்.

இதோ இருக்கிறது எங்கெல்சின் கருத்து:

"... ஆனால் வரலாற்றில், பலாத்காரம் இன்னொரு பாத்திரமும்" [பேய்த்தனமான சக்திக்குரிய பாத்திரத்தை அன்னியில் இன்னொன்றும்] "ஆற்றுகிறது; புரட்சிப் பாத்திரமும் ஆற்றுகிறது. மார்க்சின் சொற்களில் கூறுவதெனில், புதிய சமுதாயத்தைக் கருக் கொண்டுள்ள ஒவ்வொரு பழைய சமுதாயத்துக்கும் அந்தப் பலாத்காரம் மருத்துவத் தாதியாய்ச் செயல்படுகிறது[8]; சமூக இயக்கமானது செத்து மடிந்து இறுகிப் போய்விட்ட அரசியல் வடிவங்களைத் தகர்த்துக் கொண்டு பலவந்தமாய்த் தனக்குப் பாதை வகுத்துக் கொள்ள உதவும் கருவியாய்ச் செயல்படுகிறது.

இவையெல்லாம் குறித்து திருவாளர் டூரிங் ஒரு வார்த்தைகூடச் சொல்லவில்லை. சுரண்டலை அடிப்படையாய்க் கொண்ட ஒரு பொருளாதார முறையைக் கவிழ்க்கப் பலாத்காரம் ஒருவேளை அவசியமாகி விடலாமென்று ஏக்கத் தவிப்புக்கும் முனகலுக்கும் இடையே ஒருவாறு அவர் ஒத்துக் கொள்கிறார்-இது துரதிர்ஷ்டமே என்கிறார், ஏனெனில் பலாத்காரத்தின் எவ்வகையான பிரயோகமும் அதைப் பிரயோகிப்பவரைச் சீரழியச் செய்கிறதாம். வெற்றிகரமான ஒவ்வொரு புரட்சியும் அறநெறித் துறையிலும் ஆன்மிகத் துறையிலும் அளவு கடந்த ஆர்வமும் வேகமும் அளித்திடுவதைப் பொருட்படுத்தாமல் புறக்கணித்துவிட்டுக் கூறப்படுகிறது இது! அதுவும் ஜெர்மனியிலே, முப்பதாண்டுப் போரின்[9] அவக்கேட்டைத் தொடர்ந்து தேச மனோபாவத்தில் ஊடுருவிவிட்ட அடிமைப் புத்தியானது பலாத்கார மோதலால்-மக்கள் இதில் இறங்கும்படியான நிர்ப்பந்தம் ஏற்படுவது சாத்தியமே-ஒழித்துக் கட்டப்படுமென்ற அனுகூலமாவது கிட்டும் நிலையிலுள்ள ஜெர்மனியிலே, இது கூறப்படுகிறது. பாதிரியாருக்குரிய உப்புச்சப்பில்லாத, செயலிழந்த, கிழடு தட்டிய இந்தச் சிந்தனை இதுவரை வரலாறு கண்டறிந்த கட்சிகளில் மிகவும் புரட்சிகரக் கட்சியின் மீது தன்னை இருத்திக் கொண்டு விடலாமென நினைக்கிறது!" (பக்கம் 193, மூன்றாவது ஜெர்மன் பதிப்பு, பாகம் 2, அத்தியாயம் 4-ன் முடிவில்.)

பலாத்காரப் புரட்சியைப் போற்றும் இந்தப் புகழுரையை எங்கெல்ஸ் 1878-க்கும் 1894-க்கும் இடையில்-அதாவது அவர் இறக்கும் தருணம் வரையில்-ஜெர்மன் சமூக ஜனநாயகவாதிகளின் கவனத்துக்கு ஓயாது கொண்டுவந்த வண்ணமிருந்தார். இதனையும் அரசு 'உலர்ந்து உதிரும்' தத்துவத்தையும் இணைத்து ஒருமித்த ஒரே தத்துவமாக்குவது எப்படி?

வழக்கமாய்க் கதம்பத் தேர்வுவாத வழியில், முதலில் ஒன்றும் பிற்பாடு மற்றொன்றுமாய்த் தான்தோன்றித்தனமாய் (ஆதிக்கம் செலுத்துவோர் மகிழும் பொருட்டு) கொள்கை கோட்பாடின்றி அல்லது குதர்க்கவாத முறையில் தேர்வு செய்யப்பட்டு இவை இரண்டும் இணைக்கப்படுகின்றன. நூற்றுக்குத் தொண்ணூற்றொன்பது சந்தர்ப்பங்களிலும் அதற்கும் கூடுதலாகவும் 'உலர்ந்து உதிரும்' கருத்து முன்னணியிலே நிறுத்தப்படுகிறது. இயக்கவியல் கைவிடப்பட்டு அதற்குப் பதிலாய்க் கதம்பத் தேர்வுவாதம் கைக்கொள்ளப்படுகிறது-மார்க்சியம் சம்பந்தமான அதிகாரபூர்வமான இன்றைய சமூக ஜனநாயக வெளியீடுகளில் இதுவே மிகவும் பரவலாகக் காணப்படும் சர்வ சாதாரண நடைமுறை. இவ்வகையான மாறாட்டம் ஒன்றும் புதியதல்ல; முதுபெரும் கிரேக்கத் தத்துவவியலின் வரலாற்றிலே கூடக் காணப்பட்டதுதான். சந்தர்ப்பவாத முறையில் மார்க்சியத்தைப் புரட்டிப் பொய்யாக்குவதில், இயக்கவியலுக்குப் பதிலாய்க் கதம்பத் தேர்வுவாதத்தைக் கைக்கொள்வதுதான் மக்களை ஏமாற்ற மிகவும் எளிய வழி. இது பிரமையான போலி மனநிறைவு அளிக்கிறது. நிகழ்ச்சிப் போக்கின் எல்லாத் தரப்புகளையும், வளர்ச்சியின் எல்லாப்

போக்குகளையும், முரண்பட்டு மோதிக் கொள்ளும் எல்லாச் செயற்பாடுகளையும், இன்ன பிறவற்றையும் இது கணக்கில் எடுத்துக் கொள்வதாய்த் தோன்றுகிறது. ஆனால் உண்மையில் இது சமூக வளர்ச்சிப் போக்கைப் பற்றி முழுமையான ஒருமித்த புரட்சிகரக் கருத்தோட்டம் தருவதே இல்லை.

பலாத்காரப் புரட்சி தவிர்க்க முடியாததென்ற மார்க்ஸ், எங்கெல்சின் போதனை முதலாளித்துவ அரசைக் குறித்ததாகும் என்பதை ஏற்கனவே நாம் கூறியிருக்கிறோம். பிற்பாடு இன்னும் விவரமாய்ச் சொல்வோம். முதலாளித்துவ அரசை நீக்கி அதனிடத்தில் பாட்டாளி வர்க்க அரசை (பாட்டாளி வர்க்கச் சர்வாதிகாரத்தை) நிறுவுவது 'உலர்ந்து உதிரும்' நிகழ்ச்சிப் போக்கின் வாயிலாய் நடந்தேற முடியாது; பொது விதிக்கு இணங்க இது பலாத்காரப் புரட்சியின் வாயிலாகவே நடந்தேற முடியும். பலாத்காரப் புரட்சியைப் போற்றும் எங்கெல்சின் புகழுரை மார்க்ஸ் திரும்பத் திரும்பக் கூறியதற்கு முற்றிலும் இசைவானதே (**மெய்யறிவின் வறுமை, கம்யூனிஸ்டு அறிக்கை** இவற்றின் கடைசி வாசகங்கள் பலாத்காரப் புரட்சி தவிர்க்க முடியாததென்பதைப் பெருமிதத்தோடும் பகிரங்கமாகவும் பறைசாற்றுவதைப் பார்க்கவும்; இதன் பின் ஏறத்தாழ முப்பது ஆண்டுகளுக்குப் பிற்பாடு, 1875-ஆம் ஆண்டின் கோத்தா வேலைத்திட்டத்தை[10] விமர்சனம் செய்கையில் அந்த வேலைத் திட்டத்தின் சந்தர்ப்பவாதத் தன்மையைத் தயவு தாட்சண்யமின்றிக் கண்டித்து மார்க்ஸ் எழுதியதைப் பார்க்கவும்). எங்கெல்சின் இந்தப் புகழுரை வெறும் 'உணர்ச்சி வேகமோ', உத்வேக முழக்கமோ, சண்டப் பிரசண்டமோ அல்ல, பலாத்காரப் புரட்சி பற்றிய திட்டவட்டமான இதே கருத்தோட்டத்தை முறையாய் வெகுஜனங்களின் மனதில் ஆழப் பதியச் செய்வது அவசியமென்பது மார்க்ஸ், எங்கெல்சின் போதனை அனைத்தின் ஆணி வேர் போன்றதாகும். இவர்களுடைய போதனைக்குத் தற்போது நடப்பிலுள்ள சமூக தேசிய வெறிப் போக்கும் காவுத்ஸ்கிவாதப் போக்கும் இழைத்து வரும் துரோகமானது, இந்தப் போக்குகள் இத்தகைய பிரசாரத்தையும் கிளர்ச்சியையும் கைவிட்டு விட்டதில் மிகவும் எடுப்பாய் வெளிப்படுகிறது.

பலாத்காரப் புரட்சி இல்லாமல் முதலாளித்துவ அரசு பாட்டாளி வர்க்க அரசாய் மாற முடியாது. பாட்டாளி வர்க்க அரசு, அதாவது பொதுவில் அரசெனப்படுவது, 'உலர்ந்து உதிரும்' நிகழ்ச்சிப் போக்கின் மூலமாகவே அன்றி வேறு எவ்வழியிலும் அகற்றப்பட முடியாதது.

குறிப்பிட்ட புரட்சிகரச் சூழ்நிலை ஒவ்வொன்றையும் பரிசீலித்ததன் மூலமும், குறிப்பிட்ட புரட்சி ஒவ்வொன்றின் அனுபவத்தைப் பகுத்தாய்ந்ததன் மூலமும் மார்க்சும் எங்கெல்சும் இந்தக் கருத்துக்களை விவரமாகவும் ஸ்தூலமாகவும் விளக்கினர். சந்தேகத்துக்கு இடமின்றி இதுவே அவர்களுடைய போதனையின் மிக முக்கியப் பகுதி. இனி இந்த முக்கியப் பகுதிக்குச் செல்வோம்.

அத்தியாயம் - 2

அரசும் புரட்சியும்
1848-51 ஆம் ஆண்டுகளின் அனுபவம்

1. புரட்சி தொடங்கும் தறுவாயில்

முதிர்ச்சியுற்ற மார்க்சியத்தின் முதலாவது நூல்களான **மெய்யறிவின் வறுமையும், கம்யூனிஸ்டு அறிக்கையும்** 1848-ஆம் ஆண்டுப் புரட்சி தொடங்கும் தறுவாயில் வெளி வந்தவை. இக்காரணத்தால் அவை மார்க்சியத்தின் பொதுக் கோட்பாடுகளை எடுத்துரைப்பதோடு, ஸ்தூலமான அக்காலத்திய புரட்சிகரச் சூழ்நிலையையும் ஓரளவு பிரதிபலித்துக் காட்டின. ஆகவே இந்நூல்களின் ஆசிரியர்கள் 1848-51 ஆம் ஆண்டுகளின் அனுபவத்திலிருந்து முடிவுகளை வந்தடைவதற்கு உடனடியாய் முன்னதாக அரசு குறித்து என்ன சொன்னார்கள் என்பதைப் பரிசீலிப்பது இன்னுங்கூட பயனுடையதாய் இருக்கும்.

மெய்யறிவின் வறுமையில் மார்க்ஸ் எழுதினார்:

"... தொழிலாளி வர்க்கம் தனது வளர்ச்சிப் போக்கிலே பழைய முதலாளித்துவச் சமுதாயத்துக்குப் பதிலாக, எல்லா வர்க்கங்களையும் அவற்றின் பகைமையையும் விலக்கிவிடும் ஒரு சங்கத்தை அமைக்கும், முறையாகச் சொல்லக் கூடிய அரசியல் அதிகாரம் இனிமேல் இராது, ஏனெனில் அரசியல் அதிகாரம் என்பது முதலாளித்துவச் சமுதாயத்திலுள்ள வர்க்கப் பகைமையின் அதிகாரபூர்வமான வெளிப்பாடாகும்" (பக்கம் 182, ஜெர்மன் பதிப்பு, 1885).

வர்க்கங்கள் ஒழிக்கப்பட்டதும் அரசு மறைந்து விடுமென்ற கருத்தின் இந்தப் பொது விளக்கத்தை, இதற்குச் சில மாதங்களுக்குப் பிற்பாடு-துல்லியமாய்க் கூறுவதெனில் 1847 நவம்பரில்-மார்க்சும் எங்கெல்சும் எழுதிய **கம்யூனிஸ்டு அறிக்கையில்** காணப்படும் விளக்கத்துடன் ஒப்பிடுதல் பயனுடையது:

"... பாட்டாளி வர்க்கத்தினது வளர்ச்சியின் மிகப் பொதுவான கட்டங்களை விவரித்த நாம், தற்கால சமுதாயத்தில் ஏறக்குறைய திரை மறைவில் நடைபெறும் உள்நாட்டுப் போரை, அது பகிரங்கப் புரட்சியாய் வெடித்து, முதலாளித்துவ வர்க்கம் பலாத்காரமாய் வீழ்த்தப்

படுவதன் மூலம் பாட்டாளி வர்க்க ஆட்சியதிகாரத்துக்கு அடித்தளம் இடப்படும் நிலை வரையில் உருவரை தீட்டிக் காட்டினோம்...

"...பாட்டாளி வர்க்கத்தை ஆளும் வர்க்கத்தின் நிலைக்கு உயரச் செய்வதுதான், ஜனநாயகத்துக்கான போரில் வெற்றி ஈட்டுவதுதான், தொழிலாளி வர்க்கம் நடத்தும் புரட்சியின் முதலாவது படி என்பதை மேலே கண்டோம்.

"பாட்டாளி வர்க்கம் தனது அரசியல் மேலாண்மையைப் பயன்படுத்தி முதலாளித்துவ வர்க்கத்திடமிருந்து படிப்படியாய் மூலதனம் முழுவதையும் கைப்பற்றும்; உற்பத்திக் கருவிகள் யாவற்றையும் அரசின் கைகளில், அதாவது ஆளும் வர்க்கமாய் ஒழுங்கமைந்த பாட்டாளி வர்க்கத்தின் கைகளில் ஒருசேர மையப்படுத்தும்; மற்றும் உற்பத்தி சக்திகளது ஒட்டுமொத்தத் தொகையைச் சாத்தியமான முழு வேகத்தில் அதிகமாக்கும்" (பக்கங்கள் 31,37, ஏழாவது ஜெர்மன் பதிப்பு, 1906).

அரசு என்னும் பொருள் குறித்து மார்க்சியத்துக்குள்ள மிகச் சிறப்பான மிக முக்கியக் கருத்துக்களில் ஒன்று, அதாவது 'பாட்டாளி வர்க்கச் சர்வாதிகாரம்' (பாரிஸ் கம்யூனுக்குப் பிற்பாடு மார்க்சும் எங்கெல்சும் இப்படித்தான் இதனை அழைக்கத் தொடங்கினர்) என்னும் கருத்து, இங்கு வரையறுத்துக் கூறப்படுவதைக் காண்கிறோம். அதோடு அரசைப் பற்றிய மிகச் சுவையான ஒரு இலக்கணமும்-மார்க்சியத்தின் 'மறக்கப்பட்ட உரைகளில்' இதுவும் ஒன்றாகிவிட்டது-இங்கு நமக்குத் தரப்படுகிறது: **"அரசு, அதாவது ஆளும் வர்க்கமாய் ஒழுங்கமைந்த பாட்டாளி வர்க்கம்."**

அதிகார பூர்வமான சமூக ஜனநாயகக் கட்சிகளது தற்போதைய பிரசார, கிளர்ச்சி வெளியீடுகளில் இந்த இலக்கணம் விளக்கப்படுவதே இல்லை. அது மட்டுமல்ல, வேண்டுமென்றே இது ஒதுக்கித் தள்ளப்படுகிறது. காரணம் என்னவென்றால், இந்த இலக்கணம் சீர்திருத்தவாதத்துக்குச் சிறிதும் இணங்காததாகும்; 'ஜனநாயகத்தின் சமாதான வழிப்பட்ட வளர்ச்சி' என்பதாய் சகஜமாய் நிலவும் சந்தர்ப்பவாதத் தப்பெண்ணங்களுக்கும் அற்பவாதக் குட்டி முதலாளித்துவ பிரமைகளுக்கும் இது முற்றிலும் புறம்பானதாகும்.

பாட்டாளி வர்க்கத்துக்கு அரசு வேண்டும்-எல்லாச் சந்தர்ப்பவாதிகளும் சமூக தேசிய வெறியர்களும் காவுத்ஸ்கிவாதிகளும் இதைத் திரும்பத் திரும்பக் கூறுகிறார்கள். மார்க்ஸ் இதைத்தான் போதித்தார் என்று நம்மிடம் வலியுறுத்துகிறார்கள். ஆனால் இதோடு கூட கூறப்பட வேண்டியதை அவர்கள் கூற 'மறந்து விடுகிறார்கள்.' முதலாவதாக, மார்க்சின் கருத்துப்படி, பாட்டாளி வர்க்கத்துக்கு வேண்டியது உலர்ந்து உதிர்ந்து கொண்டிருக்கும் அரசு மட்டுமேதான், அதாவது உடனடியாகவே உலர்ந்து உதிரத் தொடங்குவதாகவும், உலர்ந்து உதிர்வதாய் அன்றி வேறு விதமாய் இருக்கவொண்ணாததாகவும்

அமைந்த ஓர் அரசு மட்டுமேதான். இரண்டாவதாக, உழைப்பாளி மக்களுக்கு வேண்டியது ஓர் 'அரசு', 'அதாவது ஆளும் வர்க்கமாய் ஒழுங்கமைந்த பாட்டாளி வர்க்கம்'.

அரசு என்பது பலத்தின் ஒரு தனிவகை ஒழுங்கமைப்பு; ஏதோவொரு வர்க்கத்தை அடக்குவதற்கான பலாத்கார ஒழுங்கமைப்பு. பாட்டாளி வர்க்கத்தால் அடக்கப்பட வேண்டிய வர்க்கம் எது? சுரண்டும் வர்க்கம்தான், அதாவது முதலாளித்துவ வர்க்கம்தான் என்பதே இக்கேள்விக்குரிய இயற்கையான பதில். சுரண்டுவோருடைய எதிர்ப்பை அடக்குவதற்கு மட்டுமே உழைப்பாளி மக்களுக்கு அரசு தேவைப்படுகிறது. பாட்டாளி வர்க்கத்தால் மட்டுமே சுரண்டுவோருடைய எதிர்ப்பை அடக்கும் பணிக்குத் தலைமை தாங்க முடியும். ஏனென்றால், பாட்டாளி வர்க்கம்தான் முரணின்றி முற்றிலும் புரட்சிகரமான ஒரே வர்க்கம்; முதலாளித்துவ வர்க்கத்துக்கு எதிரான போராட்டத்தில், அவ்வர்க்கத்தை அறவே அகற்றிடுவதில், உழைப்பாளர்களும் சுரண்டப்படுவோருமான மக்கள் எல்லோரையும் ஒன்றுபடச் செய்யக் கூடிய ஒரே வர்க்கம்.

சுரண்டும் வர்க்கங்களுக்குச் சுரண்டலை நிலைநாட்டிக் கொள்வதற்காக, அதாவது மிகப் பெருவாரியான மக்களுக்கு விரோதமாய் மிகச் சொற்பமான சிறுபான்மையினரது சுயநலத்துக்காக, அரசியல் ஆட்சி தேவைப்படுகிறது. சுரண்டப்படும் வர்க்கங்களுக்கு, எல்லா விதச் சுரண்டலையுமே அறவே ஒழிக்கும் பொருட்டு, அதாவது மிகப் பெருவாரியான மக்களது நலன்களுக்காக வேண்டி, நவீன கால அடிமையுடைமையாளர்களாகிய நிலப்பிரபுக்களும் முதலாளிகளுமான மிகச் சொற்ப சிறுபான்மையினருக்கு எதிராய் அரசியல் ஆட்சி தேவைப்படுகிறது.

குட்டி முதலாளித்துவ ஜனநாயகவாதிகள், வர்க்கப் போராட்டத்துக்குப் பதிலாய் வர்க்க இசைவு பற்றிய பகல் கனவுகளில் ஈடுபடும் இந்தப் போலி சோஷலிஸ்டுகள், சோஷலிச மாற்றத்தையுங்கூட கனவுலகப் பாணியில் சித்திரித்தனர்-சுரண்டும் வர்க்கத்தின் ஆதிக்கத்தை வீழ்த்துவதாய்ச் சித்திரிக்காமல், பெரும்பான்மையினர் தமது நோக்கங்களை உணர்ந்து கொண்டு விடுவதாகவும், சிறுபான்மையினர் சமாதானமாகவே அவர்களுக்குக் கீழ்ப்படிந்து விடுவதாகவும் சித்திரித்தனர். இந்தக் குட்டி முதலாளித்துவக் கற்பனை, வர்க்கங்களுக்கு அப்பாற்பட்டது அரசு என்ற கருத்திலிருந்து பிரிக்க முடியாதது. நடைமுறையில் இந்தக் கற்பனை உழைப்பாளி வர்க்கங்களுடைய நலன்களுக்குத் துரோகமிழைக்கவே செய்தது. உதாரணமாய், 1848-1871 ஆம் ஆண்டுகளின் பிரெஞ்சுப் புரட்சிகளின் வரலாறும், பத்தொன்பதாம் நூற்றாண்டின் இறுதியிலும் இருபதாம் நூற்றாண்டின் தொடக்கத்திலும் பிரிட்டன், பிரான்ஸ், இத்தாலி, மற்றும் பல நாடுகளில் முதலாளித்துவ அமைச்சரவைகளில் 'சோஷலிஸ்டுகள்' பங்கு கொண்டதன் அனுபவமும்[11] இதைத் தெளிவுபடுத்தின.

தற்போது ருஷ்யாவில் சோஷலிஸ்டுப் புரட்சியாளர் கட்சியாலும் மென்ஷிவிக் கட்சியாலும் புத்துயிர் ஊட்டப் பெற்றுள்ள இந்தக் குட்டி முதலாளித்துவ சோஷலிசத்தை எதிர்த்து மார்க்ஸ் தமது வாழ்நாள் முழுவதும் போராடினார். அவர் தமது வர்க்கப் போராட்டத் தத்துவத்தை அரசியல் ஆட்சியதிகாரம், அரசு பற்றிய தத்துவம் வரையிலும் முரணின்றி வளர்த்து வகுத்தார்.

முதலாளித்துவ ஆதிக்கத்தை வீழ்த்த வல்லது பாட்டாளி வர்க்கம் ஒன்றுதான். இந்த ஒரு வர்க்கம் மட்டும்தான் தனது வாழ்க்கையின் பொருளாதார நிலைமைகளால் இந்துப் பணிக்குத் தயார் செய்யப்படுகிறது, இந்தப் பணியைச் செய்து முடிப்பதற்குரிய சாத்தியப்பாடும் சக்தியும் அளிக்கப்படுகிறது. முதலாளித்துவ வர்க்கம் விவசாயிகளையும் எல்லாக் குட்டி முதலாளித்துவப் பகுதிகளையும் சிதைத்துச் சின்னாபின்னமாக்குகிறது; ஆனால் அது பாட்டாளி வர்க்கத்தை ஒரு சேர இணைத்து ஒன்று படுத்துகிறது, நிறுவன வழியில் ஒழுங்கமையச் செய்கிறது. பாட்டாளி வர்க்கம் மட்டும் தான்-பெருவீதப் பொருளுற்பத்தியின் அது ஆற்றும் பொருளாதாரப் பாத்திரம் காரணமாய்-உழைப்பாளர்களும் சுரண்டப்படுவோருமான மக்கள் எல்லோருக்கும் தலைவனாக வல்லது. ஒடுக்கப்பட்ட உழைப்பாளி மக்கள் அனைவரையும் முதலாளித்துவ வர்க்கம் ஒடுக்கி நசுக்கிய போதிலும், பாட்டாளி வர்க்கத்தினரைக் காட்டிலும் குறைவாக அல்ல பல சந்தர்ப்பங்களில் அதிகமாகவே ஒடுக்கி நசுக்கிய போதிலும், இவர்கள் தமது விடுதலைக்காக சுயேச்சையாய்ப் போராடும் வல்லமை இல்லாதவர்கள்.

அரசு, சோஷலிசப் புரட்சி இவற்றின் பிரச்சனையில் மார்க்ஸ் வர்க்கப் போராட்டத் தத்துவத்தைப் பிரயோகித்ததும், தவிர்க்க முடியாதபடி அது பாட்டாளி வர்க்கத்தின் அரசியல் ஆதிக்கத்தின், அதன் சர்வாதிகாரத்தின், அதாவது யாருடனும் பகிர்ந்து கொள்ளாமல், நேரடியாய் மக்களுடைய ஆயுத பலத்தை ஆதாரமாய்க் கொண்ட ஆட்சியதிகாரத்தின் அங்கீகாரத்துக்கு இட்டுச் சென்றது. பாட்டாளி வர்க்கமானது முதலாளித்துவ வர்க்கத்தின் தவிர்க்க முடியாத ஆவேசமான எதிர்ப்பை நசுக்கவும், உழைப்பாளர்களும் சுரண்டப்படுவோருமான மக்கள் அனைவரையும் புதிய பொருளாதார அமைப்புக்காக ஒழுங்கமைக்கவும் வல்லமை படைத்த ஆளும் வர்க்கமாக மாறுவதனால் மட்டுமே முதலாளித்துவ வர்க்கத்தை வீழ்த்த முடியும்.

சுரண்டலாளர்களுடைய எதிர்ப்பை நசுக்குவதற்கும் சோஷலிசப் பொருளாதாரத்தை 'ஒழுங்கமைப்பதில்' மாபெரும் திரள்களான மக்களுக்கு-விவசாயிகளும், குட்டி முதலாளித்துவ வர்க்கத்தினரும், அரைகுறைப் பாட்டாளி வர்க்கத்தினருமானோருக்கு-தலைமை தாங்குவதற்கும் பாட்டாளி வர்க்கத்திற்கு அரசு அதிகாரம், பலத்தின் மத்தியத்துவ நிறுவன ஒழுங்கமைப்பு, பலாத்காரத்தின் நிறுவன ஒழுங்கமைப்பு தேவைப்படுகிறது.

மார்க்சியமானது தொழிலாளர் கட்சிக்குப் போதமளிப்பதன் மூலம் பாட்டாளி வர்க்கத்தின் முன்னணிப் படைக்குப் போதமளிக்கிறது. ஆட்சியதிகாரம் ஏற்று **அனைத்து மக்களுக்கும் தலைமை தாங்கி** சோஷலிசத்துக்கு அழைத்துச் செல்ல, புதிய அமைப்பை நெறிப்படுத்தி ஒழுங்கமைக்க, உழைப்பாளர்களும் சுரண்டப்படுவோருமான மக்கள் அனைவரும் முதலாளித்துவ வர்க்கம் இல்லாமலும் முதலாளித்துவ வர்க்கத்தை எதிர்த்தும் தமது சமுதாய வாழ்வினை ஒழுங்கமைத்துக் கொள்வதில் அவர்களுக்குப் போதகனாகவும் வழிகாட்டியாகவும் தலைவனாகவும் செயலாற்ற வல்லமை படைத்த இந்த முன்னணிப் படைக்கு அது போதமளிக்கிறது. தற்போது ஆதிக்கத்திலுள்ள சந்தர்ப்பவாதமானது, இதற்கு மாறாய், தொழிலாளர் கட்சியின் உறுப்பினர்களை உயர்ந்த சம்பளம் பெறும் தொழிலாளர்களுடைய பிரதிநிதிகளாய்ச் செயல்படுவதற்கு-வெகுஜனங்களுடன் தொடர்பு இழந்து, முதலாளித்துவத்தில் எப்படியோ ஓரளவு 'நல்லபடியாகவே' இருந்து, எச்சில் துண்டுக்காகத் தமது பிறப்புரிமையையே விற்கும், அதாவது முதலாளித்துவ வர்க்கத்தை எதிர்த்து மக்களது புரட்சிகரத் தலைவர்களாய்த் தாம் ஆற்ற வேண்டிய பாத்திரத்தைத் துறந்துவிடும் இத்தகைய பிரதிநிதிகளாய்ச் செயல்படுவதற்கு-பயிற்றுவிக்கிறது.

'அரசு, அதாவது ஆளும் வர்க்கமாய் ஒழுங்கமைந்த பாட்டாளி வர்க்கம்' பற்றிய மார்க்சின் தத்துவம் வரலாற்றில் பாட்டாளி வர்க்கத்துக்குரிய புரட்சிப் பாத்திரம் குறித்த அவருடைய போதனை அனைத்துடன் இரண்டறக் கலந்ததாகும். இந்தப் பாத்திரத்தின் இறுதி நிலையே பாட்டாளி வர்க்கச் சர்வாதிகாரம், பாட்டாளி வர்க்கத்தின் அரசியல் ஆதிக்கம்.

ஆனால் பாட்டாளி வர்க்கத்துக்கு, முதலாளித்துவத்துக்கு **எதிரான** பலாத்காரத்தின் ஒழுங்கமைப்புக்குரிய **தனிவகை** வடிவமான அரசு தேவைப்படுவதால், பின்வரும் முடிவு தானாகவே எழுகிறது: முதலாளித்துவ வர்க்கத்தினர் தமக்கென உருவாக்கிக் கொண்ட அரசுப் பொறியமைவை முதலில் ஒழித்திடாமல், தகர்த்தெறியாமல் இத்தகைய ஒழுங்கமைப்பினை உருவாக்க முடியுமென நினைக்கலாமா? கம்யூனிஸ்டு அறிக்கை நேரடியாக இந்த முடிவுக்கே இட்டுச் செல்கிறது. 1848-51 ஆம் ஆண்டுகளின் அனுபவத்தைத் தொகுத்துக் கூறுகையில் மார்க்ஸ் இதே முடிவைத்தான் எடுத்துரைக்கிறார்.

2. புரட்சியிலிருந்து பெறப்பட்ட முடிவுகளின் தொகுப்புரை

நாம் பரிசீலிக்கும் அரசெனும் பொருள் குறித்து மார்க்ஸ் 1848-51 ஆம் ஆண்டுகளின் புரட்சியிலிருந்து தாம் வந்தடைந்த முடிவுகளை **லூயீ போனப்பார்ட்டின் புரூமேர் பதினெட்டு** என்ற நூலில் பின்வருமாறு தொகுத்துரைக்கிறார்:

"...ஆனால் புரட்சி முற்றிலும் முறைப்படி யாவற்றையும் செய்கிறது. கழித்தொழிக்கப்பட வேண்டியவற்றை எரித்துச் சாம்பலாக்கும் நெருப்புக்

கட்டத்திலேதான் இன்னமும் நடை போட்டுக் கொண்டிருக்கிறது. முறை தவறாது அது தனது பணியைச் செவ்வனே செய்கிறது. தனது தயாரிப்புப் பணியில் ஒரு பாதியை 1851 டிசம்பர் 2 ஆம் நாளுக்குள் [லூயீ போனப்பார்ட் ஆட்சிக் கவிழ்ப்பு நடத்திய நாள்] செய்து முடித்துவிட்டது. இப்பொழுது மற்றொரு பாதியைச் செய்து முடித்துக் கொண்டிருக்கிறது. முதலில் அது நாடாளுமன்ற ஆட்சி முறையைச் செம்மை செய்தது-இதனை வீழ்த்திடுவதற்காக. தற்போது அது இதில் சித்தி பெற்றுவிட்டதனால், நிர்வாக ஆட்சி முறையைச் செம்மை செய்து வருகிறது; கலப்பற்ற இதன் தூய வடிவுக்கு இதைத் தேய்த்துக் குறுக்கி, தனிமைப்படுத்தி, இதைத் தனக்கே எதிரான ஒரே பகையாய் அமைத்து வருகிறது **-அழித்தொழித்திடுவதற்கான சக்திகள் அனைத்தையும் இதற்கு விரோதமாய் ஒன்று குவியச் செய்ய வேண்டும் என்பதற்காக** *[அழுத்தம் எம்முடையது]. புரட்சி தனது பூர்வாங்கப் பணியின் இந்த இரண்டாவது பாதியைச் செய்து முடித்ததும், ஐரோப்பா அதன் இருக்கையை விட்டுத் துள்ளியெழுந்து, முழக்கமிடுமே!*

“இந்த நிர்வாக ஆட்சியமைப்பு பிரம்மாண்டமான அதிகார வர்க்க, இராணுவ அமைப்பைக் கொண்டது, சிக்கல் மிக்க செயற்கையான அரசுப் பொறியமைவுடன் கூடியது, ஐம்பது லட்சம் எண்ணிக்கை கொண்ட ஏராளமான அதிகாரிகளையும் மற்றும் ஐம்பது லட்சம் ஆட்களையுடைய சேனையையும் பெற்றிருப்பது. இந்த மிகக் கொடிய புல்லுருவி அமைப்பு-பிரெஞ்சு சமுதாயத்தின் உடல் பூராவும் படர்ந்து வலை போல இறுக்கி சர்வாங்கத்தையும் நெரித்துத் திணறடிக்கும் இவ்வமைப்பு - எதேச்சதிகார முடியரசுக் காலத்தில், பிரபுத்துவ அமைப்பு சிதைந்து வந்த காலத்தில் உதித்தது, பிரபுத்துவ அமைப்பின் அழிவைத் துரிதப்படுத்த உதவியது” முதலாவது பிரெஞ்சுப் புரட்சி மத்தியத்துவத்தை வளரச் செய்தது; “அதே போதில் அரசாங்க அதிகாரத்தின் வீச்சையும், அதன் பரிவாரங்களையும், கையாட்களின் எண்ணிக்கையையும் அதிகமாக்கிற்று. இந்த அரசுப் பொறியமைவு நெப்போலியனால் பூரண நிறைவுடையதாக்கப்பட்டது”. மரபுவழி முடியரசும் ஜூலை முடியரசும் “வேலைப் பிரிவினையை அதிகமாக்கியதற்கு மேல் புதிதாய் ஒன்றும் செய்யவில்லை...

“...இறுதியில் நாடாளுமன்றக் குடியரசானது புரட்சிக்கு எதிரான தனது போராட்டத்தில், அடக்குமுறை நடவடிக்கைகளுடன் கூடவே அரசாங்க அதிகாரத்தின் சாதனங்களையும் அதன் மத்தியத்துவத்தையும் வலுவாக்கிச் செல்ல வேண்டியதாயிற்று. **எல்லாப் புரட்சிகளும் இந்தப் பொறியமைவைத் தகர்ப்பதற்குப் பதிலாய் மேலும் செம்மையாக்கியே வந்தன”** *[அழுத்தம் எம்முடையது]. “ஆதிக்கத்துக்காக ஒன்றன் பின் ஒன்றாய்ப் போராடிய கட்சிகள் அரசெனும் இந்தப் பிரம்மாண்டமான கோட்டையைக் கைப்பற்றி வைத்துக் கொள்வதே வெற்றியாளனுக்குக் கிடைக்கும் பிரதான சன்மானமென்று கருதின.”* **(லூயீ போனப்பார்ட்டின்**

புரூமேர் பதினெட்டு, பக்கங்கள் 98 99, நான்காம் பதிப்பு, ஹாம்பர்க், 1907.)

மார்க்சியமானது சிறப்புக்குரிய இந்த வாசகத்தில், கம்யூனிஸ்டு அறிக்கையுடன் ஒப்பிடுகையில் மிகப் பெரியதொரு முன்னேற்ற அடி எடுத்து வைக்கிறது. கம்யூனிஸ்டு அறிக்கையில் இன்னமும் அரசு மிகப் பெருமளவுக்குக் கருத்தியலான முறையிலேதான், மிகவும் பொதுப்படையான தொடர்களிலும் வாக்கியங்களிலும்தான் பரிசீலனைக்கு எழுப்பப்படுகிறது. மேலே தரப்பட்ட வாசகத்தில் இப்பிரச்சனை ஸ்தூலமான முறையில் பரிசீலிக்கப்படுகிறது; மிக மிகத் துல்லியமான, திட்டவட்டமான, நடைமுறை சார்ந்த, கண்கூடான முடிவு பெறப்படுகிறது: முந்திய புரட்சிகள் எல்லாம் அரசுப் பொறியமைவைச் செம்மையே செய்தன, ஆனால் இந்தப் பொறியமைவு தகர்த்து நொறுக்கப்பட்டாக வேண்டும்.

இம்முடிவுதான் அரசு பற்றிய மார்க்சியப் போதனையில் தலையாயதும் அடிப்படையானதுமான அம்சம். இந்த அடிப்படை அம்சத்தைத்தான் ஆதிக்கத்திலுள்ள அதிகாரப்பூர்வமான சமூக ஜனநாயகக் கட்சிகள் அறவே புறக்கணிக்கின்றன; மேலும் இரண்டாவது அகிலத்தின் பிரபல தத்துவவாதியான கார்ல் காவுத்ஸ்கி (பிற்பாடு நாம் காணப் போவது போல) திரித்துப் புரட்டுகிறார்.

கம்யூனிஸ்டு அறிக்கையின் வரலாற்றைப் பொதுப்படச் சுருக்கமாய்த் தொகுத்துரைக்கிறது. இந்தத் தொகுப்புரை, அரசை வர்க்க ஆதிக்கத்துக்கான உறுப்பாகக் கருத வேண்டுமென்பதை நமக்கு வற்புறுத்துகிறது. பாட்டாளி வர்க்கம் முதலில் அரசியல் ஆட்சியதிகாரத்தைக் கைப்பற்றாமல், அரசியல் ஆதிக்கத்தைப் பெறாமல், அரசை 'ஆளும் வர்க்கமாய் ஒழுங்கமைக்கப்பட்ட பாட்டாளி வர்க்கமாய்' மாற்றாமல், முதலாளித்துவ வர்க்கத்தை வீழ்த்த முடியாது; இந்தப் பாட்டாளி வர்க்க அரசு அதன் வெற்றியை அடுத்து உடனடியாய் உலர்ந்து உதிரத் தொடங்கிவிடும், ஏனெனில் வர்க்கப் பகைமைகள் இல்லாத ஒரு சமுதாயத்தில் அரசு தேவையில்லை, இருக்கவும் முடியாது என்கிற தவிர்க்க முடியாத முடிவுக்கு அது நம்மை இட்டுச் செல்கிறது. முதலாளித்துவ அரசு நீங்கி அதனிடத்தில் பாட்டாளி வர்க்க அரசு தோன்றுவது வரலாற்று வளர்ச்சியின் கண்ணோட்டத்தில் எப்படி நடந்தேறுமென்ற பிரச்சனை இங்கு எழுப்பப்படவில்லை.

இந்தப் பிரச்சனையைத்தான் மார்க்ஸ் 1852-ல் எழுப்பி அதற்குப் பதிலளிக்கிறார். தமது இயக்கவியல் பொருள் முதல்வாதத் தத்துவவியலுக்கு ஏற்ப மார்க்ஸ் 1848-லிருந்து 1851 வரையிலான மாபெரும் புரட்சி ஆண்டுகளின் சரித்திர ரீதியான அனுபவத்தைத் தமது அடிப்படையாய்க் கொள்கிறார். மற்ற எல்லாச் சந்தர்ப்பங்களிலும் போலவே இங்கும் அவருடைய போதனை அனுபவத்தைத் தொகுத்துரைப்பதாகவே அமைகிறது;

ஆழ்ந்த தத்துவவியல் உலகக் கண்ணோட்டத்தாலும் வரலாறு பற்றிய செழுமிய ஞானத்தாலும் இது ஒளியூட்டப்பட்டிருக்கிறது.

அரசு பற்றிய பிரச்சனை தனிப்படத் தெளிவாய் எழுப்பப்படுகிறது; முதலாளித்துவ அரசு, முதலாளித்துவ வர்க்கத்தின் ஆட்சிக்குத் தேவையான இந்த அரசுப் பொறியமைவு, வரலாற்று வழியில் உருவானது எப்படி? முதலாளித்துவப் புரட்சிகளின் போதும் ஒடுக்கப்பட்ட வர்க்கங்களுடைய சுயேச்சையான செயல்களின் முன்னாலும் அதில் ஏற்படும் மாறுதல்களும் அதன் பரிணாமமும் என்ன? இந்த அரசுப் பொறியமைவு சம்பந்தமாய்ப் பாட்டாளி வர்க்கம் செய்ய வேண்டிய பணிகள் யாவை?

முதலாளித்துவ சமுதாயத்துக்கே உரித்தான மத்தியத்துவ அரசு அதிகாரம் வரம்பிலா முடியாட்சியின் வீழ்ச்சிக் காலத்தில் தோன்றியதாகும். அதிகார வர்க்கமும் நிரந்தரச் சேனையும் இந்த அரசுப் பொறியமைவின் இன்றியமையாத இரு அங்கங்கள். முதலாளித்துவ வர்க்கம் இவ்விரு அங்கங்களுடன் ஆயிரமாயிரம் தொடர்புகளால் இணைக்கப்பட்டிருப்பதை மார்க்சும் எங்கெல்சும் தமது நூல்களில் திரும்பத் திரும்பத் தெரியப்படுத்துகின்றனர். ஒவ்வொரு தொழிலாளியின் அனுபவமும் இந்த இணைப்பினை தெள்ளத் தெளிவாகவும் எடுப்பாகவும் நிரூபித்துக் காட்டுகிறது. தொழிலாளி வர்க்கம் கொடுமையான சொந்த அனுபவத்தின் வாயிலாய் இந்த இணைப்பினைக் கண்டறியத் தெரிந்து கொள்கிறது. எனவே தான் அது இந்த இணைப்பின் தவிர்க்க இயலாத் தன்மையைப் பற்றிய கோட்பாட்டை அவ்வளவு சுலபமாய்ச் சடுதியில் புரிந்துகொள்கிறது, ஆனால் குட்டி முதலாளித்துவ ஜனநாயக வாதிகள் அறியாமையின் காரணமாகவோ அலட்சியம் காரணமாகவோ இதனை மறுக்கின்றனர்; அல்லது இன்னுங்கூட அதிக அலட்சியமாய் இதனைப் 'பொதுப்படையாய்' ஒத்துக் கொண்டு அதேபோதில் உரிய நடைமுறை முடிவுகளைச் செய்யத் தவறிவிடுகிறார்கள்.

அதிகார வர்க்கமும் நிரந்தரச் சேனையும் முதலாளித்துவச் சமுதாயத்தின் உடலில் புல்லுருவியாய் அமைந்தவை-இந்தச் சமுதாயத்தைப் பிளந்திடும் உட்பகைமைகளால் தோற்றுவிக்கப்பட்ட புல்லுருவியாய் அமைந்தவை. இந்தப் புல்லுருவி இச்சமுதாயத்தின் சர்வாங்கத்தையும் 'நெரித்துக் திணறடிக்கிறது'. ஒரு புல்லுருவியாய் அமைந்ததே அரசென்னும் கருத்து அராஜகவாதத்துக்கு மட்டுமே உரிய ஒரு தனிக் குணத்தைக் குறிப்பதாகுமென்று அதிகார பூர்வமான சமூக ஜனநாயகத்தில் தற்போது கோலோச்சி வரும் காவுத்ஸ்கிவாதச் சந்தர்ப்பவாதம் கருதுகிறது. மார்க்சியத்தை இவ்வாறு திரித்துப் புரட்டுவது, 'தாயகப் பாதுகாப்பு' எனும் கருத்தைக் கையாண்டு ஏகாதிபத்திய யுத்தம் நியாயமென நிரூபித்து, அதைச் சிங்காரித்து மினுக்கச் செய்திடும், கண்டும் கேட்டுமிராத அவக்கேடாய் சோஷலிசத்தை இழிவுபடுத்தியுள்ள இந்த அற்பர்களுக்கு மிகவும் ஆதாயமாயிருப்பது

கூறாமலே விளங்கினாலும், சந்தேகத்துக்கு இடமின்றி இது ஒரு புரட்டே ஆகும்.

பிரபுத்துவத்தின் வீழ்ச்சிக்குப் பிற்பாடு ஐரோப்பா கண்டிருக்கும் எண்ணிலடங்கா முதலாளித்துவப் புரட்சிகள் யாவற்றின்போதும் அதிகாரவர்க்க இராணுவ இயந்திரம் தொடர்ந்து வளர்ச்சியுற்று செம்மையாக்கப்பட்டு வலுவடைந்தே வந்துள்ளது. குறிப்பாக, குட்டி முதலாளித்துவப் பகுதியோர் பெருமளவுக்கு இந்த அமைப்பு மூலம்தான் பெருமுதலாளிகளின் பக்கத்துக்குக் கவரப்பட்டு அவர்களுக்குக் கீழ்ப்படியலாயினர். விவசாயிகள், சிறு கைவினைஞர்கள், வணிகர்கள் முதலானோரின் மேல் மட்டப் பகுதியோருக்கு இவ்வமைப்பு ஒப்பளவில் வசதியான, அமைதி வாய்ந்த கவுரவமான உத்தியோகங்கள் அளித்து, அவர்களை மக்களுக்கு மேலானோராய் உயர்த்தி வைக்கிறது. 1917 பிப்ரவரி 27-க்குப் பிறகு வந்த ஆறு மாதங்களில் ருஷ்யாவில் நடைபெற்றதைக் கவனியுங்கள்[12]. முன்பெல்லாம் முன்னுரிமையாய்க் கறுப்பு நூற்றுவருக்கே அளிக்கப்பட்டு வந்த அரசாங்கப் பதவிகள் இப்பொழுது காடேட்டுகளுக்கும்[13] மென்ஷிவிக்குகளுக்கும் சோஷலிஸ்டு புரட்சியாளர்களுக்குமுரிய சன்மானங்களாகி விட்டன. உண்மையில் யாருக்கும் முக்கிய சீர்திருத்தம் எதைக்கொண்டு வருவதிலும் நாட்டம் இல்லை. சீர்திருத்தங்களை 'அரசியல் நிர்ணய சபை கூடும் வரை' ஒத்திப் போடவும், அரசியல் நிர்ணய சபை கூட்டப்படுவதை யுத்தம் முடிவுறும் வரை தொடர்ந்து ஒத்திப் போட்டுச் செல்லவும்தான் எல்லா வழிகளிலும் முயற்சி எடுக்கப்பட்டுள்ளது! ஆனால் சன்மானங்களைப் பகிர்ந்து கொள்வதில், அமைச்சர்கள், துணையமைச்சர்கள், கவர்னர் ஜெனரல்கள் போன்ற பசையுள்ள மிகப் பல பதவிகள் பெறுவதில் தாமதம் ஏற்படவில்லை, அரசியல் நிர்ணய சபைக்காகக் காத்திருக்க வேண்டி வரவில்லை! 'சன்மானங்களைப்' பங்கீடும் மறுபங்கீடும் செய்து கொள்வதானது மேல் மட்டங்களிலும் கீழ் மட்டங்களிலும், நாடெங்கும், மத்திய அரசாங்கத்திலும் ஸ்தல அலுவலகங்களிலும் நடைபெற்றுள்ளது. அரசாங்கம் நிறுவுவதில் பல்வேறு கூட்டுகள் சேர்ந்து ஆடப்பட்டுள்ள நாடகம் சாராம்சத்தில் இந்தப் பங்கீடும் மறுபங்கீடும் நடந்தேறுவதன் வெளியீடே ஆகும். 1917 பிப்ரவரி 27-க்கும் ஆகஸ்டு 27-க்கும் இடைப்பட்ட ஆறு மாதங்களில் நடைபெற்றுள்ளதைச் சர்ச்சைக்கு இடமின்றிப் புற நோக்குடன் சுருக்கமாய் இவ்வாறு கூறிவிடலாம்: சீர்திருத்தங்கள் ஒத்திப் போடப்பட்டன, அரசாங்க உத்தியோகங்களின் விநியோகம் முடிக்கப்பட்டது, விநியோகத்தின் போது நிகழ்ந்த 'தவறுகள்' ஒரு சில மறு விநியோகங்களின் மூலம் சரி செய்யப்பட்டன.

ஆனால் அதிகார வர்க்க இயந்திரம் பல்வேறு முதலாளித்துவ, குட்டி முதலாளித்துவக் கட்சிளிடையே (ருஷ்ய உதாரணத்தில் காடேட்டுகள், சோஷலிஸ்டு புரட்சியாளர்கள், மென்ஷிவிக்குகள் ஆகியோரிடையே) எவ்வளவுக்கு எவ்வளவு 'மறுபங்கீடு' செய்து கொள்ளப்படுகிறதோ,

ஒடுக்கப்பட்ட வர்க்கங்களும் அவற்றின் தலைமையிலுள்ள பாட்டாளி வர்க்கமும் முதலாளித்துவ சமுதாயம் அனைத்துக்கும் தமக்குமுள்ள இணக்கம் காண முடியாத பகைமையை அவ்வளவுக்கு அவ்வளவு துல்லியமாய் உணர்ந்து கொள்கின்றன. ஆகவே எல்லா முதலாளித்துவக் கட்சிகளும், மிக ஜனநாயகமான, 'புரட்சிகர ஜனநாயகமான' கட்சிகளுங்கூட, புரட்சிகரப் பாட்டாளி வர்க்கத்தை எதிர்த்து அடக்குமுறை நடவடிக்கைகளைக் கடுமையாக்க வேண்டியதாகிறது, பலவந்தம் செய்வதற்கான இயந்திரத்தை, அதாவது அரசுப் பொறியமைவைப் பலப்படுத்த வேண்டியதாகிறது. நிகழ்ச்சிகளின் இந்தப் போக்கு புரட்சியை அரசு அதிகாரத்துக்கு விரோதமாய் 'அழித்தொழித்திடுவதற்கான சக்திகள் அனைத்தையும் ஒன்று குவியச் செய்து கொள்ளும்படி' நிர்ப்பந்தம் செய்கிறது; அரசுப் பொறியமைவை மேம்பாடு செய்வதையல்ல, அதனைத் தகர்த்து நொறுக்குவதையே, அழித்துவிடுவதையே தனது குறிக்கோளாய்க் கொள்ளும்படி நிர்ப்பந்தம் செய்கிறது.

இந்த விவகாரம் இம்முறையில் எடுத்துரைக்கப்படுவதற்கு வழிகோலியது, 1848-51 ஆம் ஆண்டுகளில் நடைபெற்ற நிகழ்ச்சிகளது எதார்த்த வளர்ச்சிப் போக்கே அன்றி, இவ்வாண்டுகளில் கிடைத்த நடைமுறை அனுபவமே அன்றி, தர்க்கவாத முறையிலான காரண காரிய ஆய்வு அல்ல. எவ்வளவு கண்டிப்பாய் மார்க்ஸ் வரலாற்று அனுபவமெனும் உறுதி வாய்ந்த அடிப்படையிலே நின்றார் என்பதை, தகர்த்து நொறுக்கப்படும் அரசுப் பொறியமைவுக்குப் பதிலாய்த் தோன்றப் போவது எது என்னும் பிரச்சனையை 1852-ல் திட்டவட்டமான முறையில் இன்னும் அவர் எழுப்பாமல் இருந்ததிலிருந்து தெரிந்து கொள்ளலாம். இந்தப் பிரச்சனையை எழுப்பிப் பதில் காண்பதற்கு வேண்டிய உண்மை விவரங்களை இன்னமும் அனுபவம் அப்பொழுது அளித்தாகவில்லை. பிற்பாடு தான், 1871-ல் தான் வரலாறு இப்பிரச்சனையை நிகழ்ச்சி நிரலுக்குக் கொண்டு வந்தது. 1852-ல் வரலாற்று விஞ்ஞானப் பார்வையின் பிழையற்ற துல்லியத்துடன் நிலைநாட்ட முடிந்ததெல்லாம், பாட்டாளி வர்க்கப் புரட்சியானது 'அழித்தொழித்திடுவதற்கான சக்திகள் அனைத்தையும்' அரசு அதிகாரத்தை எதிர்த்து 'ஒன்று குவியச் செய்யும்' பணியினை நெருங்கி வந்துவிட்டது என்பது தான்.

இங்கே ஒரு கேள்வி எழலாம்: மார்க்ஸ் கண்ட அனுபவத்தையும் அவர் கண்ணுற்றவற்யையும் அவர் வந்தடைந்த முடிவுகளையும் பொதுப்படக் கொள்வது சரியா? 1848-க்கும் 1851-க்கும் இடைப்பட்ட மூன்று ஆண்டுகளிலான பிரெஞ்சு வரலாற்றைக் காட்டிலும் விரிவான ஓர் அரங்கில் அவற்றைக் கையாளுவது சரியா? இந்தக் கேள்விக்குப் பதிலளிக்க முற்படு முன், நாம் எங்கெல்ஸ் கூறிய ஒரு குறிப்பை நினைவுபடுத்திக் கொண்டு, பிறகு உண்மைகளைப் பரிசீலிப்போம்.

புரூமேர் பதினெட்டின் மூன்றாம் பதிப்புக்குரிய தமது முன்னுரையில் எங்கெல்ஸ் எழுதினார்:

"...வரலாற்றுச் சிறப்புடைத்த வர்க்கப் போராட்டங்கள் வேறு எங்கேயும்விட பிரெஞ்சு நாட்டில்தான் ஒவ்வொரு தடவையும் இறுதி முடிவு வரை நீடித்து நடைபெற்றுள்ளன; ஆகவே, இந்தப் போராட்டங்களது இயக்க வரைகளாகி இப்போராட்டங்களின் பலாபலன்கள் தொகுத்தளிக்கப்படும் மாறிய வண்ணமுள்ள அரசியல் வடிவங்கள் வேறு எங்கேயும்விட இங்கு மிகத் தெளிவான உருவரைகளில் குறிக்கப்பட்டிருக்கின்றன. மத்திய காலத்தில் பிரபுத்துவத்தின் கேந்திரமாகவும், மறுமலர்ச்சிக்குப் பிற்பாடு சமூகப் படிநிலைகளை அடிப்படையாய்க் கொண்ட ஒன்றுபட்ட முடியாட்சிக்கு எடுத்துக்காட்டாகவும் திகழ்ந்த பிரெஞ்சு நாடு, மாபெரும் புரட்சியின்போது பிரபுத்துவத்தைத் தகர்த்திட்டு வேறு எந்த ஐரோப்பிய நாடும் கண்டிராத கலப்பற்ற அவ்வளவு தூய வடிவில் முதலாளித்துவ ஆதிக்கத்தை நிறுவிக் கொண்டது. தலைதூக்கி வந்த பாட்டாளி வர்க்கமானது ஆளும் முதலாளித்துவ வர்க்கத்தை எதிர்த்து நடத்தும் போராட்டம் வேறெங்கும் கண்டிராத உக்கிர வடிவில் இங்கு மூண்டது," (பக்கம் 4, 1907-ஆம் ஆண்டுப் பதிப்பு.)

இறுதியில் கூறப்படுவது காலம் கடந்ததாகிவிட்டது. ஏனெனில் 1871-க்குப் பிறகு பிரெஞ்சுப் பாட்டாளி வர்க்கப் போராட்டத்தில் தேக்கநிலை ஏற்பட்டிருக்கிறது. இது நீடிப்பதாகவே இருப்பதானாலுங்கூட, இறுதி முடிவு வரை வர்க்கப் போராட்டத்தை நடத்திச் செல்வதில் பிரெஞ்சு நாடு வரப்போகிற பாட்டாளி வர்க்கப் புரட்சியில் முன்னுதாரணமாய்த் திகழும் சாத்தியப்பாடு இதனால் இல்லாமற் போய்விடவில்லை.

நிற்க, பத்தொன்பதாவது நூற்றாண்டின் இறுதியிலும் இருபதாவது நூற்றாண்டின் தொடக்கத்திலும் முன்னேறிய நாடுகளது வரலாற்றைப் பொதுவில் பார்வையிடுவோம். அதே வளர்ச்சிப்போக்கு இன்னும் மெதுவாகவும், பலதரப்பட்ட வடிவங்களிலும், பரவலான அரங்கிலும் நடைபெறுவதைக் காண்கிறோம். ஒருபுறம் 'நாடாளுமன்ற ஆட்சி முறை' குடியரசு நாடுகளிலும் (பிரான்ஸ், அமெரிக்கா, சுவிட்சர்லாந்து), முடியரசுகளிலும் (பிரிட்டன், ஓரளவுக்கு ஜெர்மனி, இத்தாலி, ஸ்காந்திநேவிய நாடுகள் முதலானவை) வளர்ச்சியுறுவதைக் காண்கிறோம். மறுபுறத்தில், முதலாளித்துவச் சமுதாயத்தின் அடித்தளங்களின் எந்த மாற்றமுமின்றி அரசாங்கப் பதவிச் 'சன்மானங்களை' விநியோகமும் மறு விநியோகமும் செய்து கொண்ட பல்வேறு முதலாளித்துவ, குட்டி முதலாளித்துவக் கட்சிகளிடையே ஆட்சியதிகாரத்துக்கான போராட்டம் நடைபெறக் காண்கிறோம். முடிவாக, 'நிர்வாக அதிகாரம்', அதன் அதிகாரிகளாலான அமைப்பு, இராணுவம் இவற்றின் இயந்திரம் செம்மை செய்யப்பட்டு உறுதியாக்கப்படுவதைக் காணலாம்.

இந்தப் போக்குகள் எல்லா முதலாளித்துவ அரசுகளின் நவீன காலப் பரிணாமம் முழுவதுக்கும் பொதுவானவை என்பதில் துளியும் சந்தேகமில்லை. முதலாளித்துவ உலகு அனைத்துக்கும் தனி விசேஷமாய் அமைந்த அதே வளர்ச்சிப் போக்குகள் அதிவிரைவான, கூர்மையான, செறிவு மிக்க வடிவில் 1848-க்கும் 1851-க்கும் இடைப்பட்ட மூன்று ஆண்டுகளில் பிரான்சில் நடந்தேறின.

ஏகாதிபத்தியமானது-வங்கி மூலதனத்தின், பிரம்மாண்ட முதலாளித்துவ ஏகபோகக் கம்பெனிகளின், ஏகபோக முதலாளித்துவம் அரசு ஏகபோக முதலாளித்துவமாய் வளர்வதன் சகாப்தம் இது- 'அரசுப் பொறியமைவு' அசாதாரணமாய்ப் பலம் பெறுவதையும், முடியாட்சி நாடுகளில் மட்டுமின்றி மிகுந்த சுதந்திரம் படைத்த குடியரசு நாடுகளிலும் பாட்டாளி வர்க்கத்துக்கு எதிராய் அடக்குமுறை நடவடிக்கைகள் கடுமையாகிவிட்டதையொட்டி அரசாங்க அதிகார வர்க்க, இராணுவ இயந்திரம் முன்பின் கண்டிராத அளவுக்கு வளருவதையும் குறிப்பதாகும் என்பது தெளிவாய்ப் புலனாகியுள்ளது.

அரசுப் பொறியமைவை 'அழித்தொழிப்பதற்காக' 1852-ஐக் காட்டிலும் தற்போது ஒப்பீடில்லாப் பெரிய அளவில் பாட்டாளி வர்க்கப் புரட்சியின் 'எல்லா சக்திகளும் ஒன்று குவிக்கப்படுவதை' நோக்கி உலக வரலாறு நடை போடுகிறது என்பதில் ஐயமில்லை.

அழித்தொழிக்கப்படும் அரசுப் பொறியமைவின் இடத்தில் பாட்டாளி வர்க்கம் அமர்த்தப் போவது என்னவென்பதை பாரிஸ் கம்யூன் அளித்திடும் படிப்பினை மிக்க விவரங்கள் சுட்டிக்காட்டுகின்றன.

3. 1852-ல் இப்பிரச்சனையை மார்க்ஸ் எடுத்துரைத்தது*

மார்க்ஸ் 1852 மார்ச் 5 தேதியிட்டு வெய்டமையருக்கு எழுதிய கடிதத்திலிருந்து சில பகுதிகளை 1907-ல் மேரிங் Neue Zeit[14] சஞ்சிகையில் (மலர் 25, இதழ் 2, பக்கம் 164) வெளியிட்டார். இந்தக் கடிதத்தில் பிறவற்றுடன் கூட சிறப்புக்குரிய பின்வரும் வாசகமும் அடங்கியுள்ளது:

"என்னைப் பொறுத்தவரை, தற்போதைய சமுதாயத்தில் வர்க்கங்கள் இருப்பதையோ, அவற்றினிடையே போராட்டம் நடைபெறுவதையோ கண்டுபிடித்த பெருமை என்னைச் சாராது. எனக்கு நெடுங்காலம் முன்னதாகவே முதலாளித்துவ வரலாற்றியலாளர்கள் இந்த வர்க்கப் போராட்டத்தின் வரலாற்று வழிப்பட்ட வளர்ச்சியையும், முதலாளித்துவப் பொருளியலாளர்கள் வர்க்கங்களுடைய பொருளாதார அமைப்பியலையும் விவரித்திருந்தனர். நான் செய்ததில் புதியது என்னவெனில்

---

* இப்பகுதி இரண்டாவது பதிப்பில் சேர்க்கப்பட்டது.

பின்வருவனவற்றை நிரூபித்தது தான்: (1) வர்க்கங்கள் இருப்பது, பொருளுற்பத்தியினது வளர்ச்சியின் குறிப்பிட்ட வரலாற்றுக் கட்டங்களுடன் (historische Entwicklungsphasen der Produktion) மட்டுமே இணைந்ததாகும், (2) வர்க்கப் போராட்டம் கட்டாயமாய்ப் பாட்டாளி வர்க்கச் சர்வாதிகாரத்துக்கு இட்டுச் செல்கிறது, (3) இந்தச் சர்வாதிகாரம் எல்லா வர்க்கங்களும் ஒழிக்கப்படுவதற்கும், வர்க்கமில்லாத சமுதாயத்திற்குமான இடைக்கால கட்டமே ஆகும்..."

முதலாவதாக, தமது போதனைக்கும் முதலாளித்துவ வர்க்கத்தின் முன்னேறிய ஆழ்ந்த சிந்தனையாளர்களுடைய போதனைகளுக்குமுள்ள பிரதான, அடிப்படை வேறுபாட்டையும், இரண்டாவதாக, அரசு பற்றிய தமது போதனையின் சாரப் பொருளையும் மார்க்ஸ் இச்சொற்களிலே தெள்ளத் தெளிவாய் எடுத்துரைத்து விடுகிறார்.

வர்க்கப் போராட்டமே மார்க்சின் போதனையிலுள்ள பிரதான கூறாகுமென அடிக்கடி கூறப்பட்டும் எழுதப்பட்டும் வருகிறது. இது தவறு. இந்தத் தவறான கருத்தின் விளைவாய் மார்க்சியம் அடிக்கடி சந்தர்ப்பவாத வழியில் திரித்துப் புரட்டப்படுகிறது, முதலாளித்துவ வர்க்கத்தாருக்கு ஏற்புடைய பாங்கிலே பொய்யாக்கப்படுகிறது. எப்படியென்றால், வர்க்கப் போராட்டத் தத்துவம் மார்க்சால் தோற்றுவிக்கப்பட்டது அல்ல, மார்க்சுக்கு முன்னரே முதலாளித்துவ வர்க்கத்தாரால் தோற்றுவிக்கப்பட்டது. பொதுவாகக் கூறுகையில் இது முதலாளித்துவ வர்க்கத்துக்கு ஏற்புடைய தத்துவமே. வர்க்கப் போராட்டத்தை மட்டும் அங்கீகரிப்போர் மார்க்சியவாதிகளாகி விடுவதில்லை; இன்னமும் அவர்கள் முதலாளித்துவச் சிந்தனை, முதலாளித்துவ அரசியல் இவற்றின் வரம்புகளுக்குள் நிற்போராகவே இருக்கக் கூடும். மார்க்சியத்தை வர்க்கப் போராட்டத் தத்துவத்துக்கு அப்பால் செல்லாது இருத்துவதானது, மார்க்சியத்தைக் குறுகலாக்கித் திரித்துப் புரட்டுவதும் முதலாளித்துவ வர்க்கத்தாருக்கு ஏற்றதாய்க் குறுக்குவதுமே ஆகும். வர்க்கப் போராட்டத்தை அங்கீகரிப்பதோடு நிற்காமல் இதனைப் பாட்டாளி வர்க்கச் சர்வாதிகாரத்துக்கான அங்கீகரிப்பாகவும் விரித்துச் செல்கிறவர் மட்டுமே மார்க்சியவாதி ஆவார். மார்க்சியவாதிக்கும் சாதாரண குட்டி (மற்றும் பெரும்) முதலாளித்துவவாதிக்கும் இடையிலுள்ள மலைக்கும் மடுவுக்குமுள்ள வேறுபாடு இதில்தான் அடங்கியிருக்கிறது. மார்க்சியத்தை மெய்யாகவே புரிந்து கொள்கிறாரா, அதை அங்கீகரிக்கிறாரா என்பதைச் சோதித்துப் பார்க்க உரைகல்லாய் அமைவது இதுவே, இந்தப் பிரச்சனையை ஐரோப்பிய வரலாறு ஒரு நடைமுறைப் பிரச்சனையாகத் தொழிலாளி வர்க்கத்தின் முன் நேருக்கு நேர் கொண்டு வந்தபோது, எல்லாச் சந்தர்ப்பவாதிகளும் சீர்திருத்தவாதிகளும் மட்டுமின்றி, எல்லா 'காவுத்ஸ்கிவாதிகளும் கூட' (சீர்திருத்தவாதத்துக்கும் மார்க்சியத்துக்கும் இடையே ஊசலாடுவோர் இவர்கள்) பாட்டாளி வர்க்கச் சர்வாதிகாரத்தை நிராகரிக்கும் கேடுகெட்ட

அற்பவாதிகளாகவும் குட்டி முதலாளித்துவ ஜனநாயகவாதிகளாகவும் தம்மை நிரூபித்துக் கொண்டதில் வியப்பில்லை. 1918 ஆகஸ்டில், அதாவது இந்தப் புத்தகத்தின் முதல் பதிப்பு வெளியாகி நெடுங்காலத்துக்குப் பிற்பாடு வெளிவந்த காவுத்ஸ்கியின் பிரசுரமான **பாட்டாளி வர்க்கச் சர்வாதிகாரம்**, மார்க்சியத்தைக் குட்டி முதலாளித்துவ வழியில் திரித்துப் புரட்டுவதற்கும், வஞ்சகமாய் அதைச் சொல்லளவில் அங்கீகரித்துவிட்டுச் செயலில் கைவிட்டு ஓடும் கயமைக்கும் அப்பட்டமானதோர் எடுத்துக் காட்டு (**பாட்டாளி வர்க்கப் புரட்சியும் ஓடுகாலி காவுத்ஸ்கியும்**, பெத்ரொகிராத், மாஸ்கோ, 1918, என்ற எனது பிரசுரத்தைப் பார்க்கவும்).

இன்றைய சந்தர்ப்பவாதம் - அதன் பிரதான பிரதிநிதியான, முன்னாள் மார்க்சியவாதி காவுத்ஸ்கியின் வடிவில் - மேலே தரப்பட்ட மேற்கோளில் **முதலாளித்துவ நிலை** குறித்து மார்க்ஸ் அளித்திடும் வரையறுப்புக்கு முழுக்க முழுக்கப் பொருந்துவதாகும். ஏனெனில் இந்தச் சந்தர்ப்பவாதம் வர்க்கப் போராட்டத்துக்கான அங்கீகாரத்தை முதலாளித்துவ உறவுகளின் எல்லைக்குள் கட்டுப்படுத்திக் கொள்கிறது. (இந்த எல்லைகளுக்குள், இந்தக் கட்டுக்கோப்புக்குள், வர்க்கப் போராட்டத்தைக் 'கோட்பாட்டளவில்' அங்கீகரிக்க, கல்வியறிவுடைய எந்த மிதவாதியும் மறுக்க மாட்டார்!) சந்தர்ப்பவாதமானது வர்க்கப் போராட்டத்துக்கான அங்கீகாரத்தை, தலையாய விவகாரத்துக்கு, அதாவது முதலாளித்துவத்திலிருந்து கம்யூனிசத்துக்கும் **மாறிச் செல்வதற்குரிய** காலகட்டத்துக்கு, முதலாளித்துவ வர்க்கத்தை **வீழ்த்தி** அதை அறவே **அழித்திடும்** கால கட்டத்துக்கு, **விரித்துச் செல்வதில்லை.** உண்மையில் இந்தக் காலகட்டம் தவிர்க்க முடியாதபடி வர்க்கப் போராட்டம் என்றுமில்லாத மூர்க்கத்துடன், என்றுமில்லாத உக்கிர வடிவங்களில் நடைபெறும் கால கட்டமாகும். ஆகவே இந்தக் கால கட்டத்தில் தவிர்க்க முடியாதபடி அரசு **ஒரு புதிய வழியில்** ஜனநாயகமான (பாட்டாளி வர்க்கத்துக்கும் பொதுவில் சொத்தில்லாதோருக்கும்) ஒரு **புதிய வழியில்** சர்வாதிகாரமாய் அமைவதான (முதலாளித்துவ வர்க்கத்துக்கு எதிராய்) அரசாகவே இருக்க வேண்டும்.

அது மட்டுமல்ல, தனியொரு வர்க்கத்தின் சர்வாதிகாரம் தேவைப்படுவது பொதுவில் ஒவ்வொரு வர்க்கச் சமுதாயத்துக்கும் மட்டுமல்ல, முதலாளித்துவ வர்க்கத்தை வீழ்த்திவிட்ட **பாட்டாளி வர்க்கத்துக்கு** மட்டுமல்ல, முதலாளித்துவத்தை 'வர்க்கங்களில்லாத சமுதாயத்திலிருந்து', கம்யூனிசத்திலிருந்து பிரித்திடும் **வரலாற்றுக் கட்டம்** முழுமைக்கும் தேவைப்படுகிறது என்பதை உணர்வோர் மட்டுமே அரசு பற்றிய மார்க்சின் போதனையினது சாரப் பொருளைக் கற்றுத் தேர்ந்தோர் ஆவர். முதலாளித்துவ அரசுகள் வடிவத்தில் பல தரப்பட்டவை, ஆனால் இவற்றின் சாராம்சம் ஒன்றேதான்: வடிவம் எப்படியிருப்பினும் இந்த அரசுகள் எல்லாம், முடிவாய்ப் பார்க்குமிடத்து, தவிர்க்க முடியாதபடி **முதலாளித்துவ வர்க்கத்தின் சர்வாதிகாரமே** ஆகும்.

முதலாளித்துவத்திலிருந்து கம்யூனிசத்துக்கு மாறிச் செல்வதற்குரிய இடைக்காலம் பல தரப்பட்ட அரசியல் வடிவங்களையும் மிகவும் ஏராளமாய்த் தோன்றவே செய்யும், ஆனால் சாராம்சம் தவிர்க்க முடியாதபடி ஒன்றாகவே இருக்கும்; **பாட்டாளி வர்க்கத்தின் சர்வாதிகாரமாகவே** இருக்கும்.

அத்தியாயம் -3

அரசும் புரட்சியும். 1871-ஆம் ஆண்டு பாரிஸ் கம்யூனது அனுபவம், மார்க்சின் பகுத்தாய்வு

1. கம்யூனார்டுகளைத் தீர முயற்சியில் இறங்கச் செய்தது எது?

1870-ஆம் ஆண்டு இலையுதிர் காலத்தில், கம்யூனுக்குச் சில மாதங்கள் முன்பு, மார்க்ஸ் பாரிஸ் தொழிலாளர்களை எச்சரித்தது தெரிந்ததே - அரசாங்கத்தை வீழ்த்துவதற்கான எந்த முயற்சியும் நம்பிக்கை இழந்தோரின் அசட்டுத் துணிச்சலே ஆகுமென்று எச்சரித்தார்[15]. ஆயினும் 1871 மார்ச்சில் தொழிலாளர்கள் தீர்மானகரமான போரில் இறங்கும்படியான நிர்ப்பந்தம் ஏற்பட்டு, அவர்களும் இதை ஏற்றுக் கொண்டுவிட்டபோது, எழுச்சி எதார்த்த உண்மையாகிவிட்டபோது, பாதக அறிகுறிகள் தென்பட்டுங்கூட, மார்க்ஸ் அளவிலா ஆர்வத்தோடு பாட்டாளி வர்க்கப் புரட்சியை வரவேற்றார். மார்க்சியத்தை விட்டு ஓடி அவக்கேடுற்ற ருஷ்ய ஓடுகாலி பிளெஹானவ் 1905 நவம்பரில் தொழிலாளர், விவசாயிகளின் போராட்டத்தை ஆதரித்து எழுதிவிட்டு, ஆனால் 1905 டிசம்பருக்குப் பிற்பாடு மிதவாதியின் பாணியில் "அவர்கள் போர் தொடங்கியிருக்கக் கூடாது" என்று ஓலமிட்டது போல, பகட்டுப் புலமையொடு நெறி முறை பேசிக் "காலத்துக்கு முன்னதாகவே துவக்கப்பட்ட'' இயக்கமென்று மார்க்ஸ் கண்டனம் கூறிக் கொண்டிருக்கவில்லை.

"விண்ணைச் சாடியவர்கள்" என்று கம்யூனார்டுகளை மார்க்ஸ் போற்றினார்[16]. ஆனால் அவர் கம்யூனார்டுகளின் வீரத்தை ஆர்வமொடு பாராட்டியதுடன் நின்று விடவில்லை. வெகு ஜனப் புரட்சி இயக்கம் அதன் குறிக்கோளை அடையவில்லை என்றாலுங்கூட, அது அளவு கடந்த முக்கியத்துவம் வாய்ந்த வரலாற்று அனுபவமாகுமென, உலகப் பாட்டாளி வர்க்கப் புரட்சியின் குறிப்பிட்டதொரு முன்னேற்றமாகுமென, நூற்றுக் கணக்கான வேலைத் திட்டங்களையும் வாதங்களையும் காட்டிலும் முக்கியமான நடைமுறைச் செயலாகுமெனக் கருதினார். மார்க்ஸ் இந்தப் புரட்சி இயக்கத்தின் அனுபவத்தைப் பகுத்தாராயவும்,

அதனிடமிருந்து போர்த் தந்திரப் படிப்பினைகள் பெறவும், இந்த அனுபவத்தின் அடிப்படையிலே தமது தத்துவத்தை மறுபரிசீலனை செய்து பார்க்கவும் முற்பட்டார்.

கம்யூனிஸ்டு அறிக்கைக்கு மார்க்ஸ் தேவையெனக் கருதிய ஒரேயொரு 'திருத்தம்', பாரிஸ் கம்யூனார்டுகளின் புரட்சிகர அனுபவத்தின் அடிப்படையிலே அவர் செய்ததாகும்.

கம்யூனிஸ்டு அறிக்கையின் புதிய ஜெர்மன் பதிப்புக்கு அதன் இரு ஆசிரியர்களும் கையொப்பமிட்டு எழுதிய கடைசி முன்னுரை 1872 ஜூன் 24 ஆம் தேதியிடப்பட்டதாகும். இந்த முன்னுரையில் அதன் ஆசிரியர்களான கார்ல் மார்க்சும் பிரெடெரிக் எங்கெல்சும் **கம்யூனிஸ்டு அறிக்கையின்** வேலைத்திட்டம் "சில விவரங்களில் காலங் கடந்ததாகி விட்டது" என்று குறிப்பிட்டு விட்டு, மேலும் கூறுவதாவது:

"...கம்யூனானது முக்கியமாய் ஒரு விவரத்தை, அதாவது 'ஏற்கெனவே உள்ள அரசுப் பொறியமைவைத் தொழிலாளி வர்க்கம் அப்படியே கைப்பற்றித் தனது சொந்த நோக்கங்களுக்காகப் பயன்படுத்திக் கொண்டுவிட முடியாது' என்பதை, நிரூபித்துக் காட்டிற்று..."

இந்த வாசகத்தில் ஒற்றை மேற்கோள் குறியிட்டுக் காட்டப்படும் சொற்களை ஆசிரியர்கள், மார்க்ஸ் எழுதிய **பிரான்சில் உள்நாட்டுப் போர்** என்ற நூலிலிருந்து அப்படியே எடுத்துக் கையாளுகின்றனர்.

இவ்வாறாக, பாரிஸ் கம்யூனின் தலைமையானதும் அடிப்படையானதுமான ஒரு படிப்பினையை, **கம்யூனிஸ்டு அறிக்கையில்** ஒரு முக்கிய திருத்தமாய்ப் புகுத்தும்படி அவ்வளவு பிரம்மாண்டமான முக்கியத்துவமுடையதாய் மார்க்சும் எங்கெல்சும் கருதினர்.

இந்த முக்கிய திருத்தம் சந்தர்ப்பவாதிகளால் திரித்துப் புரட்டப் பெற்றிருப்பது மிகவும் குறிப்பிடத்தக்கது. **கம்யூனிஸ்டு அறிக்கையின்** வாசகர்களில் பத்தில் ஒன்பது பேருக்கு, ஏன் நூற்றில் தொண்ணூற்று ஒன்பது பேருக்குங்கூட, இதன் பொருள் அநேகமாய்த் தெரிந்திருக்காது எனலாம். இந்தப் புரட்டலைப் பிற்பாடு, புரட்டல்களுக்கென்றே ஒதுக்கப்பட்டுள்ள ஒரு தனி அத்தியாயத்தில், நாம் பரிசீலிப்போம். மேலே தரப்பட்ட மார்க்சின் புகழ் மிக்க வாக்கியத்துக்குத் தற்போது சகஜமாய் அளிக்கப்படும் கொச்சையான 'வியாக்கியானத்தை' மட்டும் இங்கு குறிப்பிடுவதுடன் நிறுத்திக் கொள்கிறோம். ஆட்சியதிகாரத்தைக் கைப்பற்றுதலுக்கு மாறாய், மெதுவாய்ப் பையப் பைய வளர்ச்சி காணும் கருத்தினை மார்க்ஸ் இங்கு வலியுறுத்துகிறார் என்பதாய் 'வியாக்கியானம்' அளிக்கப்படுகிறது.

ஆனால் இதற்கு **நேர் எதிரானதே உண்மை.** 'ஏற்கெனவே உள்ள அரசுப் பொறியமைவைத்' தொழிலாளி வர்க்கம் கைப்பற்றுவதோடு மட்டும் நிற்காமல், அதை **அழித்தொழித்திடவும் நொறுக்கவும்** வேண்டுமென்பதே மார்க்ஸ் கூறும் கருத்து.

1871 ஏப்ரல் 12-ல், அதாவது கம்யூன் நடைபெற்ற அதே காலத்தில், குகல்மனுக்கு மார்க்ஸ் எழுதினார்:

"...எனது **புரூமேர் பதினெட்டின்** கடைசி அத்தியாயத்தைப் பார்த்தால், பிரெஞ்சுப் புரட்சியின் அடுத்த முயற்சி இனி முன்பு போல அதிகார வர்க்க இராணுவப் பொறியமைவை ஒருவர் கையிலிருந்து இன்னொருவர் கைக்கு மாற்றுவதாய் இருக்காது, அதை **நொறுக்கிடுவதாகவே** இருக்குமென நான் கூறுவதைக் காண்பீர்கள்" [அழுத்தம் மார்க்சினுடையது - மூலத்தில் இருப்பது Zerbrechen], "ஐரோப்பியக் கண்டத்து நாடுகளில் மெய்யான மக்கள் புரட்சி ஒவ்வொன்றுக்கும் இது முன் நிபந்தனையாகும். வீரமிக்க நமது கட்சித் தோழர்கள் பாரிசில் இதைத்தான் செய்ய முயன்று வருகிறார்கள்". (Neue Zeit, மலர் 20, இதழ் 1, 1901-02, பக்கம் 709.) (குகல்மனுக்கு மார்க்ஸ் எழுதிய கடிதங்கள் இரண்டுக்குக் குறையாத பதிப்புகளில் ருஷ்யனில் வெளிவந்திருக்கின்றன; இவற்றில் ஒன்று நான் பதிப்பித்து முன்னுரை எழுதியதாகும்.)

"அதிகாரவர்க்க இராணுவப் பொறியமைவை நொறுக்கிடுவது' - இச்சொற்கள் புரட்சியின்போது பாட்டாளி வர்க்கம் அரசு சம்பந்தமாய்ச் செய்ய வேண்டிய பணிகள் குறித்த மார்க்சியம் கூறும் பிரதான படிப்பினையைச் சுருக்கமாய் எடுத்துரைக்கின்றன. இந்தப் படிப்பினையைத்தான், தற்போது ஆதிக்கத்திலுள்ள காவுத்ஸ்கிவாதம் மார்க்சியத்துக்கு அளிக்கும் 'வியாக்கியானம்'அடியோடு புறக்கணிப்பதோடு, அப்பட்டமாய்த் திரித்துப் புரட்டியுமுள்ளது!

மார்க்ஸ் குறிப்பிடும் **புரூமேர் பதினெட்டில்** இது பற்றிய முழு வாசகத்தையும் ஏற்கெனவே நாம் மேலே மேற்கோளாய்க் கொடுத்திருக்கிறோம்.

மேற்கூறிய மார்க்சின் வாதத்தில் குறிப்பாய் இரு விவரங்கள் கருத்துக்குரியனவாகும். முதலாவதாக, அவர் தமது முடிவைக் கண்டத்து நாடுகளுக்கு மட்டும் பொருந்துவதாய் வரம்பிட்டுக் கொள்கிறார். 1871-ல் இது புரிந்து கொள்ளக் கூடியதே. அப்பொழுது பிரிட்டன் இராணுவவாதக் கும்பலும், பெருமளவுக்கு அதிகார வர்க்கமும் இல்லாத கலப்பற்ற முதலாளித்துவ நாட்டுக்குரிய எடுத்துக்காட்டாகவே இருந்து வந்தது. ஆகவே பிரிட்டனை மார்க்ஸ் விலக்கிக் கொண்டார். 'ஏற்கெனவே உள்ள அரசுப் பொறியமைவை' அழித்தொழிக்க வேண்டுமென்ற முன் நிபந்தனை **இல்லாமலே** அன்று பிரிட்டனில் புரட்சி, மக்கள் புரட்சியுங்கூட, நடைபெறுவது சாத்தியமாய்த் தோன்றியது, உண்மையில் சாத்தியமாகவும் இருந்தது.

இன்று, 1917-ல், முதலாவது ஏகாதிபத்திய யுத்தம் நடைபெறும் காலத்தில், மார்க்ஸ் முன்பு வரம்பிட்டது பொருந்தாததாகிவிட்டது. பிரிட்டன், அமெரிக்கா ஆகிய இரு நாடுகளும், இராணுவவாதக் கும்பலும் அதிகார வர்க்கமும் இல்லாதவை என்கிற பொருளில்

அனைத்து உலகிலும் ஆங்கிலோ-சாக்சன் 'சுதந்திரத்தக்கு' மிகப் பெரிய கடைசிப் பிரதிநிதிகளாய் விளங்கிய இவ்விரு நாடுகளும், யாவற்றையும் தமக்குக் கீழ்ப்படுத்தி யாவற்றையும் நசுக்கும் அதிகார வர்க்க இராணுவ அமைப்புகளாலான இரத்தக் கறை படிந்த படு மோசமான அனைத்து ஐரோப்பியச் சகதியில் முழுகிவிட்டன. இன்று பிரிட்டனிலும் அமெரிக்காவிலும் கூட, 'ஏற்கெனவே உள்ள அரசுப் பொறியமைவை' (1914-17 ஆம் ஆண்டுகளில் இது இந்நாடுகளில் 'ஐரோப்பிய', பொதுவான ஏகாதிபத்தியப் பூரண நிலையை எய்திவிட்டது) **நொறுக்குவதும், அழித்தொழிப்பதும்** "மெய்யான மக்கள் புரட்சி ஒவ்வொன்றுக்கும் முன் நிபந்தனையாகும்".

இரண்டாவதாக, அதிகார வர்க்க இராணுவ அரசுப் பொறியமைவை அழித்தொழிப்பது "மெய்யான **மக்கள்** புரட்சி ஒவ்வொன்றுக்கும் முன் நிபந்தனையாகும்" என்று மார்க்ஸ் கூறும் ஆழ்ந்த கருத்தில் தனிக் கவனம் செலுத்த வேண்டும். 'மக்கள்' புரட்சி என்னும் கருத்து மார்க்சிடமிருந்து வருவது விந்தையாய்த் தோன்றுகிறது. ஆகவே தாம் மார்க்சியவாதிகளாய்க் கருதப்பட வேண்டுமென விரும்பும் ஸ்துரூவேயைப் பின்பற்றுவோராகிய ருஷ்யப் பிளெஹானவ்வாதிகளும் மென்ஷிவிக்குகளும் இந்தத் தொடர் மார்க்ஸ் 'கைதவறி' எழுதியதெனக் கூறுமளவுக்குச் சென்றாலும் செல்லலாம். இவர்கள், முதலாளித்துவப் புரட்சி, பாட்டாளி வர்க்கப் புரட்சி ஆகிய இரண்டு மட்டுந்தான் ஒன்றுக்கொன்று எதிராய் இருக்க முடியும் என்னும் அளவுக்கு மார்க்சியத்தைக் கேவலமான மிதவாத முறையில் திரித்து விடுகிறார்கள்; மேலும் இந்த எதிர் நிலையையும்கூட கிஞ்சித்தும் உயிரில்லாத முறையில்தான் புரிந்து கொள்கிறார்கள்.

இருபதாம் நூற்றாண்டின் புரட்சிகளை உதாரணங்களாய் எடுத்துக் கொண்டால், போர்த்துகீசிய, துருக்கிப் புரட்சிகள் இரண்டும் முதலாளித்துவப் புரட்சிகளே என்பதை நாம் ஒத்துக் கொண்டாக வேண்டும். ஆனால் இவை இரண்டில் எதுவும் 'மக்கள்' புரட்சியல்ல; ஏனெனில் எதிலும் மக்களில் பெருந் திரளானோர், மிகப் பெருவாரியானோர் குறிப்பிடத்தக்க அளவுக்குத் தமது சொந்தப் பொருளாதார, அரசியல் கோரிக்கைகளை எழுப்பிச் செயலூக்கத்துடன் சுயேச்சையாய் முன்வரவில்லை. இதற்கு மாறாக 1905-07 ஆம் ஆண்டுகளின் ருஷ்ய முதலாளித்துவப் புரட்சி, போர்த்துகீசிய, துருக்கிப் புரட்சிகளுக்குச் சில நேரங்களில் கிடைத்தது போன்ற 'பிரமாதமான' வெற்றிகள் பெறவில்லை என்றாலுங்கூட, இது 'மெய்யான மக்கள்' புரட்சி என்பதில் ஐயமில்லை; ஏனெனில் பெருந் திரளான மக்கள், அவர்களில் பெரும்பான்மையினர், ஒடுக்குமுறையாலும் சுரண்டலாலும் நசுக்கப்பட்ட மிகவும் 'அடிநிலை' சமுதாயத் தொகுதியோர் சுயேச்சையாய்க் கிளர்ந்தெழுந்து **தமது சொந்தக்** கோரிக்கைகளின் முத்திரையை, ஒழிக்கப்பட்டு வந்த பழைய சமுதாயத்துக்குப் பதிலாய்

ஒரு புதிய சமுதாயத்தைத் தமது சொந்த வழியில் கட்டியமைப்பதற்கான தமது முயற்சிகளின் முத்திரையை இப்புரட்சியின் போக்கு அனைத்திலும் பதித்தனர்.

ஐரோப்பாவில் 1871-ல் கண்டத்து நாடு எதிலும் பாட்டாளி வர்க்கம் மக்களில் பெரும்பான்மையாய் இருக்கவில்லை. 'மக்கள்' புரட்சியானது, பெரும்பான்மையோரை மெய்யாகவே தன் போக்கிலே இழுத்துச் செல்லும் புரட்சியானது பாட்டாளி வர்க்கம், விவசாயிகள் ஆகிய இரு பகுதியோரையும் தன்னுள் கொண்டதாய் இருந்தால்தான் இவ்வாறு 'மக்கள்' புரட்சியாய் இருந்திருக்க மடியும். இவ்விரு வர்க்கங்களையும் ஒடுக்கியும் நசுக்கியும் சுரண்டியும் வருகிறது என்பதால் இரண்டும் ஒன்றிணைக்கப்படுகின்றன. இந்தப் பொறியமைவை **நொறுக்குவது**, இதை **அழித்தொழிப்பது** மெய்யாகவே 'மக்களுக்கு', அவர்களில் பெரும்பான்மையோருக்கு, தொழிலாளர்களுக்கும் பெரும் பகுதி விவசாயிகளுக்கும் நலம் பயக்கிறது என்பதுதான், ஏழை விவசாயிகள், பாட்டாளிகளின் சுதந்திரமான கூட்டணிக்கு "முன் நிபந்தனையாகும்". இது போன்ற கூட்டணி இல்லாதவரை ஜனநாயகம் நிலையற்றதாகவே இருக்கும்; சோஷலிச மாற்றம் ஏற்படுவது சாத்தியமல்ல.

பாரிஸ் கம்யூன் இத்தகைய கூட்டணியை நோக்கி மெய்யாகவே நடை போட்டது என்பது பிரசித்தமானது. ஆனால் பல உள்நாட்டு, வெளிநாட்டுக் காரணங்களால் அது தனது குறிக்கோளை வந்தடைய முடியாமற் போய்விட்டது.

ஆகவே மார்க்ஸ் 'மெய்யான மக்கள் புரட்சி' குறித்துப் பேசுகையில் குட்டி முதலாளித்துவப் பகுதியோரின் தனி இயல்புகளைச் சிறிதும் உதாசீனம் செய்யாமல் (இவர்களைப் பற்றி அவர் நிறையவும் அடிக்கடியும் பேசினார்) ஐரோப்பாவில் 1871-ல் கண்டத்து நாடுகள் மிகப் பெருவாரியானவற்றில் வர்க்கங்களுடைய பலத்தின் ஒப்புநிலையைத் துல்லியமாய்க் கணக்கில் எடுத்துக் கொண்டார். மறுபுறத்தில் அவர் அரசுப் பொறியமைவை 'நொறுக்குவது' தொழிலாளர்கள், விவசாயிகள் ஆகிய இருசாராரின் நலன்களுக்கும் அவசியமென்று, இவர்களை இது ஒன்றுபடுத்துகிறதென்று, 'புல்லுருவியை' அகற்றி விட்டு அதனிடத்தில் புதிய ஒன்றை அமைத்திடும் பொதுவான பணியை இது இந்த இருசாரார் முன்னும் வைக்கிறதென்று கூறினார்.

அமைத்திட வேண்டிய இந்தப் புதிய ஒன்று எது?

2. தகர்க்கப்படும் அரசுப் பொறியமைவுக்குப் பதிலாய் அமையப் போவது எது?

1847-ல் கம்யூனிஸ்டு அறிக்கையில் மார்க்ஸ் இந்தக் கேள்விக்கு அளித்த பதில் முற்றிலும் கருத்தியலானதாகவே இருந்தது. இன்னும் கறாராய்க் கூறுவதெனில், அந்தப் பதில் செய்ய வேண்டிய பணிகளைச் சுட்டிக்காட்டியதே தவிர இவற்றைச் செய்து முடிப்பதற்கான வழிகளைச்

சொல்லவில்லை. இந்த இயந்திரத்துக்குப் பதிலாய் 'ஆளும் வர்க்கமாய்ப் பாட்டாளி வர்க்கம் ஒழுங்கமைய' வேண்டும், 'ஜனநாயகத்துக்கான போரில் வெற்றி பெற' வேண்டும் என்பதே கம்யூனிஸ்டு அறிக்கையில் தரப்படும் பதில்.

மார்க்ஸ் கற்பனைகளில் ஈடுபடவில்லை. பாட்டாளி வர்க்கம் ஆளும் வர்க்கமாய் நிறுவன வழியில் ஒழுங்கமைவது திட்டவட்டமான எந்த வடிவங்களில் நடந்தேறும், இந்த ஒழுங்கமைப்பு 'ஜனநாயகத்துக்கான போரில்' முழு நிறைவான, முடிவான 'வெற்றி பெறுவதுடன்' இணைக்கப்படுவதற்குரிய திட்டவட்டமான முறை என்ன என்ற கேள்விக்கு வெகுஜன இயக்கத்தின் அனுபவம் பதிலளிக்குமென்று அவர் எதிர்பார்த்தார்.

கம்யூனுடைய அனுபவம் சொற்பமாகவே இருந்ததென்றாலும், மார்க்ஸ் இந்த அனுபவத்தை **பிரான்சில் உள்நாட்டுப் போர்** என்ற நூலில் மிகவும் உன்னிப்பாய்ப் பகுத்தாய்ந்தார். இந்நூலின் மிக முக்கிய வாசகங்களை மேற்கோளாய்த் தருகிறோம்.

'நிரந்தர சேனை, போலீஸ், அதிகார வர்க்கம், சமயக் குருமார் அமைப்பு, நீதிமன்றம் ஆகிய சர்வ வியாபகச் செயலுறுப்புக்களைக் கொண்ட மத்தியத்துவ அரசு அதிகாரம்' மத்திய காலத்தில் உதித்து, பத்தொன்பதாம் நூற்றாண்டில் ஓங்கி வளர்ந்தது. மூலதனத்துக்கும் உழைப்புக்குமிடையே வர்க்கப் பகைமைகள் வளர்ச்சியுற்றதைத் தொடர்ந்து 'மேலும் மேலும் அரசு அதிகாரமானது உழைப்பை அடக்குவதற்கான பொது சக்தியின் தன்மையை, வர்க்க ஆதிக்கத்திற்குரிய பொறியமைவின் தன்மையைப் பெற்றது. வர்க்கப் போராட்டத்தின் முன்னேற்றத்தைக் குறிக்கும் ஒவ்வொரு புரட்சியையும் அடுத்து, அரசு அதிகாரத்தின் அப்பட்டமான பலவந்தத் தன்மை மேலும் மேலும் கண்கூடாய்ப் புலப்படுகிறது.' 1848-49 ஆம் ஆண்டுகளின் புரட்சிக்குப் பிற்பாடு அரசு அதிகாரம் '...உழைப்புக்கு எதிரான மூலதனத்தின் தேசியப் போர்க் கருவி' ஆகிவிட்டது. இரண்டாவது சாம்ராஜ்யம் இதை உறுதியாக்கிற்று.

'சாம்ராஜ்யத்துக்கு நேர்மாறான எதிர்நிலையே கம்யூன்'. 'வர்க்க ஆதிக்கத்தின் முடியாட்சி வடிவத்தை மட்டுமின்றி, வர்க்க ஆதிக்கத்தையே அகற்றிடுவதற்கான ஒரு குடியரசுக்கு உரிய குறிப்பிட்ட ஒரு வடிவமே கம்யூன்...'

பாட்டாளி வர்க்க, சோஷலிசக் குடியரசுக்கு 'உரிய' இந்த வடிவம் என்ன? அது தோற்றுவிக்கத் தொடங்கிய அரசு எது?

'...நிரந்தரச் சேனையை அகற்றிவிட்டு அதற்குப் பதிலாய் ஆயுதமேந்திய மக்களைத் தோற்றுவித்ததே கம்யூனுடைய முதலாவது அரசாணையாகும்...'

இப்பொழுது இந்தக் கோரிக்கை, தன்னை சோஷலிஸ்டு என்பதாய்க் கூறிக் கொள்ளும் ஒவ்வொரு கட்சியின் வேலைத் திட்டத்திலும்

இருப்பதைக் காண்கிறோம். ஆனால் இந்தக் கட்சிகளுடைய வேலைத் திட்டங்கள் உண்மையில் எந்த அளவுக்கு மதிக்கத்தக்கவை என்பது எங்களுடைய சோஷலிஸ்டு புரட்சியாளர்களும் மென்ஷிவிக்குகளும் நடந்து கொண்ட முறையிலிருந்து வெட்ட வெளிச்சமாய்த் தெரிகிறது. பிப்ரவரி 27 ஆம் நாள் புரட்சியை அடுத்து இவர்கள் இந்தக் கோரிக்கையை நிறைவேற்றத் தீர்மானமாய் மறுத்து விட்டனர்!

'...அனைத்து மக்களது வாக்குரிமையின் அடிப்படையில் பாரிஸ் நகரின் பல்வேறு தொகுதிகளிலிருந்தும் தேர்ந்தெடுக்கப்பட்ட நகராட்சி மன்ற உறுப்பினர்களைக் கொண்டு, கம்யூன் நிறுவப்பட்டது. இந்த உறுப்பினர்கள் பொறுப்புள்ளவர்களாகவும் எந்நேரத்திலும் நீக்கப்படக் கூடியவர்களுமாய் இருந்தனர். இயற்கையாகவே அதன் உறுப்பினர்களில் பெரும்பான்மையோர் தொழிலாளர்களாகவோ, தொழிலாளி வர்க்கத்தின் முழு ஆதரவுக்குரிய பிரதிநிதிகளாகவோதான் இருந்தனர்...

'...இது காறும் அரசாங்கத்தின் கைக்கருவியாய் இருந்து வந்த போலீஸ் இப்போழுது திடுதிப்பென அதன் அரசியல் செயற்பாடுகள் யாவும் பறிக்கப்பட்டுப் பொறுப்புள்ள, எக்காலத்திலும் நீக்கப்படக் கூடிய கம்யூன் கைக்கருவியாய் மாற்றப்பட்டது... நிர்வாகத்தின் ஏனைய எல்லாத் துறைகளையும் சேர்ந்த அதிகாரிகளும் இதே போல மாற்றப்பட்டனர்... கம்யூன் உறுப்பினர்கள் முதலாய் எல்லோரும் **தொழிலாளருக்குரிய சம்பளங்கள்** பெற்றுப் பொதுச் சேவை புரிய வேண்டியதாயிற்று. அரசின் உயர் பதவியாளர்கள் மறைந்ததோடு இந்த உயர் பதவியாளர்களது தனியுரிமைகளும் சலுகைகளும் பிரதிநிதித்துவ மான்யத் தொகைகளும் மறைந்துவிட்டன... பழைய அரசாங்கத்தின் பௌதிகப் பலாத்காரக் கருவிகளான நிரந்தரச் சேனையையும் போலீசையும் ஒழித்துக் கட்டியதும் கம்யூனானது உடனே ஆன்மிக அடக்குமுறைக் கருவியையும், அதாவது குருமார்களுடைய அதிகாரத்தையும் தகர்க்க முற்பட்டது... நீதி மன்றத்தினர் போலியான சார்பற்ற நிலையை இழந்து விட்டனர்... இனி அவர்கள் தேர்ந்தெடுக்கப்பட வேண்டியோரும், பொறுப்புடையோரும், நீக்கப்படக் கூடியோரும் ஆயினர்...'[17]

ஆக, கம்யூனானது நொறுக்கப்பட்ட அரசுப் பொறியமைவுக்குப் பதிலாய் நிறைவான ஜனநாயகத்தை நிறுவியதாய் 'மட்டும்தான்' தோன்றும். அதாவது, நிரந்தர சேனையை ஒழித்தது; எல்லா அதிகாரிகளையும் தேர்ந்தெடுக்கப்பட வேண்டியவர்களாக்கி, திருப்பியழைக்கப்படக் கூடியவர்களாக்கியது. ஆனால் உண்மையில் இந்த 'மட்டும்தான்' என்பது ஒரு வகை நிறுவனங்களை அகற்றி அவற்றினிடத்தில் அடிப்படையிலேயே வேறொரு தன்மையதான பிற நிறுவனங்களைத் தோற்றுவிக்கும் பிரம்மாண்ட மாறுதலைக் குறிப்பதாகும். 'அளவு பண்பாய் மாறுவதன்' எடுத்துக்காட்டு இது.

அதாவது முடிந்த அளவுக்கு முழுமையாகவும் முரணின்றியும் செயல்படுத்தப்பட்ட ஜனநாயகமானது முதலாளித்துவ ஜனநாயகத்திலிருந்து பாட்டாளி வர்க்க ஜனநாயகமாய் மாற்ற மடைந்து விடுகிறது; அதாவது அரசு (= குறிப்பிட்ட ஒரு வர்க்கத்தை அடக்குவதற்கான தனிவகை சக்தி) இனி மெய்யான அரசு அல்லாத ஒன்றாய் மாற்றமடைந்து விடுகிறது.

முதலாளித்துவ வர்க்கத்தாரை அடக்குவதும் அவர்களுடைய எதிர்ப்பை நசுக்குவதும் இனியும் அவசியமாகவே இருக்கிறது. கம்யூனுக்கு இது மிக மிக அவசியமாயிருந்தது. கம்யூன் இப்பணியைப் போதிய உறுதியோடு செய்யாதது அதன் தோல்விக்குரிய காரணங்களில் ஒன்றாகும். ஆனால் அடக்குவதற்கான செயலுறுப்பு இங்கு மக்களின் பெரும்பான்மைப் பகுதியே அன்றி, அடிமையுடைமைச் சமுதாயம், பண்ணையடிமைச் சமுதாயம், கூலியடிமைச் சமுதாயம் ஆகிய இவை யாவற்றிலும் இருந்தது போலச் சிறுபான்மைப் பகுதியல்ல. பெரும்பான்மை மக்கள், **தாமே** தமது ஒடுக்குமுறையாளர்களை அடக்குவதால், அடக்குவதற்கான 'தனிவகை சக்தி' ஒன்று **இனி தேவையில்லை!** இந்த அர்த்தத்தில் அரசு **உலர்ந்து உதிரத் தொடங்குகிறது.** தனிச் சலுகை படைத்த சிறுபான்மையோரது தனி வகை நிறுவனங்களுக்குப் பதிலாய் (தனிச் சலுகை பெற்ற அதிகார வர்க்கம், நிரந்தரச் சேனையின் தலைவர்கள்), பெரும்பான்மை மக்கள் நேரில் தாமே இந்தப் பணிகளை நிறைவேற்ற முடிகிறது. அரசு அதிகாரத்தின் பணிகள் மேலும் மேலும் கூடுதலாய்ப் பெருந்திரளான மக்களுக்குரியதாகும்போது, இந்த அதிகாரத்திற்கான அவசியம் மேலும் மேலும் குறைந்து விடுகிறது.

இச்சந்தர்ப்பத்தில், மார்க்ஸ் வலியுறுத்திக் கூறிய கம்யூனின் பின்வரும் நடவடிக்கைகள் மிகவும் குறிப்பிடத்தக்கனவாகும்: அதிகாரிகளுக்கான எல்லாப் பிரதிநிதித்துவ மான்யங்களையும் பண வகையிலான எல்லாத் தனிச் சலுகைகளையும் ஒழித்தல், அரசின் எல்லா ஊழியர்களது ஊதியங்களையும் 'தொழிலாளர்களுக்குரிய சம்பளங்களின்' நிலைக்குச் சமமாக்குதல். முதலாளித்துவ ஜனநாயகத்திலிருந்து பாட்டாளி வர்க்க ஜனநாயகத்துக்கு, ஒடுக்குவோரின் ஜனநாயகத்திலிருந்து ஒடுக்கப்பட்ட வர்க்கங்களுடைய ஜனநாயகத்துக்கு, குறிப்பிட்ட ஒரு வர்க்கத்தை அடக்குவதற்கான 'தனிவகை சக்தியாய்' அமைந்த அரசிலிருந்து ஒடுக்குவோரை அடக்குவதற்கான பெரும்பான்மை மக்களது - அதாவது தொழிலாளர்கள், விவசாயிகளது - பொதுச் சக்திக்கு ஏற்பட்ட மாற்றத்தை ஏனைய எவற்றையும்விட இந்த நடவடிக்கைகள் மிகத் தெளிவாய்ப் புலப்படுத்துகின்றன. மிகவும் எடுப்பான இந்த விவகாரத்தில்தான், மார்க்சின் கருத்துக்கள் அறவே புறக்கணிக்கப் பட்டிருக்கின்றன! ஜனரஞ்சகமான விளக்க உரைகளில் - இவை எண்ணில் அடங்காதவை - இக்கருத்துக்கள் குறிப்பிடப்படுவதே

இல்லை. கிறிஸ்தவர்கள், அவர்களுடைய மதம் அரசின் மதமானதும் ஜனநாயகப் புரட்சிகர மனப்பான்மை கொண்ட புராதனக் கிறிஸ்தவத்தின் 'சூதறியாப் பேதைமையை மறந்து விட்டது' போல, இதுவும் காலத்துக்கு ஒவ்வாத பழம் பாணியிலான 'சூதறியாப் பேதைமையின்' வகைப்பட்டதாய்க் கொள்ளப்பட்டு, இதைப் பற்றிக் குறிப்பிடாமலே மௌனமாயிருப்பதே 'உசிதம்' என்றாகிவிட்டது.

அரசின் உயர் அதிகாரிகளுடைய சம்பளம் குறைக்கப்பட வேண்டுமென்பது சூதறியாப் பேதைமை கொண்ட புராதன ஜனநாயகத்தின் கோரிக்கையாக 'மட்டுமே' தோன்றுகிறதாம். நவீன சந்தர்ப்பவாதத்தின் 'மூலவர்களில்' ஒருவரான முன்னாள் சமூக ஜனநாயகவாதி எடுவார்டு பெர்ன்ஷ்டைன் 'புராதன' ஜனநாயகம் குறித்துக் கூறப்படும் கொச்சையான முதலாளித்துவக் கேலியையும் கிண்டலையும் பன்முறை தாமும் திருப்பிக் கூறியிருக்கிறார். எல்லாச் சந்தர்ப்பவாதிகளையும் இன்றைய காவுத்ஸ்கிவாதிகளையும் போலவே அவரும் நிலைமையைப் புரிந்து கொள்ளவே இல்லை. முதலாவதாக, 'புராதன' ஜனநாயகத்துக்கு ஓரளவு 'பின்னடைந்து செல்லாமல்' (வேறு எப்படித்தான் பெரும்பான்மையோரும், பிறகு விதிவிலக்கின்றி மக்கள் அனைவரும் அரசுப் பணிகளை ஏற்று நிறைவேற்ற முற்படுவதாம்?) முதலாளித்துவத்திலிருந்து சோஷலிசத்துக்கு மாறிச் செல்வது சாத்தியமன்று என்பதையும்; இரண்டாவதாக, முதலாளித்துவம், முதலாளித்துவக் கலாசாரம் இவற்றின் அடிப்படையில் அமைந்த 'புராதன ஜனநாயகமானது' வரலாற்றுக்கு முற்பட்ட, அல்லது முதலாளித்துவத்துக்கு முற்பட்ட காலங்களைச் சேர்ந்த புராதன ஜனநாயகத்தைப் போன்றதல்ல என்பதையும் புரிந்து கொள்ளவே இல்லை. முதலாளித்துவக் கலாசாரம் பெருவீதப் பொருளுற்பத்தியையும், ஆலைகளையும், ரயில்பாதைகளையும், அஞ்சல் துறையையும், தொலை பேசிகளையும், இன்ன பிறவற்றையும் தோற்றுவித்திருக்கிறது. இவற்றின் அடிப்படையில் பழைய 'அரசு அதிகாரத்தின்' பணிகளில் மிகப் பெருவாரியானவை மிகவும் சுலபமாகிவிட்டதால், எழுத்தறிவுள்ள ஒவ்வொருவரும் எளிதில் செய்து விடக் கூடிய மிக மிகச் சுலபமான பதிவு செய்தல், தொகுத்து வைத்தல், சரி பார்த்தல் ஆகிய வேலைகளாய் அவற்றைக் குறுக்கிக் கொண்டுவிட முடியும். சாதாரண 'தொழிலாளர்களுக்குரிய சம்பளங்களைப்' பெற்று இந்த வேலைகளை எளிதில் செய்துவிடலாம். தனிச் சலுகைகள், 'அதிகார ஆடம்பரங்கள்' இவற்றில் இம்மியையும் விட்டு வைக்காமல் இந்தப் பணிகளிலிருந்து அறவே களைந்து விட முடியும் (களைந்து விடவும் வேண்டும்).

விதிவிலக்கின்றி எல்லா அதிகாரிகளும் தேர்ந்தெடுக்கப்படுதல், எந்நேரத்திலும் பதவியிலிருந்து திருப்பியழைக்கப்படக் கூடியவர்களாய் இருத்தல், அவர்களுடைய சம்பளங்களைச் சாதாரணத் 'தொழிலாளர்களுக்குரிய சம்பளங்களின்' நிலைக்குச் சமமாக்குதல் -

'கூறாமலே விளங்கும்' இந்த சர்வ சாதாரண ஜனநாயக நடவடிக்கைகள், தொழிலாளர்களுடைய நலன்களையும் விவசாயிகளில் மிகப் பெருவாரியானோரின் நலன்களையும் முழு அளவுக்கு ஒன்றுபடச் செய்வதோடு, அதேபோது முதலாளித்துவத்திலிருந்து சோஷலிசத்துக்கு இட்டுச் செல்லும் பாலமாகவும் அமைகின்றன. அரசின் புனரமைப்பு சம்பந்தமான, முற்றிலும் அரசியல் வழியிலான சமுதாயப் புனரமைப்பு சம்பந்தமான நடவடிக்கைகளே இவை. 'உடைமை பறிப்போர் உடைமை பறிக்கப்படுதல்' நடைபெறுவதுடனோ, அதற்கான தயாரிப்புகளுடனோ இணைக்கப்படும்போது மட்டும்தான், அதாவது உற்பத்திச் சாதனங்களில் முதலாளித்துவத் தனியுடைமை சமுதாய உடைமையாய் மாற்றப்படுவதுடன் இணைக்கப்படும்போது மட்டுமே, இந்த நடவடிக்கைகள் அவற்றின் முழுப் பொருளையும் முக்கியத்துவத்தையும் பெறுகின்றன என்பதைக் கூறத் தேவையில்லை.

"எல்லா முதலாளித்துவப் புரட்சிகளும் எழுப்பிய அந்தக் கவர்ச்சிக் கோஷமாகிய மலிவான அரசாங்கம், என்பதைக் கம்யூனானது செலவினங்களுக்கு இரு பெரும் வழிகளாய் அமைந்த சேனையையும் அதிகார வர்க்கத்தையும் ஒழித்ததன் மூலம் நடைமுறை உண்மையாக்கிற்று" என்று மார்க்ஸ் எழுதினார்.

ஏனைய குட்டி முதலாளித்துவப் பகுதியினரில் எப்படியோ அது போலவே, விவசாயிகளிடமிருந்தும் மிகச் சொற்பமானோர் மட்டுமே முதலாளித்துவ அர்த்தத்தில் 'மேல் நிலைக்கு உயருகிறார்கள்', 'வாழ்க்கையில் முன்னேறிச் சுகமாய் வாழ்கிறார்கள்', அதாவது செல்வமுடையோராகவோ முதலாளிகளாகவோ அல்லது வசதி படைத்த தனிச் சலுகையுள்ள அதிகாரிகளாகவோ ஆகின்றனர். விவசாயிகள் இருந்து வரும் முதலாளித்துவ நாடு ஒவ்வொன்றிலும் (மிகப் பெரும்பாலான முதலாளித்துவ நாடுகளில் விவசாயிகள் இருக்கிறார்கள்), மிகப் பெரும் பகுதி விவசாயிகள் அரசாங்கத்தால் ஒடுக்கப்படுகிறார்கள்; அரசாங்கத்தை வீழ்த்த வேண்டுமென, 'மலிவான' அரசாங்கம் வேண்டுமென ஏங்குகிறார்கள். பாட்டாளி வர்க்கத்தால் மட்டுமே இதனைச் சித்திபெறச் செய்ய முடியும். இதைச் சித்திபெறச் செய்வதன் மூலம் பாட்டாளி வர்க்கம் அதேபோதில் அரசை சோஷலிச வழியில் புனரமைத்திடுவதை நோக்கி முன்னேறிச் செல்கிறது.

3. நாடாளுமன்ற முறையை ஒழித்தல்

"கம்யூனானது நாடாளுமன்ற உறுப்பாயில்லாமல் செயலாற்றும் உறுப்பாய், ஒருங்கே சட்டமன்றமாகவும் நிர்வாகக் குழுவாகவும் செயல்படும் உறுப்பாய்த் திட்டமிடப்பட்டது" என்று மார்க்ஸ் எழுதினார்.

"...ஆளும் வர்க்கத்தின் எந்த உறுப்பினர், நாடாளுமன்றத்தில் மக்களைப் பிரதிநிதித்துவப்படுத்தி அவர்களை அடக்கியொடுக்குவதென [Ver-und zertreten] மூன்று அல்லது ஆறு ஆண்டுகளுக்கு ஒரு தரம்

தீர்மானிப்பதற்குப் பதிலாய், அனைத்து மக்கள் வாக்குரிமையானது கம்யூன்களாய் வகுக்கப் பெற்ற மக்களுக்கு - எந்த ஒரு முதலாளியும் தனது தொழிலுக்குத் தொழிலாளர்களையும் ஃபோர்மன்களையும் கணக்கர்களையும் தேடிக் கொள்ள தனியார் வாக்குரிமை பணியாற்றுகிறதல்லவா, அது போல - பணியாற்ற வேண்டும்."

நாடாளுமன்ற முறை குறித்து 1871-ல் அளிக்கப் பெற்ற சிறப்பு மிக்க இந்த விமர்சனமுங்கூட, வெகுவாய் மலிந்து விட்ட சமூகதேசியவெறியின் காரணமாகவும் சந்தர்ப்பவாதத்தின் காரணமாகவும் இப்போழுது மார்க்சியத்தின் 'மறக்கப்பட்ட வாசகங்களில்' ஒன்றாகிவிட்டது. அமைச்சராகவும் நாடாளுமன்ற உறுப்பினராகவும் இருப்பதையே தொழிலாய்க் கொண்டோரும், பாட்டாளி வர்க்கத்துக்குத் துரோகம் புரிவோரும், தற்காலத்துச் 'செயல்முறை' சோஷலிஸ்டுகளும் நாடாளுமன்ற முறை பற்றிய எல்லா விமர்சனத்தையும் அராஜகவாதிகளிடத்தே விட்டுவைத்து விட்டனர். இந்த அதிசயமான காரணத்தால் நாடாளுமன்ற முறை பற்றிய எல்லா விமர்சனத்தையுமே அவர்கள் 'அராஜகவாதமென' பறைசாற்றுகிறார்கள்!! 'முன்னேறிய' நாடாளுமன்ற நாடுகளைச் சேர்ந்த பாட்டாளி வர்க்கத்தினர், ஷெய்டெமன்களையும் டேவிட்களையும் லெகின்களையும் செம்பாக்களையும் ரெனொடேல்களையும் ஹேண்டர்சன்களையும் வண்டர்வேல்டேகளையும் ஸ்டானிங்குகளையும் பிராண்டிங்குகளையும் பிஸ்ஸொலாட்டியையும் அவர் சகாக்களையும் போன்ற 'சோஷலிஸ்டுகளிடம்' அருவறுப்புக் கொண்டு அராஜகவாத சிண்டிகலிசத்துக்கு - இது சந்தர்ப்பவாதத்தின் உடன் பிறந்த இரட்டையே ஆயினுங்கூட - மேலும் மேலும் ஆதரவு தெரிவிப்பதில் வியப்பில்லை.

ஆனால் மார்க்சுக்குப் புரட்சிகர இயக்கவியலானது, பிளெஹானவும் காவுத்ஸ்கியும் ஏனையோரும் ஆக்கிக் கொண்டு விட்ட வெற்று ஜம்பமாகவோ விளையாட்டுக் கிலுகிலுப்பையாகவோ ஒருபோதும் இருந்ததில்லை. முதலாளித்துவ நாடாளுமன்ற முறை 'பன்றித் தொழுவமே' ஆயினுங்கூட அதனைப் பயன்படுத்திக் கொள்ள, முக்கியமாய் நிலைமை புரட்சிகரமானதாய் இல்லை என்பது தெளிவாய்த் தெரியும் நேரத்தில் அதைப் பயன்படுத்திக் கொள்ளத் திராணியற்றதாய் இருந்ததென்பதற்காக அராஜகவாதத்திடமிருந்து தயவு தாட்சண்யமின்றி முறித்துக் கொள்ள மார்க்சுக்குத் தெரிந்திருந்தது. அதேபோது நாடாளுமன்ற முறையை மெய்யாகவே புரட்சிகரமான பாட்டாளி வர்க்க நிலையிலிருந்து விமர்சிக்கவும் அவருக்குத் தெரிந்திருந்தது.

ஆளும் வர்க்கத்தின் எந்த உறுப்பினர் நாடாளுமன்றத்தின் மூலம் மக்களை அடக்கி ஒடுக்க வேண்டுமெனச் சில ஆண்டுகளுக்கு ஒரு தரம் தீர்மானிப்பதே முதலாளித்துவ நாடாளுமன்ற முறையின் மெய்யான சாரப் பொருள் - நாடாளுமன்ற அரசியல் சட்டத்துக்கு உட்பட்ட முடியரசுகளில் மட்டுமின்றி, மிகவும் ஜனநாயகமான குடியரசுகளிலுங்கூட இதுவேதான் நிலைமை.

அரசு குறித்த பிரச்சனையைப் பரிசீலிப்போமாயின், இந்தத் துறையில் பாட்டாளி வர்க்கத்தின் முன்னுள்ள பணிகளின் கண்ணோட்டத்தில் அரசுக்குரிய நிறுவனங்களில் ஒன்றாகிய நாடாளுமன்ற முறையைப் பரிசீலிப்போமாயின் நாடாளுமன்ற முறையை விட்டொழிக்கும் வழி என்ன? நாடாளுமன்ற முறையைத் தவிர்ப்பது எப்படி?

மறுபடியும் கூறுகிறோம்: கம்யூனை ஆராய்ந்து மார்க்ஸ் எடுத்துரைத்த படிப்பினைகள் அப்படி அடியோடு மறக்கப்பட்டு விட்டதால், இன்றைய 'சமூக ஜனநாயகவாதியால்' (அதாவது, சோஷலிசத்தின் இன்றைய துரோகியால்) நாடாளுமன்ற முறை பற்றிய அராஜகவாத அல்லது பிற்போக்கு விமர்சனத்தைத் தவிர்த்த வேறு எந்த விமர்சனத்தையும் உண்மையில் புரிந்து கொள்ள முடிவதில்லை.

நாடாளுமன்ற முறையை விட்டொழிப்பதானது பிரதிநிதித்துவ உறுப்புக்களையும் தேர்தலையுமே விட்டொழிப்பதாகாது. பிரதிநிதித்துவ உறுப்புக்கள் வெறும் வாய்ப்பேச்சுக் கூடங்களாய் இருப்பதை மாற்றி அவற்றைச் 'செயலாற்றும்' உறுப்புக்களாக்க வேண்டுமென்பதே இதன் பொருள். 'கம்யூனானது நாடாளுமன்ற உறுப்பாயில்லாமல் செயலாற்றும் உறுப்பாய், ஒருங்கே சட்டமன்றமாகவும் நிர்வாகக் குழுவாகவும் செயல்படும் உறுப்பாய்த் திட்டமிடப்பட்டது.'

'நாடாளுமன்ற உறுப்பல்ல, செயலாற்றும் உறுப்பு' - தற்கால நாடாளுமன்றத்தினருக்கும் சமூக ஜனநாயகத்தின் நாடாளுமன்றச் 'செல்லப் பிள்ளைகளுக்கும்' இது சரியான சவுக்கடி! அமெரிக்கா முதல் சுவிட்சர்லாந்து வரை, பிரான்ஸ் முதல் பிரிட்டன், நார்வே வரை இவ்வாறு எந்த நாடாளுமன்ற நாட்டை வேண்டுமானாலும் எடுத்துக் கொள்ளுங்கள். இந்நாடுகளில் எல்லாம் 'அரசுக்குரிய' மெய்யான வேலை திரைக்குப் பின்னால் நடத்தப்படுகிறது; இலாகாக்களும் அமைச்சகச் செயலகங்களும் படைத் தலைமையகங்களும் இதை நடத்துகின்றன. 'பொது மக்களை' ஏய்ப்பதற்கென வாய்ப்பேச்சுப் பேசுவதே நாடாளுமன்றத்துக்கு அளிக்கப்பட்டிருக்கும் பணி. இதுவே உண்மை என்பதை முதலாளித்துவ ஜனநாயகக் குடியரசாகியுள்ள ருஷ்யக் குடியரசுங்கூட புலப்படுத்துகிறது - மெய்யான நாடாளுமன்றம் ஒன்றை இக்குடியரசு நிறுவிக் கொள்ளும் முன்னரே கூட நாடாளுமன்ற முறையின் இந்தக் கேடுகள் யாவும் உடனடியாகவே வெளிப்பட்டு விட்டன. கேடுகெட்ட குட்டி முதலாளித்துவ அற்பவாதத்தின் வீரர்களானோர் - ஸ்கோபெலெவ்களையும் த்ஸெரெத்தேலிகளையும், செர்னோவ்களையும் அவ்க்சேன்தியெவ்களையும் போன்றோர் அருவறுப்பு மிக்க முதலாளித்துவ நாடாளுமன்ற முறையிலே சோவியத்துகளையும் நச்சுப்படுத்தி அவற்றை வெறும் வாய்ப்பேச்சுக் கூடங்களாய் மாற்றுவதில் வெற்றியுங்கூட பெற்றுவிட்டனர். சோவியத்துகளில் 'சோஷலிஸ்டு' அமைச்சர்கள் வாய்வீச்சுக்களாலும் தீர்மானங்களாலும் நாட்டுப்புறத்து ஏமாளிகளை ஏய்த்து வருகிறார்கள்.

ஒருபுறம் சோஷலிஸ்டுப் புரட்சியாளர்களிலும் மென்ஷிவிக்குகளிலும் எவ்வளவு முடியுமோ அவ்வளவு அதிகமானோருக்குப் பசையுள்ள, சிறப்புக்குரிய பதவிகளான 'சன்மானங்கள்' கிட்டும் பொருட்டும், மறுபுறத்தில் மக்களுடைய 'கவனம்' திசை திருப்பப்பட்டுக் 'கவரப்படும்' பொருட்டும் அரசாங்கத்தினுள் ஓயாத ஆள் மாற்றம் நடந்தேறுகிறது. இதற்கிடையில் அமைச்சகச் செயலகங்களும் படைத் தலைமையகங்களும் 'அரசுக்குரிய' வேலைகளை 'நடத்துகின்றன.'

ஆளும் சோஷலிஸ்டுப் புரட்சியாளர் கட்சியின் ஏடான தியேலொ நரோதா[18] அண்மையில் ஒரு தலையங்கத்தில் - 'எல்லோருமே' அரசியல் விபசாரத்தில் ஈடுபட்டிருக்கும் 'உயர் குலத்து' மாந்தரது ஒப்பிலா நேர்மையோடு - ஒப்புக் கொண்டது: 'சோஷலிஸ்டுகள்' தலைமை தாங்கும் அமைச்சகங்களிலுங் கூட அதிகாரிகளாலான அமைப்பு எந்த மாற்றமுமின்றி அப்படியே இருக்கிறதென்றும், பழைய பாணியிலேயே வேலை செய்து புரட்சிகர நடவடிக்கைகளைத் 'தங்குதடையின்றி' சீர்குலைத்து வருகிறதென்றும் ஒப்புக் கொண்டது! இந்த ஒப்புதல் வாக்குமூலமின்றியே, அரசாங்கத்தில் சோஷலிஸ்டுப் புரட்சியாளர்களும் மென்ஷிவிக்குகளும் பங்கு கொள்வதன் நடைமுறை வரலாறே இதனை நிரூபிக்கவில்லையா? ஆயினும் அமைச்சரவையில் காடெட்டுகளுடைய சகவாசத்தால் செர்னோவ்களும் ருசானவ்களும் ஸென்ஸீனவ்களும் தியேலொ நரோதாவின் பிற ஆசிரியர்களும் இப்படி வெட்கங் கெட்டவர்களாகி ஏதோ அற்ப விவரத்தைக் குறிப்பிடுவது போல 'தமது' அமைச்சகங்களில் எதுவும் மாற்றமின்றி அப்படியே இருப்பதாய்க் கூறுவது குறிப்பிடத்தக்கதாகும்!! கிராமப்புற ஏழை எளியோரை ஏய்க்கப் புரட்சிகர ஜனநாயகச் சொல்லடுக்குகள், முதலாளிமார்கள் 'மனம் மகிழ' அதிகார வர்க்க ஆட்சியும் செயலகங்களுக்கு வழக்கமான இழுத்தடிப்பும் - இதுதான் 'நேர்மை மிக்க' கூட்டு அமைச்சரவையின் சாராம்சம்.

முதலாளித்துவ சமுதாயத்தின் ஊழல் மலிந்த, நாற்றம் பிடித்த நாடாளுமன்ற முறைக்குப் பதிலாய், கம்யூனானது கருத்துச் சுதந்திரமும் விவாதச் சுதந்திரமும் ஏமாற்று வித்தையாய்ச் சீரழிந்துவிடாத உறுப்புக்களைத் தோற்றுவிக்கிறது. எப்படியெனில் நாடாளுமன்றத்தினர் தாமே வேலை செய்யவும், தாம் இயற்றும் சட்டங்களைத் தாமே செயல்படுத்தவும், உண்மையில் சாதிக்கப் பெற்ற பலன்களைத் தாமே சோதித்துப் பார்க்கவும், தம்மைத் தேர்ந்தெடுத்த தொகுதியோருக்கு நேரடியாகத் தாமே பொறுப்புக் கூறவும் வேண்டியதாகிறது. பிரதிநிதித்துவ உறுப்புக்கள் தொடர்ந்து நிலவுகின்றன; ஆனால் நாடாளுமன்ற முறை ஒரு தனிவகை அமைப்பாய், சட்டமியற்றுவதற்கும் செயல்படுத்துவதற்கும் இடையிலான உழைப்புப் பிரிவினையாய், பிரதிநிதிகளது தனிச் சலுகை நிலையாய் நிலவவில்லை. பிரதிநிதித்துவ உறுப்புக்கள் இல்லாமல் ஜனநாயகத்தை, பாட்டாளி வர்க்க ஜனநாயகத்தையும் கூட கற்பனை செய்து பார்க்க முடியாது. ஆனால்

நாடாளுமன்ற முறை இல்லாமல் ஜனநாயகத்தைக் கற்பனை செய்து பார்க்க முடியாது, கட்டாயம் பார்க்கவும் வேண்டும். முதலாளித்துவ சமுதாயத்தை நாம் விமர்சித்துக் கண்டிப்பது வெறும் சொல் அளவிலான விமர்சனமாய் நின்று விடக் கூடாதெனில், முதலாளித்துவ வர்க்கத்தின் ஆதிக்கத்தை வீழ்த்த வேண்டுமென்ற விருப்பம், மென்ஷிவிக்குகள், சோஷலிஸ்டு புரட்சியாளர்கள் விவகாரத்திலும், மற்றும் ஷெய்டெமன்கள், லெகின்களின் விவகாரத்திலும், செம்பாக்கள், வண்டர்வேல்டேகளின் விவகாரத்திலும் இருப்பது போல தொழிலாளர்களுடைய வாக்குகளைக் கவருவதற்கான வெறும் 'தேர்தல்' முழக்கமாயிராது நமது திடமான உள்ளப் பூர்வமான விருப்பமாய் இருந்தால் கட்டாயம் நாம் இவ்வாறே செய்ய வேண்டும்.

கம்யூனுக்கும் பாட்டாளி வர்க்க ஜனநாயகத்துக்கும் அவசியமான அந்த அதிகாரிகளின் பணிகள் குறித்துப் பேசுகையில் மார்க்ஸ் அவர்களை 'எந்த ஒரு முதலாளியின்' ஊழியர்களுடன், அதாவது சாதாரண முதலாளித்துவத் தொழில் நிலையத்தின் 'தொழிலாளர்கள், போர்மன்கள், கணக்கர்களுடன்' ஒப்பிடுவது கருத்தூன்றிக் கவனிக்கத்தக்கதாகும்.

'புதிய' சமுதாயம் ஒன்றைத் தாமே கற்பனை சக்தியால் தோற்றுவித்துக் கொண்டார், அல்லது கண்டுபிடித்துக் கொண்டார் என்கிற பொருளில் மார்க்சிடம் கற்பனைவாதத்தின் சாயல் இம்மியும் கிடையாது. இல்லை, பழைய சமுதாயத்தின் **உள்ளிருந்து** புதிய சமுதாயம் **பிறப்பதையும்**, முன்னது பின்னதாய் மாறிடும் வடிவங்களையும் இயற்கையான வரலாற்று நிகழ்ச்சிப்போக்காய் அவர் ஆராய்ந்தார். வெகுஜனப் பாட்டாளி வர்க்க இயக்கத்தின் ஸ்தூலமான அனுபவத்தைப் பரிசீலித்து, அதனின்று நடைமுறைப் படிப்பினைகள் பெற முயன்றார். மாபெரும் புரட்சிகர சிந்தனையாளர்கள் எல்லாருமே ஒடுக்கப்பட்ட வர்க்கங்களுடைய மாபெரும் இயக்கங்களின் அனுபவத்திலிருந்து தயக்கமின்றிக் கற்றறிந்து கொண்டது போலவே அவர் கம்யூனிலிருந்து 'கற்றறிந்து கொண்டாரே' அன்றி, ('அவர்கள் போர் தொடங்கியிருக்கக் கூடாது' என்று பிளெஹானவ் கூறியதைப் போலவோ, 'வர்க்கமானது உரிய வரம்புக்கு உட்பட்டாக வேண்டும்' என்று த்ஸெரெத்தேலி கூறியதைப் போலவோ) பகட்டுப் புலமை வாய்ந்த 'ஞான உபதேசம்' செய்ய முற்பட்டதில்லை.

உடனடியாகவும் எல்லா இடத்தும் முற்றாகவும் அதிகார வர்க்க ஆட்சியை அழித்தவிடுவது முடியாத காரியம். அது ஓர் ஆகாயக் கோட்டையே ஆகும். ஆனால் பழைய அதிகார வர்க்க இயந்திரத்தை உடனடியாகவே **நொறுக்குவதும்**, எல்லா வகை அதிகார வர்க்க ஆட்சியையும் படிப்படியாய் ஒழித்திட வழிகோலும் புதிய இயந்திரத்தை உடனே அமைத்திடத் தொடங்குவதும் ஆகாயக் கோட்டை **அல்ல**, கம்யூனின் அனுபவமாகும்; புரட்சிகரப் பாட்டாளி வர்க்கத்துக்குரிய நேரடியான, உடனடியான பணி இது.

'அரசு' நிர்வாகத்தின் பணிகளை முதலாளித்துவம் எளிதாக்கிவிடுகிறது. 'நாட்டாண்மை புரிவது' விட்டொழிக்கப்படுவதும், யாவும் பாட்டாளி வர்க்கத்தினர் (ஆளும் வர்க்கமாய்) ஒழுங்கமையும் விவகாரமாகிவிடுவதும் இதனால் சாத்தியமாகிறது. இவ்வாறு ஒழுங்கமைந்த பாட்டாளி வர்க்கம் சமுதாயம் அனைத்தின் பெயரில் 'தொழிலாளர்களையும் போர்மன்களையும் கணக்கர்களையும்' சம்பளத்துக்கு அமர்த்திக் கொள்ளும்.

நாம் கற்பனைவாதிகள் அல்ல. நிர்வாகம் அனைத்தையும், கீழ்ப்படிதல் அனைத்தையும் **உடனடியாகவே** விட்டொழித்து விடலாமென நாம் 'கனவு காணவில்லை'. பாட்டாளி வர்க்கச் சர்வாதிகாரத்துக்குள்ள கடமைகளைப் புரிந்து கொள்ளாததே இந்த அராஜகவாதக் கனவுகளுக்கு அடிப்படை. இவை மார்க்சியத்துக்கு முற்றிலும் புறம்பானவை. உண்மையில் மக்கள் வேறு விதமானோராய் மாறுகிற வரை சோஷலிசப் புரட்சியை ஒத்திப் போடுவதற்கே இவை வகை செய்கின்றன. இல்லை, மக்கள் தற்போது இருக்கும் இதே நிலையிலேயே, கீழ்ப்படிதலையும், மேற்பார்வையையும், 'போர்மன்களையும், கணக்கர்களையும்' விட்டொழிக்க முடியாதவர்களாயுள்ள மக்களது இதே நிலையிலேயே, நாம் சோஷலிசப் புரட்சி நடத்த விரும்புகிறோம்.

ஆனால் கீழ்ப்படிதலானது, சுரண்டப்படுவோரும் உழைப்பாளர் களுமானோர் அனைவரின் ஆயுதமேந்திய முன்னணிப் படைக்கு, அதாவது பாட்டாளி வர்க்கத்துக்குக் கீழ்ப்படிதலாய் இருத்தல் வேண்டும். அரசாங்க அதிகாரிகளது தனிவகை 'நாட்டாண்மையை' 'போர்மன்கள், கணக்கர்கள்' இவர்களது எளிய பணிகளாய் மாற்றுவதற்கு உடனடியாகவே, இத்தருணமே தொடங்கிவிட முடியும், தொடங்கவும் வேண்டும். இந்த எளிய பணிகள் ஏற்கனவே சராசரி நகரவாசியின் ஆற்றலுக்கு முற்றிலும் உட்பட்டவையே ஆனதால், 'தொழிலாளர்களுக்குரிய சம்பளம்' பெற்று இவற்றைத் திறம்படச் செய்ய முடியும்.

தொழிலாளர்களாகிய நாம் முதலாளித்துவம் ஏற்கனவே தோற்றுவித்திருப்பதன் அடிப்படையிலே பெருவீதப் பொருளுற்பத்தியை ஒழுங்கமைத்து நிறுவுவோம். தொழிலாளர்களான நம்முடைய சொந்த அனுபவத்தை ஆதாரமாய்க் கொண்டும், ஆயுதமேந்திய தொழிலாளர்களது அரசு அதிகாரத்தின் துணையுடன் கண்டிப்பான, உருக்கு உறுதி கொண்ட கட்டுப்பாட்டை நிலைநாட்டியும் இதனைச் செய்திடுவோம். அரசு அதிகாரிகளுடைய பாத்திரத்தைப் பொறுப்புள்ள, விலக்கப்படக் கூடிய, சாதாரணச் சம்பளம் பெறும் 'போர்மன்களும், கணக்கர்களுமாய்' இருந்து (எல்லா வகைகளையும் ரகங்களையும் தரங்களையும் சேர்ந்த தொழில்நுட்ப ஊழியர்களது உதவியுடன் தான்) நமது உத்தரவுகளை நிறைவேற்றுவது மட்டுமான பாத்திரமாய்க் குறைத்துவிடுவோம். இதுவே நமக்குரிய பாட்டாளி வர்க்கக் கடமை. பாட்டாளி வர்க்கப் புரட்சியைச் சித்தி பெறச் செய்வதில் இதுவே நாம் செய்யத் தொடங்கக் கூடியதும்

செய்யத் தொடங்க வேண்டியதும் ஆகும். பெருவீதப் பொருளுற்பத்தியின் அடிப்படையிலே அமைந்த இத்தகைய ஒரு துவக்கம் ஏற்படுமாயின், அதுவே அதிகார வர்க்கம் அனைத்தும் படிப்படியாய் ‘உலர்ந்து உதிர்ந்து விடுவதற்கு’ இட்டுச் செல்லும். மேலும் மேலும் எளிதாகி வரும் கண்காணிப்பு, கணக்கு வைப்பு வேலைகள் கிரமப்படி ஒவ்வொருவராலும் செய்யப்பட்டு, பிறகு நிலையான பழக்கமாகி, முடிவில் மக்களில் ஒரு தனிப் பகுதியோருக்குரிய **தனிவகை** வேலைகளாய் இருக்கும் நிலை மறைந்தொழிந்து விடும்படியான ஒழுங்கு முறை - அடைப்புக் குறிகளிட்டுக் காட்டப்பட வேண்டியில்லாத ஒழுங்கு முறை, கூலியுழைப்பு அடிமை முறையின் சாயல் இம்மியும் இல்லாத ஒழுங்கு முறை - படிப்படியாய்த் தோற்றுவிக்கப்படுவதற்கு இட்டுச் செல்லும்.

கடந்த நூற்றாண்டின் எழுபதாம் ஆண்டுகளில் வேடிக்கையான ஜெர்மன் சமூக ஜனநாயகவாதி ஒருவர் **அஞ்சல் பணித் துறையை** சோஷலிசப் பொருளாதார அமைப்புக்கு ஓர் எடுத்துக்காட்டாய்க் குறிப்பிட்டார். இது மிகவும் சரிதான். தற்போது அஞ்சல் பணித் துறை அரசு முதலாளித்துவ ஏகபோக முறையில் அமைந்த தொழிலாய் இருந்து வருகிறது. ஏகாதிபத்தியமானது எல்லா டிரஸ்டுகளையுமே இதையொத்த நிறுவனங்களாகப் படிப்படியாய் மாற்றி வருகிறது. இவற்றில் அதே முதலாளித்துவ அதிகார வர்க்கம் தான், அளவு மீறிய வேலைப் பளுவுக்கும் பட்டினிக்கும் இலக்காகி அவதியுறும் ‘சாதாரண’ உழைப்பாளி மக்களுக்கு மேலானதாய் நிற்கிறது. ஆனால் சமூக நிர்வாகத்தின் கட்டமைவு ஏற்கனவே இவற்றில் தயாராய் இருக்கிறது. முதலாளிகளை நாம் வீழ்த்தி இந்தச் சுரண்டலாளர்களுடைய எதிர்ப்பை ஆயுதமேந்திய தொழிலாளர்களது இரும்புக்கரம் கொண்டு நசுக்கி, தற்கால அரசின் அதிகார வர்க்க இயந்திரத்தை நொறுக்கியதும், உன்னத முறையில் ஏற்பாடு செய்யப்பட்டிருக்கும் இந்தக் கட்டமைவு, ‘புல்லுருவி’யிடமிருந்து விடுவிக்கப்பட்டு நம் கைக்குக் கிட்டிவிடும், ஒன்றுபட்ட தொழிலாளர்கள் தாமே இந்தக் கட்டமைவைத் திறம்பட இயங்கச் செய்ய முடியும். இத்தொழிலாளர்கள் தொழில்நுட்ப நிபுணர்களையும் போர்மன்களையும் கணக்கர்களையும் சம்பளத்துக்கு அமர்த்திக் கொள்வார்கள்; அவர்கள் **எல்லோருக்கும்**, பொதுவாய் 'அரசு' அதிகாரிகள் எல்லோருக்கும் எப்படியோ அதேபோல, தொழிலாளர்களுக்குரிய சம்பளங்களையே தருவார்கள். எல்லா டிரஸ்டுகள் சம்பந்தமாகவும் உடனடியாகவே நிறைவேற்றப்பட்டதும் உழைப்பாளி மக்கள் சுரண்டலிலிருந்து விடுவிக்கப்பட்டு விடுவார்கள். ஏற்கனவே கம்யூனானது நடைமுறையில் செய்யத் தொடங்கியதைக் (குறிப்பாய் அரசை அமைத்திடுவது சம்பந்தமாய்) கணக்கில் எடுத்துக் கொண்டு வகுக்கப் பெற்ற பணி இது.

பொருளாதாரம் **அனைத்தையுமே** அஞ்சல் பணித் துறையைப் போல ஒழுங்கமைத்த, தொழில்நுட்ப நிபுணர்கள், போர்மன்கள், கணக்கர்கள்,

முற்றும் எல்லா அதிகாரிகளும் 'தொழிலாளருக்குரிய சம்பளத்துக்கு' அதிகமல்லாத சம்பளம் பெறச் செய்த, அனைத்தையுமே ஆயுதமேந்திய பாட்டாளி வர்க்கத்தின் கண்காணிப்பிலும் தலைமையிலும் இருத்த வேண்டும் - இதுவே நமது உடனடிக் குறிக்கோள். இதுவே நமக்குத் தேவையான அரசும், பொருளாதார அடித்தளமும். நாடாளுமன்ற முறையை ஒழித்து, பிரதிநிதித்துவ உறுப்புக்களை விடாமல் பாதுகாக்கப் போவது இதுவே. இந்த உறுப்புக்களை முதலாளித்துவ வர்க்கம் ஆழ்த்திய இழிநிலையிலிருந்து உழைப்பாளி வர்க்கங்களை விடுவிக்கப் போவது இதுவே.

4. தேசிய ஒற்றுமையின் நிறுவன ஒழுங்கமைப்பு

'...தேசிய நிறுவன ஒழுங்கமைப்புப் பற்றிய சுருக்கமான உருவரையில் - இந்த ஒழுங்கமைப்பை வளர்த்து விரிவாக்கக் கம்யூனுக்கு அவகாசம் கிடைக்கவில்லை - மிகச் சிறிய கிராமத்துக்குங்கூட கம்யூன்தான் உரிய அரசியல் வடிவமாய் இருக்குமென்று அது மிகத் தெளிவாகக் குறிப்பிடுகிறது...' கம்யூன்கள் பாரிசில் 'தேசியப் பிரதிநிதிக் குழுவைத்' தேர்ந்தெடுப்பதாய் இருந்தன.

'...ஒரு சிலவே ஆயினும், மத்திய அரசாங்கத்திடம் இனியும் எஞ்சி இருக்கக்கூடிய முக்கியமான பணிகள் - வேண்டுமென்றே திரித்துக் கூறப்பட்டுள்ளது போல - ஒழித்துக் கட்டப்பட்டுவிட மாட்டா. மாறாக, கம்யூனுடைய, அதாவது முற்றிலும் அதற்குப் பொறுப்புக் கூற வேண்டியவர்களான அதிகாரிகளுக்கு அவை மாற்றப்படும்...

'...தேசிய ஒற்றுமை குலைக்கப்பட்டுவிடாது; மாறாக, கம்யூன் அமைப்பால் அது ஒழுங்கமைக்கப்படும். இந்த ஒற்றுமையின் உருவகமாய் வேடம் தரித்து, ஆனால் தேசத்தைச் சாராமல் சுயோச்சையானதாகவும் அதற்கு மேம்பட்டதாகவும் இருக்க விரும்பிய அரசு அதிகாரம், தேசத்தின் உடலில் புல்லுருவியாய் வளர்ந்து வேண்டாத தசைப் பிண்டமாய் அமைந்த அரசு அதிகாரம் ஒழிக்கப் படுவதன் மூலம் தேசிய ஒற்றுமை எதார்த்த உண்மையாக்கப்படும். பழைய அரசாங்க அதிகாரத்தின் வெறும் அடக்கு முறை உறுப்புக்கள் வெட்டியெறியப்பட்டு, அதேபோதில் அதன் நியாயமான பணிகள் சமுதாயத்தை விட மேம்பட்டதாய் நிற்க உரிமை கொண்டாடிய இந்த அதிகாரத்திடமிருந்து பிடுங்கப் பெற்று, சமுதாயத்துக்குப் பொறுப்புக் கூற வேண்டியவர்களான ஊழியர்கள் வசம் மீட்டளிக்கப்படும்."

மார்க்சின் இந்தக் கருத்துரைகளைத் தற்கால சமூக ஜனநாயகத்தின் சந்தர்ப்பவாதிகள் புரிந்து கொள்ள எந்த அளவுக்குத் தவறிவிட்டார்கள் -மறுத்துவிட்டார்கள் என்றால் இன்னும் பொருத்தமாயிருக்கும் - என்பதற்கு ஓடுகாலி பெர்ன்ஷ்டைனது ஹெரஸ்திராதிய புகழ் பெற்ற[19] **சோஷலிசத்தின் முதற்கோள்களும் சமூக ஜனநாயகவாதிகளுடைய கடமைகளும்** என்னும் புத்தகம் தெளிவான எடுத்துக்காட்டாகும். மார்க்சின்

மேற்கூறிய வாசகம் குறித்துத்தான் பெர்ன்ஷ்டைன் எழுதினார்; "இதன் அரசியல் உள்ளடக்கத்தைப் பொறுத்தவரை" இந்த வேலைத் திட்டம் "இதன் சாராம்சக் கூறுகள் யாவற்றிலும் புரூதோனின் கூட்டாட்சிக் கோட்பாட்டை மிகவும் ஒத்திருக்கிறது... மார்க்சுக்கும் 'குட்டி முதலாளித்துவ' புரூதோனுக்குமிடையே [சிலேடைப் பொருளில் தொனிக்க வேண்டுமென்று 'குட்டி முதலாளித்துவ' என்னும் சொல்லை பெர்ன்ஷ்டைன் மேற்கோள் குறிகளிட்டு உபயோகிக்கிறார்] ஏனைய யாவற்றிலும் எவ்வளவுதான் வேறுபாடு இருப்பினும், இந்த விவகாரங்களில், அவர்களுடைய வாத முறைகள் மிக மிக நெருங்கி வந்துவிடுகின்றன". நகராண்மைக் கழகங்களுடைய முக்கியத்துவம் அதிகரித்து வருவது மெய்தான் என்று பெர்ன்ஷ்டைன் மேலும் தொடர்ந்து எழுதுகிறார். இருப்பினும் "மார்க்சும் புரூதோனும் நினைக்கிற மாதிரி தற்கால அரசுகளை இப்படி அடியோடு கலைத்து [Auflosung] அவற்றின் ஒழுங்கமைப்பை இப்படி முற்றிலும் மாற்றுவதும் [Umwandlung] (கம்யூன்களால் அனுப்பப்பட்ட பிரதிநிதிகளாலான மாநில அல்லது மாவட்டச் சபைகளுடைய பிரதிநிதிகளைக் கொண்டு தேசிய சபை அமைக்கப்படும்படி), இதன் விளைவாய்த் தேசியப் பிரதிநிதித்துவத்துக்கான பழைய முறையை மறையச் செய்வதுமே ஜனநாயகத்தின் முதற் பணியாய் இருக்குமென்பது சந்தேகத்துக்குரியதாகவே எனக்குத் தோன்றுகிறது". (பெர்ன்ஷ்டைன், **முதற்கோள்கள்**, ஜெர்மன் பதிப்பு, 1899, பக்கங்கள் 134, 136.)

"புல்லுருவியாய் வளர்ந்து வேண்டாத தசைப் பிண்டமாய் அமைந்த அரசு அதிகாரத்தை ஒழிப்பது" பற்றிய மார்க்சின் கருத்தோட்டங்களைப் புரூதோனின் கூட்டாட்சிக் கோட்பாட்டுடன் போட்டுக் குழப்புவது முழுக்க முழுக்க அபாண்டமேயாகும்! ஆனால் இந்தக் குழப்படி ஏதோ தற்செயலாய் நிகழ்வதல்ல. ஏனெனில் மத்தியத்துவத்துக்கு எதிராய்க் கூட்டாட்சிக் கோட்பாடு குறித்து இங்கு மார்க்ஸ் பேசவேயில்லை, எல்லா முதலாளித்துவ நாடுகளிலும் செயல்படும் பழைய, முதலாளித்துவ அரசுப் பொறியமைவை நொறுக்குவது பற்றியே பேசுகிறார் என்பது எந்தச் சந்தர்ப்பவாதிக்கும் புலப்படாதுதான்.

இந்தச் சந்தர்ப்பவாதிக்குப் புலப்படுவதெல்லாம் குட்டி முதலாளித்துவ அற்பத்தனமும் 'சீர்திருத்தவாதச்' சக்தியும் மலிந்துவிட்ட சூழலில் தன்னைச் சுற்றிலும் தான் காண்பதுதான், அதாவது 'நகராண்மைக் கழகங்கள்தான்'! பாட்டாளி வர்க்கப் புரட்சி குறித்துச் சிந்திக்கும் பழக்கத்தையே இந்தச் சந்தர்ப்பவாதி விட்டொழித்துவிட்டார்.

இது நகைக்கத்தக்கதே. ஆனால் இங்கு மிகவும் குறிப்பிடத்தக்கது என்னவெனில் இந்த விவகாரத்தில் யாருமே பெர்ன்ஷ்டைனை எதிர்த்து வாதாடவில்லை. பலரும் பெர்ன்ஷ்டைனை எதிர்த்து வாதாடியிருக் கிறார்கள் - முக்கியமாய் ருஷ்ய வெளியீடுகளில் பிளெஹானவையும் ஐரோப்பிய வெளியீடுகளில் காவுத்ஸ்கியையும் குறிப்பிடலாம். ஆயினும்,

இந்த விவகாரத்தில் மார்க்ஸை, பெர்ன்ஷ்டைன் திரித்துப் புரட்டியது குறித்து இவர்களில் எவரும் எதுவுமே கூறியதில்லை.

இந்தச் சந்தர்ப்பவாதி புரட்சிகர வழியில் சிந்திக்கவும் புரட்சி குறித்து நினைக்கவும் அறவே மறந்துவிட்டதால், அவர் 'கூட்டாட்சிக் கோட்பாட்டை' மார்க்சுக்குரியதாகக் கற்பித்துக் கூறுகிறார், அராஜகவாதத்தின் மூலவரான புரூதோனுடன் மார்க்சை இணைத்துக் குழப்புகிறார். மரபு வழுவாத மார்க்சியவாதிகள் என்றும் புரட்சிகர மார்க்சியத் தத்துவத்தின் காவலர்கள் என்றும் கூறிக் கொள்ளும் காவுத்ஸ்கியையும் பிளெஹானவையும் பொறுத்தவரை, இந்த விவகாரத்தில் அவர்கள் மௌனம் சாதித்துவிடுகின்றனர்! மார்க்சியத்துக்கும் அராஜகவாதத்துக்கும் இடையேயுள்ள வேறுபாடு குறித்து அளவு மீறிக் கொச்சையான கருத்துக்களை வெளியிடுவது காவுத்ஸ்கிவாதிகள், சந்தர்ப்பவாதிகள் ஆகிய இரு சாராருக்குமுரிய குணாதிசயமாய் இருப்பதற்கான மூல காரணங்களில் ஒன்று இங்கு அடங்கியுள்ளது. இதை நாம் பிற்பாடு திரும்பவும் விவாதிப்போம்.

கம்யூனுடைய அனுபவம் குறித்து மார்க்ஸ் கூறும் மேற்கண்ட கருத்துரைகளில் கூட்டாட்சிக் கோட்பாட்டின் சாயல் சிறிதும் காணப்படவில்லை. சந்தர்ப்பவாதி பெர்ன்ஷ்டைன் காணத் தவறும் அதே விவரத்தில் தான் மார்க்ஸ் புரூதோனுடன் உடன்பாடு கொண்டிருந்தார். பெர்ன்ஷ்டைன் அவர்களிடையே ஒற்றுமை இருக்கக் கண்ட விவரத்தில் மார்க்ஸ் புரூதோனுடன் கருத்து வேறுபாடு கொண்டிருந்தார்.

தற்கால அரசு இயந்திரம் 'நொறுக்கப்பட வேண்டும்' என்பதே இருவருடைய நிலையும் - இதில் மார்க்ஸ் புரூதோனுடன் உடன்பாடு கொண்டிருந்தார். இந்த விவரத்தில் மார்க்சியத்துக்கும் அராஜகவாதத்துக்கும் (புரூதோன், பக்கூனின் ஆகிய இருவரின் அராஜகவாதத்துக்கும்) இடையே கருத்து ஒன்றுமை இருப்பதைச் சந்தர்ப்பவாதிகளோ காவுத்ஸ்கிவாதிகளோ காண விரும்பவில்லை. ஏனெனில் இங்கிருந்து தான் அவர்கள் மார்க்சியத்திடமிருந்து விலகி ஓடினர்.

கூட்டாட்சிக் கோட்பாடு பற்றிய பிரச்சனையில்தான் மார்க்ஸ் புரூதோனுடனும் பக்கூனினுடனும் கருத்து வேறுபாடு கொண்டிருந்தார் (பாட்டாளி வர்க்கச் சர்வாதிகாரத்தைப் பற்றிச் சொல்லவே வேண்டாம்). கூட்டாட்சிக் கோட்பாடு அராஜகவாதத்தின் குட்டி முதலாளித்துவக் கருத்துக்களிலிருந்து தர்க்க வழியில் இயல்பாய்ப் பிறப்படும் ஒன்று. மார்க்ஸ் மத்தியத்துவவாதி. மேலே தரப்பட்ட அவருடைய கருத்துரைகளில் மத்தியத்துவத்திலிருந்து எவ்விதத்திலும் அவர் விலகிச் சென்றுவிடவில்லை. அரசு பற்றிய அற்பத்தனமான 'மூடபக்தியில்' மூழ்கிக் கிடப்போரே முதலாளித்துவ அரசுப் பொறியமைவை அழிப்பது மத்தியத்துவத்தை அழிப்பதாகுமென நினைத்துத் தவறிழைக்க முடியும்!

பாட்டாளி வர்க்கத்தினரும் ஏழை விவசாயிகளும் அரசு அதிகாரத்தைத் தாமே மேற்கொண்டு, முற்றிலும் சுதந்திரமாய்த் தம்மைக் கம்யூன்களில் ஒழுங்கமைத்துக் கொண்டு, மூலதனத்தைத் தாக்குவதிலும், முதலாளிகள் எதிர்ப்பை அடக்குவதிலும் தனியார் உடைமைகளாயிருக்கும் ரயில் பாதைகளையும் ஆலைகளையும் நிலத்தையும் இன்ன பிறவற்றையும் தேசம் அனைத்தின், சமுதாயம் முழுமையின் உடைமைகளாய் மாற்றுவதிலும் எல்லாக் கம்யூன்களுடைய செயலையும் **ஒன்றுபடுத்திக் கொண்டால்,** அது மத்தியத்துவம் இல்லாமல் பிறகு என்ன? சிறிதும் முரணில்லாத ஜனநாயக மத்தியத்துவத்தோடு, பாட்டாளி வர்க்க மத்தியத்துவமும் இல்லாமல் பிறகு என்ன?

மனமுவந்த முறையிலான மத்தியத்துவம், கம்யூன்கள் தாமே மனமுவந்து ஒரு தேசமாய் ஒன்றிணைவது, முதலாளித்துவ ஆதிக்கத்தையும் முதலாளித்துவ அரசுப் பொறியமைவையும் அழித்திடுவதற்காகப் பாட்டாளி வர்க்கக் கம்யூன்கள் மனமுவந்து ஒன்றாய் ஒன்றிவிடுவது சாத்தியமே என்பதை பெர்ன்ஷ்டைன் நினைத்துக்கூடப் பார்க்க இயலாதவராய் இருக்கிறார். எல்லாக் குட்டி முதலாளித்துவ அற்பவாதிகளையும் போல பெர்ன்ஷ்டைன் மத்தியத்துவத்தை முற்றிலும் மேலிருந்தே, முற்றிலும் அதிகாரிகளாலும் இராணுவக் கும்பலாலும் மட்டுமே பலவந்தமாய்த் திணிக்கப்பட்டு நிலை நிறுத்தப்படும் ஒன்றாகவே கற்பனை செய்துகொள்கிறார்.

மார்க்ஸ் தமது கருத்துக்கள் திரித்துப் புரட்டப்படுமென முன்னறிந்து வைத்திருந்தாற் போல, கம்யூனானது தேசிய ஒற்றுமையை அழிக்க விரும்பிற்று, மத்திய அதிகாரத்தை ஒழிக்க விரும்பிற்று என்னும் குற்றச்சாட்டு மனமறிந்து வேண்டுமென்றே செய்யப்படும் ஏமாற்றாகுமெனத் தெளிவுபட வலியுறுத்தினார். வேண்டுமென்றே தான் மார்க்ஸ் 'தேசிய ஒற்றுமை... ஒழுங்கமைக்கப்படும்' என்று குறிப்பிட்டார். முதலாளித்துவ, இராணுவ, அதிகார வர்க்க மத்தியத்துவத்தை எதிர்த்து உணர்வு பூர்வமான, ஜனநாயக வழிப்பட்ட, பாட்டாளி வர்க்க மத்தியத்துவத்தை வலியுறுத்தும் பொருட்டு இவ்வாறு குறிப்பிட்டார்.

ஆனால் கேட்க விரும்பாதவர்களைப் போன்ற டமாரச் செவிடர்கள் வேறு யாருமில்லை. அரசு அதிகாரம் அழிக்கப்பட வேண்டும், புல்லுருவியாய் வளர்ந்து வேண்டாத தசைப் பிண்டமாய் இருப்பதை வெட்டியெறிய வேண்டும் என்பது தான் தற்கால சமூக ஜனநாயகத்தின் சந்தர்ப்பவாதிகள் கேட்க விரும்பாத உண்மையாகும்.

5. புல்லுருவி அரசை ஒழித்தல்

இப்பொருள் குறித்து மார்க்ஸ் கூறியதை ஏற்கனவே மேற்கோளாய்க் கொடுத்திருக்கிறோம். இப்பொழுது கூடுதலாய் மேலும் சிலவற்றைத் தர வேண்டும்.

"...வரலாற்றின் புதிய படைப்புகள், அவை ஓரளவு உருவ ஒற்றுமை கொண்டிருக்கக் கூடிய சமுதாய வாழ்வின் பழைய, மரபற்று மறைந்துவிட்ட வடிவங்களின் நேர்பிரதிகளாகத் தவறாய்க் கருதப்படுகின்றன. இது பொதுவாய்ப் புதிய படைப்புகளுக்கு ஏற்படும் கதியாகும்" என்று அவர் எழுதினார். "இவ்வாறுதான், நவீன அரசு அதிகாரத்தைத் தகர்த்திடும் [bricht - நொறுக்கும்] இந்தப் புதிய கம்யூனும் மத்திய காலக் கம்யூன்களுடைய மறுபிறவியாய்... சிறு அரசுகளுடைய கூட்டமைப்பாய் (மாண்டிஸ்கியேவும் ஜிரோண்டுவாதிகளும்[20] கற்பனை செய்தவற்றைப் போன்றதாய்)... அதீத மத்தியத்துவத்துக்கு எதிரான பழைய போராட்டத்தின் மிகைப்பட்ட வடிவமாய்... கருதப்பட்டிருக்கிறது.

"...புல்லுருவியாய் வளர்ந்து வேண்டாத தசைப் பிண்டமானது, சமுதாயச் செலவில் உண்டு கொழுத்த சமுதாயத்தின் தங்குதடையற்ற இயக்கத்தைத் தடுத்திடும் 'அரசானது' இதுகாறும் உறிஞ்சியிழுத்துக் கொண்ட சக்திகள் அனைத்தையும் கம்யூன் அரசியல் அமைப்பு சமுதாய உடலுக்கு மீட்டளித்திருக்கும். இந்த ஒரு செயலாலேயே பிரெஞ்சு நாட்டின் புத்தெழுச்சி துவக்கி வைக்கப்பட்டிருக்கும்...

"...கம்யூன் அரசியல் அமைப்பு கிராமப்புற உற்பத்தியாளர்களை அவர்களது மாவட்ட மைய நகர்களது சித்தாந்தத் தலைமையில் கொண்டு வந்திருக்கும்; அங்கே நகர உழைப்பாளிகளின் வடிவில் அவர்களது நலன்களின் இயற்கையான காப்பாளர்களைப் பெற்றுத் தந்திருக்கும். கம்யூன் இருப்பதானது இயல்பாகவே பிரதேச சுயாட்சி நிர்வாகத்தைக் குறிப்பதாகும். ஆனால் பிரதேச சுயாட்சி இனி அரசு அதிகாரத்தின் எதிர் எடையாய் இருக்காது, ஏனென்றால் அரசு அதிகாரமே இப்பொழுது தேவையற்றதாகிவிடும்."

'புல்லுருவியாய் வளர்ந்து வேண்டாத தசைப் பிண்டமாய்' விளங்கும் 'அரசு அதிகாரத்தைத் தகர்த்திடல்', அதை 'வெட்டியெறிதல்', அதை 'நொறுக்குதல்'; 'அரசு அதிகாரம் இப்பொழுது தேவையற்றதாகி விடுதல்' - இவையே கம்யூனுடைய அனுபவத்தை மதிப்பிடுகையிலும் பகுத்தாராய்கையிலும் அரசு குறித்து மார்க்ஸ் உபயோகிக்கும் தொடர்கள்.

இவை யாவும் அரை நூற்றாண்டுக்குச் சற்றுக் குறைவான காலத்துக்கு முன்பு எழுதப்பட்டவை. திரித்துப் புரட்டப்படாத மார்க்சியத்தைப் பெருந்திரளான மக்களுக்குத் தெரியப்படுத்த இன்று அகழ்வாய்வு நடத்திப் புதைபொருள் தேடுவது போலத் தேடிப் பிடித்தாக வேண்டியிருக்கிறது. தம் வாழ்நாளில் நடைபெற்ற கடைசி பெரும் புரட்சியைக் கண்ணுற்றதிலிருந்து மார்க்ஸ் வகுத்தளித்த முடிவுகள், அடுத்த பெரிய பாட்டாளி வர்க்கப் புரட்சிகளுக்குரிய காலம் பிறந்துவிட்ட ஒரு நேரத்தில் மறக்கப்பட்டுவிட்டன.

"...கம்யூனுக்கு முந்திய எல்லா அரசாங்க வடிவங்களும் சாராம்சத்தில் அடக்கி ஒடுக்கும் தன்மையானதாகவே இருந்திருக்கையில், கம்யூன்

மட்டும் மிகுந்த நெகிழ்வுடைய அரசியல் வடிவமாய் இருந்ததென்பதைக் கம்யூனுக்கு அளிக்கப்பட்டிருக்கும் பல வகை விளக்கங்களும், கம்யூனில் வெளிப்பட்ட பல வகை நலன்களும் காட்டுகின்றன. அதன் மெய்யான இரகசியம் இதில்தான் அடங்கியிருந்தது; சாராம்சத்தில் அது தொழிலாளி வர்க்க அரசாங்கமாகும், உற்பத்தியாளர் வர்க்கம் அபகரிப்பாளர் வர்க்கத்தை எதிர்த்து நடத்திய போராட்டத்தின் விளைவாகும், உழைப்பானது பொருளாதார விடுதலை பெறும் பொருட்டு இறுதியாகக் கண்டுபிடிக்கப்பட்ட அரசியல் வடிவமாகும்...

"இந்தக் கடைசி நிபந்தனை இல்லையேல் கம்யூன் அரசியல் அமைப்பு சாத்தியமற்றதாகவும் பகற்கனவாகவுமே இருந்திருக்கும்..."

சமுதாயத்தை சோஷலிச முறையில் புனரமைப்பதற்குரிய அரசியல் வடிவங்களைக் 'கண்டுபிடிப்பதில்' கற்பனைவாதிகள் முனைந்திருந்தனர். அரசியல் வடிவங்களைப் பற்றிய பிரச்சனையையே அராஜகவாதிகள் முற்றிலும் புறக்கணித்து விட்டனர். தற்கால சமூக ஜனநாயகத்தின் சந்தர்ப்பவாதிகள் நாடாளுமன்ற ஜனநாயக அரசுக்குரிய முதலாளித்துவ அரசியல் வடிவங்களே இறுதி வரம்பென்றும் இவற்றுக்கு அப்பால் அடியெடுத்து வைக்கக் கூடாதென்றும் கருதிவிட்டனர். இந்த 'முன்மாதிரியின்' முன் மண்டியிட்டு வணங்கி மண்டையை உடைத்துக் கொண்டனர். இந்த வடிவங்களைத் தகர்த்திட வேண்டுமென்ற முயற்சி எதனையும் அராஜகவாதமெனக் கூறிக் கண்டித்தனர்.

அரசு மறைந்தே தீருமென்றும், அதன் மறைவுக்கான இடைக்கால வடிவம் (அரசுக்கும் அரசு இல்லாததற்கும் இடைப்பட்ட காலத்துக்குரிய வடிவம்) 'ஆளும் வர்க்கமாய் ஒழுங்கமைந்த பாட்டாளி வர்க்கமாகவே' இருக்குமென்றும் சோஷலிசம், அரசியல் போராட்டம் இவற்றின் வரலாறு முழுவதிலுமிருந்து மார்க்ஸ் முடிவுக்கு வந்தார். ஆனால் இந்த வருங்காலத்திற்குரிய அரசியல் வடிவங்களை மார்க்ஸ் கண்டுபிடிக்க முற்படவில்லை. பிரெஞ்சு வரலாற்றை உற்று நோக்கி, அதனைப் பகுத்தாய்ந்து, 1851-ஆம் ஆண்டிலிருந்து பெறப்படும் முடிவினை, அதாவது முதலாளித்துவ அரசுப் பொறியமைவு அழிக்கப்படுவதை நோக்கி விவகாரங்கள் முற்றிச் சென்றன என்னும் முடிவினை எடுத்துரைப்பதோடு நின்றுவிட்டார்.

பிறகு பாட்டாளி வர்க்கத்தின் வெகுஜனப்புரட்சி இயக்கம் வெடித்ததும் மார்க்ஸ், இவ்வியக்கம் தோல்வியுற்றதென்றாலும், குறுகிய காலத்துக்கே நடந்ததென்றாலும், தெளிவாகவே பலவீனம் கொண்டிருந்ததென்றாலும், இது கண்டுபிடித்த வடிவங்களை ஆராய முற்பட்டார்.

உழைப்பானது பொருளாதார விடுதலை பெறும் பொருட்டு பாட்டாளி வர்க்கப் புரட்சியால் 'இறுதியாகக் கண்டுபிடிக்கப்பட்ட' வடிவம் தான் கம்யூன்.

முதலாளித்துவ அரசுப் பொறியமைவை நொறுக்குவதற்குப் பாட்டாளி வர்க்கப் புரட்சியால் மேற்கொள்ளப்பட்ட முதல் முயற்சியே கம்யூன். நொறுக்கப்படும் அரசு இயந்திரத்திற்குப் பதிலாய் அமையக் கூடியதாகவும் அமைந்தாக வேண்டியதாகவும் 'இறுதியாகக் கண்டுபிடிக்கப்பட்ட' அரசியல் வடிவம் இதுவே.

1905-ஆம் ஆண்டு, 1917-ஆம் ஆண்டு ருஷ்யப் புரட்சிகள் கம்யூனின் பணியை வேறுவிதச் சூழ்நிலைகளிலும் வேறுவித நிலைமைகளிலும் தொடர்ந்து நடத்திச் சென்றதையும், மார்க்சின் உன்னத வரலாற்று வழிப் பகுத்தாய்வை மெய்ப்பித்து உறுதி செய்ததையும் பிற்பாடு நாம் காண்போம்.

அத்தியாயம் - 4

தொடர்ச்சி கூடுதலாய் எங்கெல்ஸ் அளித்த விளக்கங்கள்

கம்யூனுடைய அனுபவத்தின் முக்கியத்துவம் பற்றிய அடிப்படைக் கருத்துக்களை மார்க்ஸ் எடுத்துரைத்தார். எங்கெல்ஸ் இதே பொருளுக்கு மீண்டும் மீண்டும் திரும்பி மார்க்சின் பகுத்தாய்வையும் முடிவுகளையும் விளக்கிக் கூறினார். சில சந்தர்ப்பங்களில் இப்பிரச்சனையின் பிற கூறுகளை எங்கெல்ஸ் அத்தனை வலிமையோடு தெள்ளத் தெளிவாய் விளக்குவதால், அவருடைய விளக்கங்களைத் தனியே விவரிப்பது அவசியமாகும்.

1. 'குடியிருப்புப் பிரச்சனை'

குடியிருப்புப் பிரச்சனை பற்றிய தமது நூலிலேயே (1872)[21] எங்கெல்ஸ் கம்யூனுடைய அனுபவத்தைக் கணக்கில் எடுத்து, அரசு சம்பந்தமாய்ப் புரட்சிக்குள்ள பணிகளைப் பல இடங்களில் குறிப்பிட்டுச் செல்கிறார். இந்தப் பிரத்தியேக விவகாரம் பற்றிய பரிசீலனை தெளிவாய்ப் புலப்படுத்துபவை, கருத்தூன்றிக் கவனிக்கத் தக்கவை; ஒருபுறம், பாட்டாளி வர்க்க அரசுக்கும் தற்போதுள்ள அரசுக்கும் இடையே இருக்கும் ஒற்றுமைக் கூறுகளையும் - இரு சந்தர்ப்பங்களிலும் அரசெனச் சொல்வது சரியே என்பதை உறுதிப்படுத்தும் ஒற்றுமைக் கூறுகளையும் - மறுபுறம், இவை இரண்டுக்குமுள்ள வேற்றுமைக் கூறுகளையும், அதாவது அரசு அழிந்தொழிவதற்குரிய இடைக்கால நிலையையும், இந்தப் பரிசீலனை தெளிவாய்ப் புலப்படுத்துகிறது.

"அப்படியானால், குடியிருப்புப் பிரச்சனைக்குத் தீர்வு காண்பது எப்படி? இன்றைய சமுதாயத்தில் இது ஏனைய எந்தச் சமூகப் பிரச்சனையையும் போலவேதான் தீர்க்கப்படுகிறது: தேவையையும் அளிப்பையும் பொருளாதார வழியில் படிப்படியாய்ச் சமன் செய்வதன் மூலம் தீர்க்கப்படுகிறது. பிரச்சனையை மீண்டும் மீண்டும் அப்படியே தோற்றுவிக்கும் ஒரு தீர்வே இது. ஆகவே இது தீர்வாகவே அமைவதில்லை. சமுதாயப் புரட்சி ஒன்று இந்தப் பிரச்சனைக்கு எப்படித் தீர்வு காணும் என்பது குறிப்பிட்ட அந்தந்தச் சந்தர்ப்பத்திலும் நிலவும் சூழ்நிலையைச் சார்ந்ததென்பதோடு, மேலும் பன்மடங்கு

ஆழமான பிரச்சனைகளுடன் இணைக்கப்பட்டதாகவும் இருக்கும். இவற்றில் மிகவும் அடிப்படையானவற்றுள் ஒன்று, நகருக்கும் கிராமத்துக்குமுள்ள முரண் நிலை ஒழிக்கப்படுதல். வருங்கால சமுதாய ஒழுங்கமைப்புக்கான கற்பனைவாதத் திட்டங்களைச் சிருஷ்டிப்பது எமது பணியல்ல. ஆதலால் இந்தப் பிரச்சனையை இங்கு பரிசீலிப்பது வீண் வேலையே ஆகும். ஆயினும் ஒன்று மட்டும் உறுதியாய்ச் சொல்லலாம்: பெரிய நகரங்களில் ஏற்கனவே போதிய அளவு வீடுகள் இருக்கின்றன. நல்லறிவுக்கு உகந்த நேரிய வழியில் இவை பயன்படுத்தப்படும் பட்சத்தில் மெய்யான 'குடியிருப்புப் பற்றாக்குறை' அனைத்தையும் உடனடியாகவே நிவர்த்தி செய்துவிடலாம். ஆனால் தற்போதுள்ள உடைமையாளர்களிடமிருந்து வீடுகளைப் பறிமுதல் செய்து வீடில்லாத தொழிலாளர்களையும் மற்றும் இடமின்றி அளவு மீறிய நெரிசலில் அவதியுறும் தொழிலாளர்களையும் இவ்வீடுகளில் குடி புகச் செய்தாலன்றி இது சாத்தியமல்ல. பாட்டாளி வர்க்கம் அரசியல் அதிகாரம் வென்றதும், பொது நலத்தை முன்னிட்டு இத்தகைய நடவடிக்கையை எடுத்து நிறைவேற்றுதல், தற்போதுள்ள அரசு வேறு துறைகளில் செய்யும் பறிமுதல்களையும் குடியிருப்பிடங்களை வசப்படுத்திக் கொள்ளுதலையும் போல எளிதில் நடைபெறும் காரியமே." (1887-ஆம் ஆண்டு ஜெர்மன் பதிப்பு, பக்கம் 22.)

அரசு அதிகாரத்தின் வடிவத்தில் ஏற்படும் மாற்றம் இங்கு பரிசீலிக்கப்படவில்லை, அதன் செயற்பாட்டின் உள்ளடக்கம் மட்டுமே பரிசீலிக்கப்படுகிறது. பறிமுதல்களும் குடியிருப்பிடங்களை வசப்படுத்திக் கொள்ளுதலும் தற்போதுள்ள அரசினாலுங்கூட ஆணையிட்டு நிறைவேற்றப்படுகின்றன. வடிவத்தைப் பொறுத்தவரை, பாட்டாளி வர்க்க அரசுங்கூட 'ஆணையிட்டே' குடியிருப்பிடங்களை வசப்படுத்திக் கொள்ளும், வீடுகளைப் பறிமுதல் செய்யும். ஆனால் பழைய நிர்வாக இயந்திரம், முதலாளித்துவ வர்க்கத்தாருடன் இணைந்து அதிகார வர்க்கமானது பாட்டாளி வர்க்க அரசின் ஆணைகளை நிறைவேற்றச் சிறிதும் ஏற்றதாய் இராதென்பது தெளிவு.

"...உழைப்பாளி மக்கள் உழைப்புக் கருவிகள் யாவற்றையும், தொழில் துறை அனைத்தையுமே 'நடைமுறையில் கைப்பற்றுவது' புரூதோனிய 'மீட்புக்கு' நேர் முரணாகும் என்பதைக் குறிப்பிட வேண்டும். பின்னதில் தனிப்பட்ட உழைப்பாளி வீட்டின், விவசாயப் பண்ணையின், உழைப்புக் கருவிகளின் உடைமையாளனாகினான்; ஆனால் முன்னதில் 'உழைப்பாளி மக்கள்' வீடுகளின், ஆலைகளின், உழைப்புக் கருவிகளின் கூட்டு உடைமையாளர்களாய் இருக்கிறார்கள். இடைக்காலத்திலேனும் தனி நபர்களோ, கூட்டுகளோ இந்த வீடுகள், ஆலைகள், மற்றும் பலவற்றின் பெறுமானத்துக்கு ஈடு அளிக்காமலே இவற்றை உபயோகிக்க அனுமதிப்பார்களென நினைக்க முடியாது. இதே போல, நிலத்தில் சொத்துரிமையின் ஒழிப்பு நில வாடகையின் ஒழிப்பைக் குறிக்காது;

இந்த நில வாடகை, திருத்தப் பெற்ற வடிவிலேதான் என்றாலும், சமுதாயத்துக்கு மாற்றப்படுவதையே குறிக்கும். ஆகவே உழைப்புக் கருவிகள் யாவற்றையும் நடைமுறையில் உழைப்பாளி மக்கள் கைப்பற்றிக் கொண்டு விடுவதானது வாடகை உறவுகள் நீடிக்க வழியில்லாதபடி செய்து விடாது." (பக்கம் 68.)

இந்த வாசகத்தில் குறிப்பிடப்படும் பிரச்சனை குறித்து, அதாவது அரசு உலர்ந்து உதிருவதன் பொருளாதார அடித்தளம் குறித்து, அடுத்த அத்தியாயத்தில் பரிசீலிப்போம். பாட்டாளி வர்க்க அரசு கட்டணமின்றியே வீடுகளை உபயோகித்துக் கொள்ள அனுமதிக்குமென 'நினைக்க முடியாது', 'இடைக்காலத்திலேனும்' அப்படி அனுமதிக்குமென நினைக்க முடியாது என்று எங்கெல்ஸ் மிகுந்த எச்சரிக்கையுடன் கூறுகிறார். மக்கள் அனைவரின் சொத்தான வீடுகளைத் தனிப்பட்டக் குடும்பங்களுக்கு வாடகைக்கு விடுவதெனில் வாடகை வசூலிப்பு, ஓரளவு கண்காணிப்பு, குடியிருப்பிடங்கள் ஒதுக்குவதில் சில நியதிகளை அனுசரித்தல் ஆகியவை அவசியமாகி விடுகின்றன. இவற்றுக்கெல்லாம் ஒரு வகை அரசு வேண்டியிருக்கும். ஆனால் தனிச்சலுகை பெற்றுள்ள அதிகார வர்க்க இயந்திரம் தனி வகை இராணுவ ஏற்பாடும் இருக்க வேண்டுமென்பதும் தேவையில்லை. வாடகை இல்லாமலே இலவசமாய்க் குடியிருப்பு வசதி செய்து கொடுப்பது சாத்தியமாகி விடும் நிலைக்கு மாறிச் செல்வது அரசு அறவே 'உலர்ந்து உதிருவதைப்' பொறுத்ததாகும்.

கம்யூனுக்குப் பிற்பாடும் அதன் அனுபவத்தினது செல்வாக்கின் கீழும் பிளான்கிஸ்டுகள்[22] மார்க்சியத்தின் அடிப்படை நிலையை ஏற்றுக் கொண்டது குறித்துப் பேசுகையில், போகிற போக்கில் ஏங்கெல்ஸ் இந்த நிலையைப் பின்வருமாறு வரையறுத்துக் கூறுகிறார்:

"...வர்க்கங்களையும் அவற்றுடன் கூட அரசையும் ஒழித்திடுவதற்காகப் பாட்டாளி வர்க்கத்தின் அரசியல் செயலும் அதன் சர்வாதிகாரமும் அவசியமாயிருக்கும்..." (பக்கம் 55)

'அரசின் ஒழிப்புக்கு' அளிக்கப்படும் இந்த அங்கீகாரத்துக்கும், டூரிங்குக்கு மறுப்பு என்னும் நூலிலிருந்து மேலே தரப்பட்ட வாசகத்தில் இந்தச் சூத்திரம் அராஜகவாத நிர்ணயிப்பு என்பதாய் நிராகரிக்கப்படுவதற்கும் முரண்பாடு இருப்பதாய் விதண்டாவாதப் பிரியர்களும் 'மார்க்சியத்தை ஒழித்துக் கட்டுவதில்' முனைந்துள்ள முதலாளித்துவப் பிண்டங்களும் கருதினாலும் கருதலாம். எங்கெல்சையே கூட சந்தர்ப்பவாதிகள் 'அராஜகவாதியாகக்' கொள்வார்களாயினும் வியப்புறுவதற்கில்லை. ஏனெனில் அராஜகவாதக் குற்றமிழைப்பதாய்ச் சர்வதேசவாதிகள் மீது குற்றம் சாட்டுவது சமூகதேசிய வெறியர்களிடையே மேலும் மேலும் சகஜமாகி வருகிறது.

வர்க்கங்கள் ஒழியும்போது அரசும் ஒழிந்துவிடுமென்று தான் மார்க்சியம் எப்பொழுதுமே போதித்து வந்திருக்கிறது. டூரிங்குக்கு மறுப்பு

என்னும் நூலில் 'அரசு உலர்ந்து உதிர்வது' பற்றிக் கூறும் புகழ்பெற்ற வாசகம் அராஜகவாதிகளைச் சாடுவது அவர்கள் திடுதிப்பென 'ஒரே நாளில்' அரசை ஒழித்துவிடலாமென உபதேசிக்கிறார்கள் என்பதற்காகவே அன்றி, அரசு ஒழிவதை ஆதரிக்கிறார்கள் என்பதற்காக அல்ல.

தற்போது நிலவி வரும் 'சமூக-ஜனநாயகக்' கோட்பாடானது அரசை அழிப்பது பற்றிய பிரச்சனையில் அராஜகவாதத்தின்பால் மார்க்சியத்திற்குள்ள போக்கினை அறவே திரித்துப் புரட்டுவதால், மார்க்சும் எங்கெல்சும் அராஜகவாதிகளை எதிர்த்து நடத்திய ஒரு வாக்குவாதத்தை நினைவு கூர்தல் பெரிதும் பயனுடையதாய் இருக்கும்.

2. அராஜகவாதிகளுடன் வாக்குவாதம்

இந்த வாக்குவாதம் 1873-ல் நடைபெற்றது. புரூதோனியவாதிகளை[23], 'சுயாட்சியாளர்களை' அல்லது 'அதிகார எதிர்ப்பாளர்களை' எதிர்த்து மார்க்சும் எங்கெல்சும் இத்தாலிய சோஷலிஸ்டு ஆண்டு வெளியீடு ஒன்றுக்குக் கட்டுரைகள் வழங்கினர். 1913-ஆம் ஆண்டில் தான் இந்தக் கட்டுரைகள் ஜெர்மன் மொழியில் Neue Zeit இல் வெளிவந்தன[24].

அரசியலை நிராகரிப்பதற்காக அராஜகவாதிகளைக் கிண்டல் செய்து மார்க்ஸ் எழுதினார்: "தொழிலாளி வர்க்கத்தின் அரசியல் போராட்டம் புரட்சிகர வடிவங்களை ஏற்குமாயின், முதலாளித்துவ வர்க்கத்தாரின் சர்வாதிகாரத்துக்குப் பதிலாய்த் தொழிலாளர்கள் தமது புரட்சிகர சர்வாதிகாரத்தை நிறுவிக்கொண்டார்களாயின் அவர்கள் கோட்பாடுகளை இழிவுபடுத்திப் பயங்கரக் குற்றமிழைப்பவர்கள் ஆகிவிடுகிறார்கள். எப்படியென்றால் தமது ஆயுதங்களைத் துறந்து அரசை ஒழித்திடுவதற்குப் பதிலாய், அவர்கள் கேவலம் தமது அன்றாட அற்பத் தேவைகளைப் பூர்த்தி செய்து கொள்வதற்காகவும் முதலாளித்துவ வர்க்கத்தாரது எதிர்ப்பை நசுக்குவதற்காகவும் அரசுக்குப் புரட்சிகரமான இடைக்கால வடிவம் ஒன்றை அளிக்கிறார்கள்...."(Neue zeit, மலர் 32, இதழ் 1, 1913-14, பக்கம் 40.)[25]

அராஜகவாதிகளுக்கு மறுப்புக் கூறுகையில், இவ்வகையான அரசு 'ஒழிப்பை' மட்டுமே மார்க்ஸ் எதிர்த்துப் போராடினார்! வர்க்கங்கள் மறையும்போது அரசும் மறையும் அல்லது வர்க்கங்கள் ஒழிக்கப்படும்போது அரசும் ஒழிக்கப்படும் என்னும் கருத்தை அவர் எதிர்க்கவே இல்லை. அவர் எதிர்த்தது எல்லாம், தொழிலாளர்கள் ஆயுதப் பிரயோகத்தை, ஒழுங்கமைந்த பலாத்காரத்தை, **அதாவது அரசை**, 'முதலாளித்துவ வர்க்கத்தாரது எதிர்ப்பை நசுக்குவதற்காகப்' பயன்படுத்திக் கொள்வதற்குரிய அரசைக் கைவிட்டு விட வேண்டுமென்ற கூற்றைத்தான்.

அராஜகவாதத்துக்கு எதிரான தமது போராட்டத்தின் மெய்ப்பொருள் திரித்துப் புரட்டப்படுவதைத் தடுக்கும் பொருட்டு, பாட்டாளி வர்க்கத்துக்குத் தேவைப்படும் அரசு 'புரட்சிகரமான **இடைக்கால** வடிவம்'

கொண்டதென்பதை மார்க்ஸ் தெளிவாய் வலியுறுத்திக் கூறினார். பாட்டாளி வர்க்கத்துக்குத் தற்காலிகமாகவே அரசு தேவைப்படுகிறது. அரசு ஒழிக்கப்படுவதென்ற குறிக்கோளைப் பொறுத்தமட்டில் நாம் அராஜகவாதிகளுடன் சிறிதும் கருத்து வேற்றுமை கொண்டதில்லை. இந்தக் குறிக்கோளை அடைவதில் சித்தி பெறுவதற்காக, சுரண்டலாளர்களுக்கு விரோதமாய் அரசு அதிகாரத்தின் கருவிகளையும் சாதனங்களையும் முறைகளையும் தற்காலிகமாய் நாம் உபயோகித்துக் கொண்டாக வேண்டுமென, வர்க்கங்களை அழிக்க ஒடுக்கப்பட்ட வர்க்கத்தின் தற்காலிகச் சர்வாதிகாரம் எப்படி அவசியமோ அதே போல இதுவும் அவசியமென நாம் வற்புறுத்துகிறோம். அராஜகவாதிகளை எதிர்த்துத் தமது நிலையை எடுத்துரைக்க மார்க்ஸ் மிகக் கூர்மையான, மிகத் தெளிவான வழியைத் தேர்ந்தெடுத்துக் கொள்கிறார்: முதலாளிகளுடைய ஆதிக்கத்தைக் கவிழ்த்ததும் தொழிலாளர்கள் "தமது ஆயுதங்களைத் துறந்துவிட" வேண்டுமா? அல்லது முதலாளிகளுடைய எதிர்ப்பை நசுக்குவதற்காகத் தமது ஆயுதங்களை அவர்களுக்கு எதிராக உபயோகிக்க வேண்டுமா? என்று கேட்கிறார். ஒரு வர்க்கம் பிறிதொன்றை எதிர்த்து முறையாய் ஆயுதங்களை உபயோகிப்பதென்பது அரசின் 'இடைக்கால வடிவம்' அல்லாது வேறு என்ன?

சமூக-ஜனநாயகவாதியான ஒவ்வொருவரும் தன்னைத் தானே கேட்டுப் பார்க்கட்டும்: அராஜகவாதிகளுக்கு எதிரான வாக்குவாதத்தில் அரசு பற்றிய பிரச்சனையை அவர் இப்படியா எடுத்துரைத்து வந்துள்ளார்? இரண்டாவது அகிலத்தைச் சேர்ந்த அதிகார பூர்வமான மிகப் பெரும்பாலான சோஷலிஸ்டுக் கட்சிகள் இப்படியா எடுத்துரைத்து வந்துள்ளன?

எங்கெல்ஸ் இன்னும்கூட விவரமாகவும் ரஞ்சகமாகவும் இதே கருத்துக்களை விளக்குகிறார். முதலில் அவர் புரூதோனியவாதிகளுடைய குழப்படிக் கருத்துக்களை நையாண்டி செய்கிறார். புரூதோனியவாதிகள் தம்மை 'அதிகார எதிர்ப்பாளர்களாய்' அழைத்துக் கொண்டவர்கள், அதாவது அவர்கள் எல்லா வகையான அதிகாரத்தையும், கீழ்ப்படிதலையும், ஆட்சியையும் நிராகரித்தவர்கள். ஓர் ஆலை அல்லது ரயில் அல்லது விரிகடலில் செல்லும் கப்பலை எடுத்துக் கொள்வோம் என்கிறார் எங்கெல்ஸ். இயந்திர சாதனங்களை உபயோகித்துக் கொள்வதையும் மிகப் பலரது முறையான ஒத்துழைப்பையும் அடிப்படையாய்க் கொண்ட சிக்கலான இந்தத் தொழில்நுட்ப நிலையங்கள் ஓரளவு கீழ்ப்படிதலும், ஆகவே ஓரளவு அதிகாரமும் அல்லது ஆட்சியும் இன்றி, இயங்க முடியாதென்பது தெளிவாய் விளங்கவில்லையா?

"...மிகவும் ஆவேசமான அதிகார எதிர்ப்பாளர்களுக்கு எதிராய் நான் இந்த வாதங்களை எழுப்புகையில் எனக்கு அவர்கள் தரவல்ல ஒரேயொரு பதில் இதுதான்:' ஓ, அது சரிதான், ஆனால் இங்கு நாங்கள் எங்கள் பிரதிநிதிகளுக்கு வழங்குவது அதிகாரம் அல்ல,

பொறுப்புரிமையைத்தான் அளிக்கிறோம்!' இந்த ஆட்கள் ஒரு பொருளின் பெயரை மாற்றுவதன் மூலம் அப்பொருளையே மாற்றி விடுவதாய் நினைத்துக் கொள்கிறார்கள்..."[26]

இவ்விதம் அதிகாரம், சுயாட்சி ஆகியவை சார்புநிலைத் தொடர்களே என்பதையும், அவற்றின் பிரயோக அரங்கு சமுதாய வளர்ச்சியின் பல்வேறு கட்டங்களிலும் மாறுபடுகிறது என்பதையும், அவற்றைச் சார்பிலா முழு முதலானவையாய்க் கொள்வது அறிவுடைமையாகாது என்பதையும் விளக்கிவிட்டு, எங்கெல்ஸ் இயந்திர சாதனங்கள் பயன்படுத்தப்படும் அரங்கும் பெருவீதப் பொருளுற்பத்தியும் இடையறாது விரைவடைவதையும் குறிப்பிடுகிறார். பிறகு அதிகாரத்தைப் பற்றிய பொது விவாதத்திலிருந்து அரசெனும் பிரச்சனைக்குச் செல்கிறார்.

"சுயாட்சிக் கோட்பாட்டாளர்கள் வருங்கால சமுதாய அமைப்பானது பொருளுற்பத்தி நிலைமைகள் தவிர்க்க முடியாததாக்கும் வரம்புகளுக்குள் மட்டுமே அதிகாரம் இயங்க அனுமதிக்குமென்று சொல்வதோடு நின்றிருந்தார்களானால், அவர்களுடன் உடன்பாட்டுக்கு வர முடிந்திருக்கும். ஆனால் அதிகாரத்தை அவசியமாக்கும் உண்மைகளை எல்லாம் பார்க்காமலே கண்களைக் கெட்டியாய் மூடிக் கொண்டு ஆவேசமாய் இச்சொல்லை எதிர்த்துப் போராடுகிறார்கள்.

"அதிகார எதிர்ப்பாளர்கள் அரசியல் அதிகாரத்தை எதிர்த்து, அரசை எதிர்த்து, கூச்சலிடுவதோடு நிறுத்திக் கொண்டால் என்ன? வருகிற சமுதாயப் புரட்சியின் விளைவாய் அரசும் அதனுடன் அரசியல் அதிகாரமும் மறைந்து விடுமென்று, அதாவது பொதுப் பணிகள் அவற்றின் அரசியல் குணத்தை இழந்து சமுதாய நலன்களைக் கண்காணித்துக் கொள்ளும் வெறும் நிர்வாகப் பணிகளாகி விடுமென்று எல்லா சோஷலிஸ்டுகளும் ஒத்துக் கொள்கிறார்கள். ஆனால் அதிகார-எதிர்ப்பாளர்கள் அரசியல் வழியிலான அரசினை, அதைப் பெற்றெடுத்த சமூக உறவுகள் அழிக்கப்படுவதற்கு முன்பே, ஒரே மூச்சில் உடனடியாக அழித்துவிட வேண்டுமெனக் கோருகிறார்கள். அதிகாரத்தை ஒழித்திடுவதே சமுதாயப் புரட்சியின் முதற் செயலாயிருக்க வேண்டுமெனக் கோருகிறார்கள்.

"இந்தக் கனவான்கள் எப்பொழுதாவது ஒரு புரட்சியைப் பார்த்திருக்கிறார்களா? புரட்சியைப் போல அதிகார ஆதிக்கம் செலுத்தும் எதுவுமே இருக்க முடியாது. துப்பாக்கிகளும் துப்பாக்கிக் குத்தீட்டிகளும் பீரங்கிகளும் கொண்டு - இவை யாவுமே மிகக் கடுமையான அதிகார ஆதிக்கச் சாதனங்கள் - ஒரு பகுதி மக்கள் எஞ்சிய பகுதியின் மீது தமது சித்தத்தைத் திணிக்கும் செயலே புரட்சி. வெற்றி பெறும் தரப்பு தனது படைபலம் பிற்போக்குவாதிகளிடத்தே உண்டாக்கும் குலைநடுக்க பயங்கரத்தின் மூலமாய்த் தனது ஆட்சியை நிலைநிறுத்திக் கொண்டாக வேண்டும். பாரிஸ் கம்யூன், முதலாளித்துவ வர்க்கத்தினருக்கு எதிராய் ஆயுதமேந்திய மக்களுடைய அதிகாரத்தைப்

பிரயோகிக்காதிருந்தால் அதனால் ஒரு நாளுக்கு மேல் நீடித்திருக்க முடியுமா? அதிகாரத்தைப் பிரயோகித்ததென்று கண்டிப்பதற்குப் பதில் இந்த அதிகாரத்தை மிகச் சொற்பமாகவே உபயோகித்தது என்றல்லவா அதன் மீது குற்றம் சாட்ட வேண்டும்? ஆகவே இரண்டில் ஒன்றுதான் உண்மை: ஒன்று அதிகார எதிர்ப்பாளர்கள் என்ன பேசுகிறோம் என்பது தெரியாமலே பேசிக் கொண்டிருக்கிறார்கள் - அப்படியானால் அவர்கள் குழப்பம் உண்டாக்குவதைத் தவிர வேறு எதுவும் செய்யவில்லை; அல்லது அவர்கள் தெரிந்தே பேசுகிறார்கள் என்றால், பாட்டாளி வர்க்கத்தின் இலட்சியத்துக்குத் துரோகம் புரிகின்றனர். இரண்டில் எதுவாயினும், அவர்கள் பிற்போக்குக்குப் பணியாற்றுவோரே ஆவர்." (பக்கம்39.)27

இந்தக் கருத்துரை குறிப்பிடும் பிரச்சனைகள் அரசு உலர்ந்து உதிருகையில் அரசியலுக்கும் பொருளாதாரத்துக்கும் இருக்கும் உறவுநிலை சம்பந்தமாய்ப் பரிசீலிக்கப்பட வேண்டியவை (அடுத்த அத்தியாயம் இதற்கென ஒதுக்கப்பட்டிருக்கிறது). சமுதாயப் பணிகள் அரசியல் பணிகளிலிருந்து வெறும் நிர்வாகப் பணிகளாய் மாற்றப்படுதலும், 'அரசியல் வழியிலான அரசுமே' இப்பிரச்சனைகள். கடைசியில் குறிக்கப்பட்ட 'அரசியல் வழியிலான அரசு' என்னும் தொடர் குறிப்பாய்த் தவறான வழியில் அர்த்தப்படுத்தப்படக் கூடியது. இத்தொடர் அரசு உலர்ந்து உதிரும் நிகழ்ச்சிப் போக்கைச் சுட்டிக்காட்டுகிறது: இந்த நிகழ்ச்சிப் போக்கின் குறிப்பிட்ட ஒரு கட்டத்தில், உலர்ந்து உதிர்ந்து கொண்டிருக்கும் அரசு அரசியல் தன்மையல்லாத அரசாய் அழைக்கப்படக் கூடியதாகி விடுகிறது.

திரும்பவும் எங்கெல்சின் இந்தக் கருத்துரையில் சிறப்பு முக்கியத்துவமுடையதாய் விளங்குவது, அராஜகவாதிகளை எதிர்த்து அவர் பிரச்சனையை எடுத்துரைக்கும் முறையே ஆகும். எங்கெல்சின் சீடர்களெனக் கூறிக் கொள்ளும் சமூக ஜனநாயகவாதிகள் அராஜகவாதிகளை எதிர்த்து இப்பொருள் குறித்து 1873- முதலாய் லட்சக்கணக்கான முறை வாதாடியிருக்கிறார்கள், ஆனால் மார்க்சியவாதிகள் வாதாடத்தக்க, வாதாட வேண்டிய முறையில் அவர்கள் வாதாடியதே இல்லை. அரசு ஒழிக்கப்பட வேண்டியது பற்றிய அராஜகவாதக் கருத்து குழப்படியானது, **புரட்சிகரமல்லாதது** - இதுவே எங்கெல்சின் வாதம். புரட்சியை அதன் எழுச்சியிலும் வளர்ச்சியிலும், பலாத்காரம், அதிகாரம், ஆட்சி, அரசு ஆகியவை குறித்து அதற்குரிய பிரத்தியேகப் பணிகளுடன் பார்க்க அராஜகவாதிகள் தவறிவிடுகிறார்கள்.

தற்கால சமூக-ஜனநாயகவாதிகள் அராஜகவாதத்தைப் பற்றி வழக்கமாய் கூறும் விமர்சனம் முற்றிலும் அவலமான குட்டி முதலாளித்துவ அற்பத்தனமாய்ச் சிறுமையுற்றுவிட்டது: 'அரசை நாங்கள் அங்கீகரிக்கிறோம், ஆனால் அராஜகவாதிகள் அங்கீகரிப்பதில்லை!' என்பதாகிவிட்டது. இத்தகைய அவலம், சிறிதளவேனும் சிந்தனை

ஆற்றலும் புரட்சி மனோபாவமும் கொண்ட தொழிலாளர்களை அருவருப்புக் கொண்டு விலகி விடச் செய்வது இயற்கையே. எங்கெல்ஸ் கூறுவது முற்றிலும் வேறு. சோஷலிசப் புரட்சியின் விளைவாய் அரசு மறைந்துவிடும், எல்லா சோஷலிஸ்டுகளும் இதை ஒத்துக் கொள்கிறார்கள் என்று அவர் வலியுறுத்துகிறார். பிறகு புரட்சியெனும் பிரச்சனையைப் பிரத்தியேகமான பிரச்சனையாய்க் கொண்டு பரிசீலிக்கிறார். இந்தப் பிரச்சனையைத்தான் சந்தர்ப்பவாதம் காரணமாய் சமூக-ஜனநாயகவாதிகள் வழக்கமாய்த் தட்டிக்கழித்து, இதனை அராஜகவாதிகளே 'வகுத்துரைக்கும்' வண்ணம் முற்றிலும் அவர்கள் கைக்கு விட்டு விடுகிறார்கள். எங்கெல்ஸ் அரசெனும் பிரச்சனையைப் பரிசீலிக்கையில், நேரே அதன் மைய விவகாரத்தைக் குறிவைத்துத் தாக்குகிறார்: கம்யூனானது **அரசினுடைய** - அதாவது ஆயுதம் தாங்கி ஆளும் வர்க்கமாய் ஒழுங்கமைந்த பாட்டாளி வர்க்கத்தினுடைய - **புரட்சிகர** ஆட்சியதிகாரத்தை **இன்னும் அதிகமாய்ப்** பிரயோகித்திருக்க வேண்டாமா என்று கேட்கிறார்.

புரட்சியின்போது பாட்டாளி வர்க்கத்துக்குள்ள ஸ்தூலமான பணிகள் குறித்த பிரச்சனையைத் தற்போது ஆதிக்கத்திலுள்ள அதிகாரபூர்வமான சமூக-ஜனநாயகமானது அற்பவாத முறையில் ஏளனம் செய்து, அல்லது அதிகம் போனால் "வருங்காலம் இதைத் தெரியப்படுத்தும்" என்று குதர்க்கவாதம் பேசித் தட்டிக்கழித்து, வழக்கமாய்ப் புறக்கணித்துள்ளது. தொழிலாளர்களுக்குப் புரட்சிகரப் போதனையளிக்கும் பணியினை விட்டொழிக்கிறார்களென அராஜகவாதிகள் இத்தகைய சமூக-ஜனநாயகவாதிகள் குறித்துக் கூறியது முற்றிலும் நியாயமே. வங்கிகள், அரசு இவை இரண்டும் குறித்துப் பாட்டாளி வர்க்கம் என்ன செய்ய வேண்டும்? இதை எப்படிச் செய்ய வேண்டும் என்பதை மிகவும் ஸ்தூலமான முறையில் ஆய்ந்தறிவதற்காக, கடந்த பாட்டாளி வர்க்கப் புரட்சியின் அனுபவத்தை எங்கெல்ஸ் பயன்படுத்திக் கொள்கிறார்.

3. பெபெலுக்கு எழுதிய கடிதம்

அரசு பற்றி மார்க்ஸ், எங்கெல்ஸ் நூல்களிலே மிகச் சிறப்பானதென இல்லையேல், மிகச் சிறப்பானவற்றுள் ஒன்றெனக் கொள்ளத்தக்கக் கருத்துரை 1875 மார்ச் 18-28 தேதியிட்டு பெபெலுக்கு எங்கெல்ஸ் எழுதிய கடிதத்தின் பின்வரும் வாசகத்தில் காணப்படுகிறது. நமக்குத் தெரிந்த வரை இந்தக் கடிதம் பெபெலால் 1911-ல் வெளிவந்த தமது நினைவுக் குறிப்புகளின் (Aus meinem Leben) இரண்டாம் தொகுதியில் தான் வெளியிடப்பட்டது, அதாவது இக்கடிதம் எழுதியனுப்பப்பட்டதற்கு முப்பத்தாறு ஆண்டுகளுக்குப் பிற்பாடுதான் வெளியிடப்பட்டது என்பதை இங்கு நாம் இடைக்குறிப்பாய்ச் சொல்ல வேண்டும்.

மார்க்ஸ் முன்பு பிராக்கேயிற்கு[28] எழுதிய புகழ் பெற்ற கடிதத்தில் விமர்சனம் செய்யும் அதே கோத்தா வேலைத் திட்ட நகலை விமர்சித்து

எங்கெல்ஸ், பெபெலுக்கு எழுதினார். குறிப்பாய் அரசு பற்றிய பிரச்சனை குறித்து எங்கெல்ஸ் எழுதினார்:

"...சுதந்திர மக்கள் அரசு என்பது சுதந்திர அரசாய் மாற்றப்பட்டிருக்கிறது. அதன் இலக்கண வழிப் பொருளில், சுதந்திர அரசு என்பது தனது குடிமக்கள் சம்பந்தமாய் சுதந்திரமாயுள்ள அரசாகும். ஆகவே எதேச்சதிகார அரசாங்கத்தைக் கொண்ட அரசாகும். அரசு பற்றிய வெறும் பேச்சையே - குறிப்பாய், அரசெனும் சொல்லின் சரியான பொருளில் அரசாய் இருக்காத கம்யூனுக்குப் பிற்பாடு - விட்டுவிட வேண்டும். சோஷலிச சமுதாய அமைப்பு தோற்றுவிக்கப்பட்ட பிறகு அரசு தானாகவே தேய்ந்து [sich auflost] மறைந்துவிடுமென்று புரூதோனுக்கு[29] எதிரான புத்தகமும் பிற்பாடு **கம்யூனிஸ்டு அறிக்கையும்** தெள்ளத் தெளிவாய்க் கூறிய போதிலும் அராஜகவாதிகள் 'மக்கள் அரசு' என்பதனைக் குறிப்பிட்டுச் சலிப்பும் அருவருப்பும் ஊட்டத்தக்க அளவுக்கு ஓயாது அதனை நம் முகத்திலே எறிந்து வருகிறார்கள். அரசு என்பது இடைக்காலத்துக்கு மட்டுமே உரிய அமைப்பாகையால், போராட்டத்தில், புரட்சியில் வன்முறை மூலம் எதிராளிகளை அடக்கி வைப்பதற்குரிய அமைப்பாகையால், 'சுதந்திர மக்கள் அரசு' என்பதாய்ப் பேசுவது கிஞ்சித்தும் பொருளுடையதாகாது. பாட்டாளி வர்க்கத்துக்கு அரசு **தேவையாயிருக்கும்** வரையில், தனது எதிராளிகளை அடக்கி வைக்கும் பொருட்டே அல்லாமல் சுதந்திரத்தின் நலன்களுக்காக அதற்கு அரசு தேவைப்படவில்லை. சுதந்திரம் குறித்துப் பேசுவது சாத்தியமானதுமே அரசு அரசாய் இல்லாதொழிகிறது. ஆகவே எல்லா இடங்களிலும் **அரசு** என்பதற்குப் பதிலாய் 'கம்யூன்' என்னும் பிரெஞ்சு சொல்லுக்குப் பிரதியாய் அமையக்கூடிய 'மக்கட் சமுதாயம்' (Gemeinwesen) என்கிற நல்லதொரு பழைய ஜெர்மானியச் சொல்லை உபயோகிக்கலாமென நாங்கள் ஆலோசனை கூற விரும்புகிறோம். (ஜெர்மானிய மூலத்தில் பக்கங்கள் 321-22.)

இந்தக் கடிதம், இதற்குச் சில வாரங்களுக்குப் பின்பு தான் மார்க்ஸ் எழுதிய ஒரு கடிதத்தில் (மார்க்சின் கடிதம் 1875 மே 5 ஆம் தேதியிடப்பட்டது) விமர்சிக்கப்பட்ட அதே கட்சி வேலைத் திட்டத்தைத் தான் குறிப்பிடுகிறது என்பதையும், அவ்வமயம் எங்கெல்ஸ் லண்டனில் மார்க்சுடன் வசித்து வந்தார் என்பதையும் மனதிற் கொள்ள வேண்டும். ஆகவே கடைசி வாக்கியத்தில் எங்கெல்ஸ் 'நாங்கள்' என்று குறிப்பிடுவதன் மூலம் தன் சார்பிலும் மற்றும் மார்க்சின் சார்பிலும் ஜெர்மன் தொழிலாளர் கட்சியின் தலைவருக்கு 'அரசு' என்னும் சொல்லை **வேலைத் திட்டத்திலிருந்து எடுத்து விட்டு** அதற்குப் பதில் **'மக்கட் சமுதாயம்'** என்னும் சொல்லைக் கையாளும்படி ஆலோசனை கூறுகிறார் என்பதில் ஐயமில்லை.

சந்தர்ப்பவாதிகளுடைய வசதிக்காக வேண்டி பொய்யாய்த் திரித்துப் புரட்டப்பட்டுவிட்ட இன்றைய 'மார்க்சியத்தின்' தலைவர்களிடம்,

வேலைத்திட்டத்தில் இத்தகைய ஒரு திருத்தம் செய்ய வேண்டுமென்ற ஆலோசனை முன்வைக்கப்பட்டால் 'அராஜகவாதம்' என்பதாய் ஏக கூச்சல் அல்லவா எழுப்புவார்கள்!

அவர்கள் கூச்சல் எழுப்பட்டும். அது அவர்களுக்கு முதலாளித்துவ வர்க்கத்தாரிடமிருந்து புகழ்மாலைகள் பெற்றுத் தரும்.

நாம் நமது வேலையைச் செய்து செல்வோம். நம்முடைய கட்சியின் வேலைத் திட்டத்தில் திருத்தம் செய்கையில், உண்மையிடம் மேலும் நெருங்கிச் செல்லும் பொருட்டு, திரித்துப் புரட்டப்பட்டவற்றைக் களைந்தெறிந்து மார்க்சியத்தை மீட்டமைக்கவும் தொழிலாளி வர்க்கம் அதன் விடுதலைக்காக நடத்தும் போராட்டத்துக்குப் பிழையின்றி மேலும் சரியானபடி வழிகாட்டும் பொருட்டு, எங்கெல்ஸ், மார்க்சின் ஆலோசனையைத் தவறாமல் கருத்தில் எடுத்துக் கொள்ள வேண்டும். எங்கெல்ஸ், மார்க்சின் ஆலோசனையை எதிர்ப்பவர்கள் யாரும் போல்ஷிவிக்குகளிடையே இருக்கமாட்டார்கள் என்பது உறுதி. ஒரேயொரு சங்கடம் வேண்டுமானால் எழலாம் - சொல்லைக் குறித்து ஒரு வேளை சங்கடம் எழலாம். ஜெர்மன் மொழியில் 'மக்கட் சமுதாயம்' என்று பொருள் படும் இரு சொற்கள் உள்ளன. இவை இரண்டில் தனியொரு மக்கட் சமுதாயத்தை **அல்லாமல்** மக்கட் சமுதாயங்களது கூட்டமைப்பை, அவற்றின் முழுமையையும் குறிக்கும் சொல்லை எங்கெல்ஸ் உபயோகித்தார். ருஷ்யனில் இது போன்ற ஒரு சொல் இல்லை. 'கம்யூன்' என்னும் பிரெஞ்சுச் சொல்லும் குறைபாடுகள் உடையதே என்றாலும், இதையே நாம் தேர்ந்தெடுத்துக் கொள்ள வேண்டியிருக்கலாம்.

'கம்யூனானது அரசெனும் சொல்லின் சரியான பொருளில் அரசாய் இருக்கவில்லை' - தத்துவ வழியில் இது எங்கெல்ஸ் அளித்திடும் மிக முக்கிய நிர்ணயிப்பு. மேலே கூறப்பட்டுள்ளதற்குப் பிற்பாடு இந்த நிர்ணயிப்பு தெள்ளத் தெளிவாய் விளங்கும் ஒன்று. கம்யூனானது அரசாய் இருப்பது **முடிவுற்றுக் கொண்டிருந்தது**, ஏனெனில் அது பெரும்பான்மை மக்களையல்ல, சிறுபான்மையினரை (சுரண்டலாளர்களை) மட்டுமே அடக்க வேண்டியிருந்தது. முதலாளித்துவ அரசுப் பொறியமைவை அது நொறுக்கிவிட்டது. **தனி வகை** வன்முறை சக்திக்குப் பதிலாய் மக்கள் தாமே செயலரங்குக்கு வந்து விட்டனர். இவை யாவும் அரசெனும் சொல்லின் சரியான பொருளிலிருந்து விலகிச் செல்வதைக் குறிப்பவை ஆகும். கம்யூன் உறுதியாய் நிலை பெற்றிருந்தால், அரசுக்குரிய எல்லாச் சாயல்களுமே தாமாகவே 'உலர்ந்து உதிர்ந்திருக்கும்'; அரசின் நிறுவனங்களைக் கம்யூன் 'ஒழிக்க' வேண்டியிருந்திருக்காது - இந்நிறுவனங்கள் வேலையற்றனவாகி இயங்காது ஓய்ந்து போயிருந்திருக்கும்.

"அராஜகவாதிகள் 'மக்கள் அரசு' என்பதனை... நம் முகத்திலே எறிந்து வருகிறார்கள்." யாவற்றுக்கும் மேலாய், பக்கூனினையும் ஜெர்மன் சமூக-

ஜனநாயகவாதிகள் மீது அவர் தொடுத்த தாக்குதல்களையும் மனதிற் கொண்டே எங்கெல்ஸ் இதைக் கூறுகிறார். 'சுதந்திர மக்கள் அரசைப் போலவே 'மக்கள் அரசும்' அதே அளவுக்கு அபத்தமும், சோஷலிசத்திலிருந்து தடம் புரளுவதும் ஆகுமாதலால், இத்தாக்குதல்கள் நியாயமானவையே என்று எங்கெல்ஸ் ஒப்புக் கொள்கிறார். அராஜகவாதிகளுக்கு எதிரான ஜெர்மன் சமூக-ஜனநாயகவாதிகளுடைய போராட்டத்தைச் சரியான பாதையிலே செலுத்தவும், இந்தப் போராட்டத்தைக் கோட்பாட்டு அடிப்படையில் பிழையற்றதாக்கவும், 'அரசு' பற்றிய சந்தர்ப்பவாதத் தப்பெண்ணங்களை அதனிடமிருந்து அகற்றவும் எங்கெல்ஸ் முயன்றார். துரதிர்ஷ்டவசமாய் எங்கெல்சின் கடிதம் முப்பத்தாறு ஆண்டுகளுக்கு மூலையிலே முடக்கப்பட்டு விட்டது. இந்தக் கடிதம் வெளியிடப்பட்ட பிற்பாடும் கூட காவுத்ஸ்கி, எந்தத் தவறுகள் குறித்து எங்கெல்ஸ் எச்சரித்தாரோ அதே தவறுகளைத் தொடர்ந்து செய்து வந்தார்.

பெபெல் 1875 செப்டம்பர் 21-ஆம் தேதியிட்ட கடிதத்தில் எங்கெல்சுக்குப் பதிலளித்தார். இந்தக் கடிதத்தில் வேறு பலவற்றுடன்கூட, அவர் நகல் வேலைத்திட்டம் பற்றி எங்கெல்ஸ் கூறிய அபிப்பிராயத்தைத் தாம் 'பூரணமாய் ஒத்துக் கொள்வதாகவும்', விட்டுக் கொடுக்கும் மனோபாவத்திற்காக லீப்னெஹ்ட்டைத் தாம் கண்டித்ததாகவும் எழுதினார் (**பெபெலின் நினைவுக்குறிப்புகள்**, ஜெர்மன் பதிப்பு, 2 ஆம் தொகுதி, பக்கம் 334). ஆனால் **நமது குறிக்கோள்கள்** என்னும் பெபெலின் பிரசுரத்தை எடுத்துக் கொள்வோமானால், அரசு பற்றிய முற்றிலும் தவறான கருத்துக்களை அதில் காண்கிறோம்.

"அரசானது... **வர்க்க ஆதிக்கத்தை** அடிப்படையாய்க் கொண்ட நிலை நீக்கப்பட்டு **மக்கள் அரசாய்** மாற்றப்பட வேண்டும்" (Unsere Ziele, ஜெர்மன் பதிப்பு, 1886, பக்கம் 14).

பெபெல் பிரசுரத்தின் **ஒன்பதாவது** (ஆம், ஒன்பதாவது) பதிப்பில் இது அச்சிடப்பட்டது! இப்படி விடாப்பிடியாய்த் திரும்பத் திரும்பக் கூறப்பட்டு வந்த அரசு பற்றிய சந்தர்ப்பவாதக் கருத்துக்கள் ஜெர்மன் சமூக-ஜனநாயகவாதிகளைப் பிடித்துக் கொண்டுவிட்டதில், முக்கியமாய் எங்கெல்சின் புரட்சிகர விளக்கங்கள் ஜாக்கிரதையாய் மூலையில் முடக்கப்பட்டுவிட்டதாலும், வாழ்க்கை நிலைமைகள் யாவும் அவர்களை நெடுங்காலத்துக்குப் புரட்சியிலிருந்து 'விலக்கி வைத்து' இருந்ததாலும் இக்கருத்துக்கள் அவர்களைப் பீடித்துக் கொண்டுவிட்டதில் வியப்பில்லை.

4. எர்ஃபுர்ட் நகல் வேலைத்திட்டத்தின் விமர்சனம்

அரசு பற்றிய மார்க்சிய போதனைகளை ஆராய்கையில், எர்ஃபுர்ட் நகல் வேலைத்திட்டத்தின்[30] விமர்சனத்தை - எங்கெல்ஸ் 1891 ஜூன் 29-ல் காவுத்ஸ்கிக்கு அனுப்பி வைத்த விமர்சனம் பத்து ஆண்டுகளுக்குப்

பிற்பாடுதான் Neue Zeit இல் வெளியிடப்பட்டது - கவனியாது விட முடியாது. ஏனெனில் **அரசின்** கட்டமைப்பு சம்பந்தமான பிரச்சனைகளில் சமூக-ஜனநாயகவாதிகளுடைய **சந்தர்ப்பவாதக்** கண்ணோட்டங்களைப் பற்றிதான் இந்த விமர்சனம் பிரதானமாய்ப் பரிசீலிக்கிறது.

இதற்கிடையில் பொருளாதாரப் பிரச்சனைகள் குறித்தும் எங்கெல்ஸ் அளிக்கும் அளவு கடந்த மதிப்புடைய ஒரு கருத்துரையை இங்கு நாம் குறிப்பிடுதல் வேண்டும். நவீன முதலாளித்துவத்தில் ஏற்படும் பல்வேறு மாறுதல்களையும் அவர் எவ்வளவு உன்னிப்பாகவும் கருத்தோடும் கவனித்து வந்தார் என்பதையும், இதன் காரணமாய் இன்றைய ஏகாதிபத்திய சகாப்தத்தில் நமது கடமைகளை ஓரளவுக்கு எப்படி அவரால் முன்னறிந்து கூற முடிந்தது என்பதையும் இது காட்டுகிறது. இதோ அந்தக் கருத்துரை: நகல் வேலைத் திட்டத்தில் முதலாளித்துவத்துக்குரிய தனி இயல்பாய்க் குறிப்பிட்டுத் 'திட்டமின்மை' (Planlosigkeit) என்னும் சொல் உபயோகிக்கப்படுவதைச் சுட்டிக்காட்டி எங்கெல்ஸ் எழுதியதாவது:

...கூட்டுப் பங்குக் கம்பெனிகளிலிருந்து நாம் முழு முழுத் தொழில்களையே தம் பிடிக்குள் கொண்டு வந்து ஏகபோக ஆதிக்கம் பெறும் டிரஸ்டுகளுக்கு வந்து சேருகையில், தனியார் பொருளுற்பத்திக்கு மட்டுமின்றி, திட்டமின்மைக்குக் கூட முடிவு ஏற்பட்டு விடுகிறது" (Neue Zeit, தொகுதி 20, 1, 1901-02, பக்கம் 8).

நவீன முதலாளித்துவத்தின், அதாவது ஏகாதிபத்தியத்தின் தத்துவார்த்த மதிப்பீட்டின் மிக முக்கிய சாராம்சம், அதாவது முதலாளித்துவம் ஏகபோக முதலாளித்துவமாகி விடுகிறது என்பது இங்கு நமக்கு எடுத்துரைக்கப்படுகிறது. கடைசியில் குறிக்கப்படுவதை வலியுறுத்திக் கூற வேண்டும். ஏனெனில் ஏகபோக முதலாளித்துவம் அல்லது அரசு ஏகபோக முதலாளித்துவமானது முதலாளித்துவமாய் **இருக்கவில்லை,** இப்பொழுது அதை 'அரசு சோஷலிசம்' என்பதாய் அழைக்கலாம் என்றும், இன்ன பலவாறாகவும் கருதும் தவறான முதலாளித்துவ சீர்திருத்தவாதக் கூற்று மிக சகஜமாகி விட்டது. முழுநிறைவாய்த் திட்டமிடுவதற்கு டிரஸ்டுகள் என்றுமே ஏற்பாடு செய்ததில்லை, இப்பொழுதும் செய்யவில்லை, செய்யவும் முடியாது. ஆனால் அவை எவ்வளவு தான் திட்டமிட்ட போதிலும், எவ்வளவுதான் மூலதன அதிபர்கள் தேசிய அளவிலும், ஏன் சர்வதேசிய அளவிலுங்கூட பொருளுற்பத்திப் பரிமாணத்தை முன்கூட்டியே கணக்கிட்டுக் கொண்ட போதிலும், எவ்வளவுதான் அவர்கள் இந்தப் பரிமாணத்தைத் திட்டமிட்டு ஒழுங்கு செய்து கொண்ட போதிலும், இன்னமும் நாம் இருப்பது **முதலாளித்துவமேதான்** - புதிய கட்டத்தை வந்தடைந்துவிட்ட முதலாளித்துவம் என்பது மெய்தான், ஆயினும் இன்னமும் அது சந்தேகத்துக்கு இடமின்றி முதலாளித்துவமேதான். **இத்தகைய** முதலாளித்துவம் சோஷலிசத்துக்கு 'அண்மையதாய் இருப்பதானது'

பாட்டாளி வர்க்கத்தின் மெய்யான பிரதிநிதிகளுக்கு சோஷலிசப் புரட்சி அண்மையதும் எளியதும் நடைமுறை சாத்தியமானதும் அவசர அவசியமானதும் ஆகிவிட்டதை நிரூபிப்பதற்குரிய வாதமாய் அமைய வேண்டுமே ஒழிய, இந்தப் புரட்சி புறக்கணிக்கப்படுவதற்கும், முதலாளித்துவத்தைக் கவர்ச்சியுடையதாய்க் காட்டுவதற்கான முயற்சிக்கும் - எல்லா சீர்திருத்தவாதிகளும் இந்தப் பணியில்தான் ஈடுபட்டிருக்கிறார்கள் - இடந்தரும் வாதமாய் ஒருபோதும் ஆகிவிட முடியாது.

நிற்க, அரசு பற்றிய பிரச்சனைக்குத் திரும்பி வருவோம். எங்கெல்ஸ் தமது கடிதத்தில் விசேஷ முக்கியத்துவமுள்ள மூன்று மிக முக்கிய ஆலோசனைகளை அளிக்கிறார். முதலாவது, குடியரசைப் பற்றியது; இரண்டாவது, தேசியப் பிரச்சனைக்கும் அரசின் கட்டமைப்புக்குமுள்ள தொடர்பைப் பற்றியது; மூன்றாவது, வட்டாரத் தன்னாட்சியைப் பற்றியது.

குடியரசைப் பொறுத்தவரை, எங்கெல்ஸ் இதை எர்ஃபுர்ட் வேலைத்திட்டம் பற்றிய தமது விமர்சனத்தின் மையக் கூறாய்க் கொண்டார். எர்ஃபுர்ட் வேலைத்திட்டம் உலகின் எல்லா சமூக ஜனநாயகவாதிகளுக்கும் எவ்வளவு முக்கியத்துவமுடையதாகியது என்பதையும், இரண்டாவது அகிலம் அனைத்துக்குமே முன்மாதிரியாகியது என்பதையும் நினைவு கூர்வோமாயின், எங்கெல்ஸ் இரண்டாவது அகிலம் அனைத்தின் சந்தர்ப்பவாதத்தைத்தான் இதன் மூலம் விமர்சித்துக் கண்டித்தார் என்று கூறுவது மிகையாகாது.

"இந்நகலின் அரசியல் கோரிக்கைகளில் ஒரு பெரும் குறைபாடு உள்ளது" என்று எங்கெல்ஸ் எழுதினார். "உண்மையில் எது சொல்லப்பட வேண்டுமோ **அது சொல்லாமல் விடப்படுகிறது**'' [அழுத்தம் எங்கெல்சினுடையது].

ஜெர்மன் அரசியல் சட்டம் பழுத்த பிற்போக்குவாத 1850ஆம் ஆண்டு அரசியல் சட்டத்தின் அச்சுப் பிரதியே அன்றி வேறல்ல, வில்ஹெல்ம் லீப்னெஹ்ட் குறிப்பிட்டது போல ரைஹ்ஸ்டாக் 'வரம்பிலா முடியாட்சியை மூடி மறைப்பதற்கான அலங்காரத் திரையே' ஆகும், சின்னஞ்சிறு குட்டி அரசுகளுக்கும் சின்னஞ்சிறு குட்டி ஜெர்மன் அரசுகளுடைய கூட்டாட்சிக்கும் சட்ட அங்கீகாரம் அளிக்கும் ஓர் அரசியல் சட்டத்தின் அடிப்படையில் 'உழைப்புக் கருவிகள் யாவற்றையும் பொதுச்சொத்தாய் மாற்ற' விரும்புவது 'கண்கூடான அபத்தமே' ஆகும் என்று பிற்பாடு எங்கெல்ஸ் தெளிவுபடுத்துகிறார்.

"ஆயினும் அதைப் பற்றிப் பேச முற்படுவது அபாயகரமானது" என்று எங்கெல்ஸ் மேலும் எழுதினார்; ஏனெனில் ஜெர்மனியில் ஒரு குடியரசு வேண்டுமென்ற கோரிக்கையைப் பகிரங்கமாய் வேலைத்திட்டத்தில் சேர்த்துக் கொள்வது முடியாத காரியம் என்பது எங்கெல்சுக்குத் தெரியும். அதேபோதில், 'எல்லோரும்' திருப்தியுடன் ஏற்றுக்

கொண்டுவிட்ட இந்த வெளிப்படையான காரணத்தை ஏற்றுக் கொள்வதோடு நின்றுவிட எங்கெல்ஸ் மறுத்தார். மேலும் தொடர்ந்து அவர் எழுதியதாவது: "இருப்பினும், எப்படியேனும் ஒரு வழியில் இதனைச் செய்தாக வேண்டும். தற்போது இது எவ்வளவு அவசியமானது என்பதைச் சமூக-ஜனநாயகப் பத்திரிகைகளின் ஒரு பெரும் பகுதியில் மேலோங்கி வரும் [einreissende] சந்தர்ப்பவாதம் தெளிவாய்க் காட்டுகிறது. சோஷலிஸ்டு எதிர்ப்புச் சட்டம்[31] திரும்பவும் வந்துவிடுமோ என்று அஞ்சியும், அந்தச் சட்டம் ஆட்சி புரிந்த காலத்தில் அவசரப்பட்டுக் கூறப்பட்ட பலவற்றையும் நினைவிற் கொண்டும் இவர்கள் எல்லாக் கட்சிக் கோரிக்கைகளையும் சமாதான வழியிலேயே செயல்படுத்திவிட தற்போது ஜெர்மனியிலுள்ள, சட்டமுறை போதுமென கட்சி கருத வேண்டுமென்று விரும்புகிறார்கள்..."

சோஷலிஸ்டு எதிர்ப்புச் சட்டம் மீண்டும் வந்துவிடுமோ என்று அஞ்சி ஜெர்மன் சமூக-ஜனநாயகவாதிகள் இவ்வாறு நடந்து கொண்டனர் - இந்த அடிப்படை உண்மையை எங்கெல்ஸ் முக்கியமாய் வலியுறுத்தினார். இதனைச் சந்தர்ப்பவாதமே என்று வெளிப்படையாகவே விவரித்தார். ஜெர்மனியில் குடியரசும் இல்லை, சுதந்திரமும் இல்லையாதலால், 'சமாதான' வழி பற்றிய கனவுகள் முற்றிலும் அபத்தமாகுமென்று கூறினார். எங்கெல்ஸ் தமக்குத் தளைகளிட்டுக் கொள்ளாதவாறு எச்சரிக்கையுடன் இதனைக் குறிப்பிட்டார். குடியரசு நாடுகளிலோ, மிகுந்த சுதந்திரம் நிலவும் நாடுகளிலோ சோஷலிசத்தை நோக்கி சமாதான வழியில் வளர்ச்சி காணலாமென 'நினைக்கச் சாத்தியமுண்டு' ('நினைக்க' மட்டும் தான்!) என்று ஒத்துக் கொண்டார். ஆனால் ஜெர்மனியைப் பொறுத்தவரை, அவர் திரும்பவும் ஒரு முறை கூறினார்:

"...அரசாங்கம் அநேகமாய் அனைத்து ஆட்சியதிகாரம் படைத்ததாகவும், ரைஹ்ஸ்டாகும் ஏனைய பிரதிநிதித்துவ உறுப்புக்களும் மெய்யான அதிகாரம் இல்லாதனவாகவும் இருக்கும் ஜெர்மனியில் இவ்விதம் பிரகடனம் செய்வது, அதுவும் இவ்வாறு செய்ய எந்த அவசியமும் இல்லாதபோது இதைச் செய்வது வரம்பிலா முடியாட்சியை மறைத்திடும் அலங்காரத் திரையை நீக்கித் தானே அதன் அம்மண நிலையை மறைக்கும் திரையாய்ச் செயல்படுவதாகி விடும்."

வெளியே தெரியாதபடி இந்த ஆலோசனையை மூலையிலே ஒதுக்கி வைத்துவிட்ட ஜெர்மன் சமூக-ஜனநாயகக் கட்சியின் அதிகாரபூர்வமான தலைவர்களில் மிகப் பெரும்பாலோர் வரம்பிலா முடியாட்சிக்குத் தாம் மூடுதிரையாய்ச் செயல்படுவோரே என்பதைத்தான் காட்டிக் கொண்டுவிட்டார்கள்.

"...கட்சி திசை திருப்பி விடப்படுவதற்கே இத்தகைய கொள்கை காலப்போக்கில் வகை செய்யும். பொதுப்படையான, கருத்தியலான அரசியல் பிரச்சனைகளை முன்னணிக்குக் கொண்டுவந்து வைக்கிறார்கள்.

இதன் மூலம், ஸ்தூலமான உடனடிப் பிரச்சனைகளை, முதலாவது பெரும் நிகழ்ச்சிகள், முதலாவது அரசியல் நெருக்கடி ஏற்பட்டதும் தாமாகவே நிகழ்ச்சி நிரலுக்கு வந்துவிடும் இப்பிரச்சனைகளை மூடி மறைத்துவிடுகிறார்கள். தீர்மானகரமான தருணத்தில் கட்சி திடுதிப்பென நிர்க்கதியாய் நிற்க வேண்டியதாகி விடுகிறது, முக்கியமான பிரச்சனைகள் குறித்து, இப்பிரச்சனைகள் விவாதிக்கப்படாமலே இருந்துவிட்டதால், கட்சியினுள் தெளிவின்மையும் குழப்பமும் தலைதூக்கி விடுகின்றன என்பதைத் தவிர விளைவு வேறு எப்படி இருக்க முடியும்?...

"தற்போதைய கண நேர நலன்களுக்காக வேண்டி பெரிய தலையாய கருத்துக்களை இப்படி மறப்பதானது, பிற்பாடு ஏற்படப் போகிற விளைவுகளைப் பற்றிக் கவலையின்றி கண நேர வெற்றிக்கான இந்தப் போராட்டமும் முயற்சியும், எதிர்கால இயக்கத்தைத் தற்கால இயக்கத்திற்காக இப்படித் தியாகம் புரிவதானது, 'நேர்மையான' காரணங்களுக்காகச் செய்யப்படுவதாய் இருக்கலாம்; இருப்பினும் இது சந்தர்ப்பவாதமே அன்றி வேறல்ல. 'நேர்மையான' சந்தர்ப்பவாதத்தைப் போல ஆபத்தானது எதுவுமில்லை எனலாம்...

"அறுதியிட்டு நிச்சயமாய்ச் சொல்லக் கூடியது என்னவெனில், நமது கட்சியும் தொழிலாளி வர்க்கமும் ஜனநாயகக் குடியரசின் வடிவிலேதான் அதிகாரத்துக்கு வர முடியும் என்பதே. மாபெரும் பிரெஞ்சுப் புரட்சி ஏற்கனவே காட்டியுள்ளது போல, பாட்டாளி வர்க்கச் சர்வாதிகாரத்துக்குரிய பிரத்தியேக வடிவமும் இதுவேதான்..."

மார்க்சின் நூல்களில் எல்லாம் இழையோடி நிற்கும் அடிப்படைக் கருத்தினை இங்கு எங்கெல்ஸ் மிகவும் எடுப்பான முறையில் திரும்பவும் கூறுகிறார். பாட்டாளி வர்க்கச் சர்வாதிகாரத்துக்கு மிக அருகாமையில் இட்டுச் செல்வது ஜனநாயகக் குடியரசுதான் என்பதே இந்த அடிப்படைக் கருத்து. இத்தகைய குடியரசு மூலதனத்தின் ஆதிக்கத்தைச் சிறிதும் ஒழித்து விடுவதில்லை, ஆகவே திரளான மக்களை இருத்தும் ஒடுக்கு முறையையும் வர்க்கப் போராட்டத்தையும் இது ஒழித்து விடுவதில்லை. ஆனால் ஒடுக்கப்பட்ட மக்கள் திரள்களின் அடிப்படை நலன்கள் பூர்த்தி செய்யப்படுவதற்குரிய சாத்தியப்பாடு தோன்றியதுமே தவிர்க்க முடியாத வகையில் முற்றிலும் பாட்டாளி வர்க்கச் சர்வாதிகாரத்தின் மூலம், இம்மக்கள் திரள்களுக்குப் பாட்டாளி வர்க்கம் தலைமை தாங்குவதன் மூலம் இந்தச் சாத்தியப்பாடு சித்தி பெறும்படியாய், வர்க்கப் போராட்டம் அந்த அளவுக்கு விரிந்து வளர்ந்து மலர்ச்சியுறவும் கடுமை பெறவும் ஜனநாயகக் குடியரசு வகை செய்கிறது. இவையுங்கூட இரண்டாவது அகிலம் அனைத்துக்கும் மார்க்சியத்தின் 'மறக்கப்பட்டு விட்ட' வாசகங்களாகி விட்டன. இவை மறக்கப்பட்டுவிட்டன என்பது 1917-ஆம் ஆண்டு ருஷ்யப் புரட்சியின் முதல் ஆறு மாதங்களில் மென்ஷிவிக் கட்சியினது வரலாற்றின் வாயிலாய்த் தெள்ளத் தெளிவாய் நிரூபித்துக் காட்டப் பெற்றது.

மக்களது தேசிய இயைபு சம்பந்தமாகக் கூட்டாட்சிக் குடியரசு குறித்து எங்கெல்ஸ் எழுதியதாவது:

“தற்போதுள்ள ஜெர்மனியின் இடத்தில் உதித்தெழ வேண்டியது என்ன?” [தற்போதுள்ள ஜெர்மனி பிற்போக்கான முடியாட்சி அரசியல் அமைப்புச் சட்ட முடையது; இதே அளவுக்குப் பிற்போக்கான முறையில் சின்னஞ்சிறு குட்டி அரசுகளாய்ப் பிளவுண்டிருக்கிறது; ‘பிரஷ்யனியத்தின்’ தனி இயல்புகளை எல்லாம் அனைத்து ஜெர்மனியிலும் கரைந்துவிடச் செய்வதற்குப் பதிலாய், இந்தப் பிளவு அவற்றை நீடித்து நிலைக்கச் செய்கிறது]. “என்னுடைய கருத்துப்படி, பிரிக்க முடியாத ஒருமித்த குடியரசை மட்டும்தான் பாட்டாளி வர்க்கம் பயன்படுத்திக் கொள்ள முடியும். அமெரிக்க ஐக்கிய நாட்டின் பிரம்மாண்டப் பரப்பில், கூட்டாட்சிக் குடியரசு மொத்தத்தில் இன்னும் அவசியம்தான். ஆயினும் இந்நாட்டின் கீழ்ப் பகுதியில் ஏற்கெனவே அது தடையாக மாறி வருகிறது. இங்கிலாந்தில் அது ஒரு படி முன்னேற்றத்தைக் குறிப்பதாயிருக்கும். அங்கு இரு தீவுகளில் நான்கு தேசிய இனத்தவர்கள் வசிக்கின்றனர். தனியொரு நாடாளுமன்றம் இருப்பினும் வெவ்வேறான மூன்று சட்ட முறைகள் அடுத்தடுத்து இருந்து வருகின்றன. சின்னஞ் சிறு ஸ்விட்சர்லாந்தில் அது நீண்ட காலமாகவே தடையாய் இருந்து வருகிறது. ஐரோப்பிய அரசுகளின் அமைப்பில் ஸ்விட்சர்லாந்து முற்றிலும் செயலற்ற ஓர் உறுப்பாய் இருப்பதுடன் திருப்தியடைந்து விடுவதால்தான் இக்கூட்டாட்சி அமைப்பு சகித்துக் கொள்ளப்படுகிறது. ஜெர்மனிக்கு, ஸ்விட்சர்லாந்தின் பாணியிலான கூட்டாட்சி முறை மிகப் பெரிய பின்னடைவாய் இருக்கும். கூட்டரசு முற்றிலும் ஒன்றிணைந்த ஒருமை அரசிலிருந்து இரு வழிகளில் வேறுபடுகிறது. முதலாவதாக, கூட்டரசைச் சேர்ந்த தனி அரசு ஒவ்வொன்றும், மாநிலம் ஒவ்வொன்றும், அதற்குரிய தனி சிவில், கிரிமினல் சட்ட அமைப்பும் நீதிமன்றமும் பெற்றிருக்கிறது. இரண்டாவதாக, மக்கள் சபையுடன் கூடவே, பெரியதாயினும் சிறியதாயினும் ஒவ்வொரு மாநிலமும் தனியொன்றாக வாக்களிக்கும் ஒரு கூட்டரசு சபையும் இருக்கிறது.’ ஜெர்மனியில் கூட்டரசானது முற்றிலும் ஒன்றிணைந்த ஒருமை அரசுக்குரிய இடைக்கால வடிவமாகும். 1866, 1870-ஆம் ஆண்டுகளில் ‘மேலிருந்து நிகழ்ந்த புரட்சி’ திருப்பி விடப்படக் கூடாது, ‘அடியிலிருந்து எழும் இயக்கத்தால்’ மேலும் உறுதியூட்டப்பட வேண்டும்.”

அரசின் வடிவங்கள் குறித்து எங்கெல்ஸ் கருத்தின்றி இருந்துவிடவில்லை; மாறாக, குறிப்பிட்ட ஒரு இடைக்கால வடிவம் **எதிலிருந்து எதுவாக** மாறிச் செல்கிறது என்பதை அதனதன் ஸ்தூலமான வரலாற்றுத் தனி இயல்புகளுக்கு ஏற்ப நிலைநாட்டும் பொருட்டு, அவர் இடைக்கால வடிவங்களை மிகவும் தீர்க்கமாய்ப் பகுத்தாராய முயன்றார்.

பாட்டாளி வர்க்கம், பாட்டாளி வர்க்கப் புரட்சி இவற்றின் கண்ணோட்டத்திலிருந்து இப்பிரச்சனையை அணுகி, மார்க்சைப்

போலவே எங்கெல்சும் ஜனநாயக மத்தியத்துவத்தை, பிரித்திடவொண்ணாதாவறு இணைந்து ஒன்றிய குடியரசை ஆதரித்து வாதாடினார். கூட்டாட்சிக் குடியரசை அவர் விதிவிலக்காகவும் வளர்ச்சிக்கு இடையூறாகவும் கருதினார், அல்லது முடியரசிலிருந்து மத்தியத்துவக் குடியரசுக்கான வளர்ச்சியில் ஓர் இடைக்காலக் கட்டமாய், குறிப்பிட்ட சில தனி நிலைமைகளில் ஒரு 'முன்னேற்றப் படியாய்க்' கருதினார். இந்தத் தனி நிலைமைகளில் அவர் தேசிய இனப் பிரச்சனையை முதலிடத்துக்கு உரியதாய்க் குறிப்பிட்டார்.

சின்னஞ்சிறு அரசுகளின் பிற்போக்குத் தன்மையையும், குறிப்பிட்ட சில உதாரணங்களில் தேசிய இனப் பிரச்சனையால் இவற்றின் பிற்போக்குத் தன்மை மூடி மறைக்கப்படுவதையும் தயவு தாட்சண்யமின்றிக் கண்டித்து விமர்சனம் செய்தபோதிலும், மார்க்சைப் போலவே எங்கெல்சும் தேசிய இனப் பிரச்சனையை ஒதுக்கித் தள்ளிவிடலாம் என்ற விருப்பத்துக்கு - டச்சு மார்க்சியவாதிகளும் போலந்து மார்க்சியவாதிகளும் 'அவர்களுடைய' சின்னஞ்சிறு அரசுகளின் குறுகிய குட்டி முதலாளித்துவ தேசியவாதத்தின் மீது அவர்களுக்குள்ள முற்றிலும் நியாயமான எதிர்ப்பினால் தூண்டப் பெற்று அடிக்கடி இரையாகிவிடுகிறார்களே அந்த விருப்பத்துக்கு - ஒருபோதும் துளியளவும் இடமளித்ததில்லை.

பிரிட்டன் சம்பந்தமாகவுங்கூட - பூகோள நிலைமைகளும் பொது மொழியும் பல நூற்றாண்டுக் கால வரலாறும் இந்நாட்டின் தனித்தனிச் சிறு பிரிவுகளில் தேசிய இனப் பிரச்சனைக்கு 'முடிவு கட்டியிருக்கும்' என்பதாய் நினைக்கத் தோன்றும் பிரிட்டன் சம்பந்தமாகவுங்கூட - தேசிய இனப் பிரச்சனை கடந்த காலத்துக்குரியதாகி விடவில்லை என்னும் கண்கூடான உண்மையைக் கணக்கில் எடுத்து, கூட்டாட்சிக் குடியரசு நிறுவப்படுவதானது 'முன்னேற்றப் படியாய்' இருக்குமென்பதை எங்கெல்ஸ் அங்கீகரித்தார். அதேபோதில் கூட்டாட்சிக் குடியரசுக்குள்ள குறைபாடுகள் பற்றிய விமர்சனத்தை எங்கெல்ஸ் கைவிட்டு விடுகிறார் என்பதற்கோ, ஒன்றிணைந்த மத்தியத்துவ ஜனநாயகக் குடியரசுக்கான உறுதி மிக்க வாக்குவாதத்தையும் போராட்டத்தையும் துறந்து விடுகிறார் என்பதற்கோ கிஞ்சித்தும் இங்கு அறிகுறி காண முடியாது.

ஆனால் ஜனநாயக மத்தியத்துவம் என்னும் தொடரை முதலாளித்துவ சித்தாந்தவாதிகளும், அராஜகவாதிகள் அடங்கலான குட்டி முதலாளித்துவ சித்தாந்தவாதிகளும் பயன்படுத்தும் அதிகார வர்க்க அர்த்தத்தில் எங்கெல்ஸ் இதனைப் பிரயோகிக்கவில்லை. மத்தியத்துவத்தைப் பற்றிய அவருடைய கருத்தோட்டம் அரசின் ஒற்றுமையைக் 'கம்யூன்களும்' மாவட்டங்களும் தாமே விரும்பிப் பேணிப் பாதுகாப்பதற்கும், அதேபோதில் எல்லா விதமான அதிகார வர்க்க நடைமுறைகளும் மேலிருந்து செலுத்தப்படும் எல்லாவிதமான 'நாட்டாண்மையும்' அறவே ஒழிந்து போவதற்கும் ஒருங்கே வகை

செய்யும் அவ்வளவு விரிவான வட்டாரத் தன்னாட்சிக்கு முழு இடமளித்தது. அரசு பற்றிய மார்க்சிய வேலைத்திட்டக் கருத்துக்களை மேலும் விரிவுபட விளக்கி, எங்கெல்ஸ் எழுதியதாவது:

"...ஆகவே நமக்கு வேண்டியது ஒன்றிணைந்த குடியரசு - ஆனால் தற்போதுள்ள பிரெஞ்சுக் குடியரசின் அர்த்தத்தில் அல்ல. தற்போதுள்ள பிரெஞ்சுக் குடியரசு 1798-ல் நிறுவப்பட்ட முடிப் பேரரசிலிருந்து முடிமன்னர் மட்டும் நீக்கப்பட்ட அரசேயன்றி வேறல்ல. 1792 முதல் 1798 வரையில் ஒவ்வொரு பிரெஞ்சு மாவட்டமும் ஒவ்வொரு கம்யூனும் [Gemeinde] அமெரிக்க மாதிரியிலான முழுநிறைத் தன்னாட்சி பெற்றிருந்தது - நமக்கும் இதுவேதான் வேண்டும். தன்னாட்சி எப்படி நிறுவ வேண்டும், அதிகார வர்க்கம் இல்லாமலே எப்படி நிர்வகிக்க முடியும் என்பதை அமெரிக்காவும் முதலாவது பிரெஞ்சுக் குடியரசும் நமக்குத் தெளிவுபடுத்தியுள்ளன, இன்றுங்கூட இதை ஆஸ்திரேலியாவும் கனடாவும் ஏனைய ஆங்கிலேயக் காலனிகளும் நமக்குத் தெளிவுபடுத்தி வருகின்றன. இந்தப் பாணியில் அமைந்த மாநில [பிராந்திய], கம்யூன் தன்னாட்சியானது, உதாரணமாய் ஸ்விட்சர்லாந்து கூட்டாட்சி முறையைக் காட்டிலும் பன்மடங்கு சுதந்திரமுடையது. ஸ்விட்சர்லாந்து கூட்டாட்சி முறையில் கான்டோனானது கூட்டரசு [அதாவது, கூட்டாட்சி அரசு அனைத்தும்] சம்பந்தப்பட்ட வரை மிகவும் சுயேச்சையானதுதான், ஆனால் மாவட்டம் [Bezirk], கம்யூன் இவை சம்பந்தமாகவுங்கூட சுயேச்சையானதாகவே இருக்கிறது. கான்டோன் அரசாங்கங்கள் மாவட்டப் போலீஸ் அதிகாரிகளையும் [Bezirksstatthalter] தலைவர்களையும் நியமிக்கின்றன. ஆங்கிலம் பேசப்படும் நாடுகளில் இதனைக் காண முடியாது; வருங்காலத்தில் நாம் பிரஷ்ய லாண்டிரேட்டுடனும் ரிகிருன்க்ஸ்ரேட்டுடனும் (கமிஷனர்கள், மாவட்டப் போலீஸ் அதிகாரிகள், கவர்னர்கள் ஆகியோரும் மற்றும் பொதுவில் மேலிருந்து நியமிக்கப்படும் எல்லா அதிகாரிகளும்) கூடவே இதையும் தீர்மானமாய் ஒழித்துவிட வேண்டும்." ஆகவே எங்கெல்ஸ் இந்த வேலைத்திட்டத்தில் தன்னாட்சி பற்றிய பிரிவைப் பின்வருமாறு திருத்திக் கூற வேண்டுமென்று ஆலோசனை கூறுகிறார்: 'மாநிலங்களுக்கும்' [குபேர்னியாக்கள் அல்லது பிராந்தியங்களுக்கும்] 'மாவட்டங்களுக்கும் கம்யூன்களுக்கும் அனைத்து மக்கள் வாக்குரிமையின் அடிப்படையில் அதிகாரிகள் தேர்ந்தெடுக்கப்படுவதன் மூலமான முழுநிறைத் தன்னாட்சி; வட்டார, மாநில அதிகாரி எவரும் அரசால் நியமிக்கப்படுவது ஒழிக்கப்படுதல்.'

போலிப் புரட்சிகரப் போலி ஜனநாயகத்தின் எமது போலி சோஷலிஸ்டுப் பிரதிநிதிகள் எப்படி இந்த விவகாரத்தில் (இதில் மட்டும்தானா - இல்லவே இல்லை) **ஜனநாயகத்திலிருந்து** அப்பட்டமாய்த் தடம் புரண்டு விலகி ஓடிவிட்டனர் என்பதை ஏற்கனவே நான் பிராவ்தாவில்[32] (இதழ் 68, மே 28, 1917) - கேரென்ஸ்கியையும் ஏனைய

'சோஷலிஸ்டு' அமைச்சர்களையும் கொண்ட அரசாங்கம் இந்தப் பத்திரிகை வெளிவராது தடுத்து அடக்குமுறை செய்து விட்டது - சுட்டிக் காட்டியிருக்கிறேன்.* ஏகாதிபத்திய முதலாளித்துவ வர்க்கத்தாருடன் 'கூட்டுச்' சேர்ந்து கொண்டு விட்டவர்கள் இந்த விமர்சனத்துக்குச் செவி சாய்க்காது இருந்ததில் வியப்பில்லை.

வெகுவாய்ப் பரவியிருந்த தப்பெண்ணத்தை - முக்கியமாய்க் குட்டி முதலாளித்துவ ஜனநாயகவாதிகளிடையே பரவியிருந்த தப்பெண்ணத்தை - கூட்டாட்சிக் குடியரசு மத்தியத்துவக் குடியரசைக் காட்டிலும் கட்டாயமாய் அதிக அளவு சுதந்திரம் அளிப்பதாகும் என்ற தப்பெண்ணத்தை எங்கெல்ஸ் உண்மைகளை ஆயுதமாய்க் கொண்டு, மிகத் துல்லியமான உதாரணத்தின் மூலம் பொய்யென நிரூபித்துக் காட்டுவதைக் கவனிக்க வேண்டியது மிகவும் முக்கியம். 1792-98 ஆம் ஆண்டுகளின் மத்தியத்துவ பிரெஞ்சுக் குடியரசு குறித்தும், ஸ்விட்சர்லாந்துக் கூட்டாட்சிக் குடியரசு குறித்தும் எங்கெல்ஸ் எடுத்துரைக்கும் உண்மைகள் இந்த எண்ணம் தவறானதென்பதை நிரூபிக்கின்றன. மென்மையான ஜனநாயக முக்கியத்துவம் கொண்ட குடியரசு கூட்டாட்சிக் குடியரசைக் காட்டிலும் அதிக அளவு சுதந்திரம் அளித்தது. வேறு விதமாய்க் கூறுமிடத்து, வரலாற்றிலேயே மிகவும் அதிகமாய் வட்டார, பிராந்திய சுதந்திரம் கிடைக்கச் செய்தது மத்தியத்துவக் குடியரசேயன்றி கூட்டாட்சிக் குடியரசல்ல.

இந்த உண்மைக்கும், மற்றும் கூட்டாட்சிக் குடியரசு, மத்தியத்துவக் குடியரசு, வட்டாரத் தன்னாட்சி ஆகிய இவை குறித்த பிரச்சனை முழுவதுக்கும், நமது கட்சியின் பிரசாரத்திலும் கிளர்ச்சியிலும் போதிய கவனம் இதுகாறும் செலுத்தப்பட்டதில்லை, தற்போதும் செலுத்தப்படவில்லை.

5. 'பிரான்சில் உள்நாட்டுப் போர்' என்னும் மார்க்ஸ் நூலுக்கு 1891-ல் எழுதப் பெற்ற முன்னுரை

'பிரான்சில் உள்நாட்டுப் போர்' என்னும் நூலின் மூன்றாம் பதிப்புக்கு எங்கெல்ஸ் எழுதிய முன்னுரையில் (இந்த முன்னுரை 1891 மார்ச் 18-ஆம் தேதியிடப்பட்டது, முதலில்Neue Zeit இல் வெளிவந்தது), அரசு குறித்து அனுசரிக்க வேண்டிய போக்கு சம்பந்தமான பிரச்சனைகள் பற்றிச் சுவையான சில கருத்துரைகளை இடைக் குறிப்பாய்த் தருவதோடு கூட, கம்யூனின் படிப்பினைகள் பற்றிய தேர்ந்த தெளிவுடைய சுருக்கவுரையையும் அளிக்கிறார். இம்முன்னுரை எழுதப்பட்டதற்கும் கம்யூனுக்கும் இடைப்பட்ட இருபது ஆண்டுகளின் அனுபவம் அனைத்தாலும் செழுமை செய்யப்பட்ட உரை இது. ஜெர்மனியில் வெகுவாய்ப்

---

* வி.இ.லெனின்,' அடிப்படையான ஒரு பிரச்சனை'.-(பர்.)

பரவியிருந்த 'அரசின் பாற்பட்ட மூடநம்பிக்கையை' நேரடியாய் எதிர்த்து இது எழுதப்பட்டதாகும். நாம் பரிசீலிக்கும் இந்தப் பிரச்சனை குறித்து மார்க்சியம் கூறும் **இறுதி முடிவு** என்பதாய் இந்தச் சுருக்கவுரையை முழு நியாயத்துடன் அழைக்கலாம்.

பிரான்சில் ஒவ்வொரு புரட்சியிலிருந்தும் தொழிலாளர்கள் ஆயுதபாணிகளாய் வெளிவந்தனர் என்று எங்கெல்ஸ் குறிப்பிடுகிறார். 'ஆகவே தொழிலாளர்களை நிராயுதபாணிகள் ஆக்கு என்பதே அரசின் அதிகாரத்தில் அமர்ந்த முதலாளித்துவ வர்க்கத்தின் முதலாவது கட்டளையாய் இருந்தது. இவ்வாறு, தொழிலாளர்கள் வெற்றி பெற்ற ஒவ்வொரு புரட்சியையும் அடுத்த ஒரு புதிய போராட்டம் தொடங்கி, தொழிலாளர்களுடைய தோல்வியில் முடிவுற்றது.'[33]

முதலாளித்துவப் புரட்சிகளின் அனுபவம் பற்றிய இந்தச் சுருக்கவுரை இரத்தினச் சுருக்கமாய் இருப்பதோடு பொருள் வளம் மிக்கதாயும் உள்ளது. ஏனையவற்றுடன் கூட அரசு பற்றிய பிரச்சனையிலும் **(ஒடுக்கப்பட்ட வர்க்கம் ஆயுதங்கள் பெற்றிருக்கிறதா?)** சாரப் பொருள் இங்கு மிகவும் சிறப்பாய்க் கிரகிக்கப்பட்டு விடுகிறது. இந்தச் சாரப் பொருளைத்தான் முதலாளித்துவச் சித்தாந்தத்தின் செல்வாக்குக்கு உட்பட்ட பேராசிரியர்களும், குட்டி முதலாளித்துவ ஜனநாயகவாதிகளும் மிகப் பெரும்பாலான சந்தர்ப்பங்களில் தட்டிக் கழித்து விடுகிறார்கள். 1917-ஆம் ஆண்டில் ருஷ்யப் புரட்சியின்போது, முதலாளித்துவப் புரட்சிகளின் இந்த இரகசியத்தைப் போட்டு உடைத்த சிறப்பு (கவினாக் பாணியிலான சிறப்புத்தான்) 'மார்க்சியவாதியாய் வேடம் பூண்ட மென்ஷிவிக்கான' த்ஸெரெத்தேலிக்கு உரியதாகி விட்டது. ஜூன் 11-ல் த்ஸெரெத்தேலி நிகழ்த்திய 'வரலாற்று முக்கியத்துவமுள்ள' சொற்பொழிவில், அவர் பெத்ரொகிராத் தொழிலாளர்களை முதலாளித்துவ வர்க்கத்தினர் நிராயுதபாணிகளாக்க உறுதி பூண்டிருந்தனர் என்னும் உண்மையைப் போட்டு உடைத்து விட்டார். இதை அவர் தமது சொந்த முடிவாகவும், பொதுவில் 'அரசுக்கு' இன்றியமையாத ஒன்றாகவும் குறிப்பிட்டார்![34]

திருவாளர் த்ஸெரெத்தேலியின் தலைமையில் சோஷலிஸ்டு புரட்சியாளர்களாலும் மென்ஷிவிக்குகளாலுமான கூட்டு எப்படித் துரோகம் புரிந்து புரட்சிகரப் பாட்டாளி வர்க்கத்துக்கு **விரோதமாய்** முதலாளித்துவ வர்க்கத்தாரிடம் ஓடிவிட்டது என்பதற்கு 1917-ஆம் ஆண்டுப் புரட்சியின் வரலாற்று ஆய்வாளர் ஒவ்வொருவருக்கும் த்ஸெரெத்தேலியின் ஜூன்-11 ஆம் தேதிய வரலாற்று முக்கியத்துவமுள்ள சொற்பொழிவு துல்லியமான எடுத்துக்காட்டாய் அமையும் என்பதில் ஐயமில்லை.

இடைக்குறிப்பாய் எங்கெல்ஸ் அளிக்கும் மற்றொரு கருத்துரை மதத்தைப் பற்றியதாகும் - இதுவும் அரசு பற்றிய பிரச்சனையை ஒட்டியதுதான். ஜெர்மன் சமூக ஜனநாயகவாதிகள் சீரழிந்து மேலும்

மேலும் சந்தர்ப்பவாதிகளாகியபோது, "மதம் தனி நபரின் விவகாரமென்று அறிவிக்கப்படுகிறது" என்னும் புகழ்பெற்ற சூத்திரத்துக்கு அற்பத்தனமான முறையில் பொய்யான வியாக்கியானம் தரும் நிலைக்கு மேன்மேலும் சரிந்து சென்றது தெரிந்ததே. புரட்சிகரப் பாட்டாளி வர்க்கத்தின் கட்சிக்குங்கூட மதம் தனி நபரின் விவகாரம் என்பதாய்ப் பொருள்படும்படி இந்தச் சூத்திரம் திரித்துக் கூறப்பட்டுவிட்டது!! பாட்டாளி வர்க்கத்தின் புரட்சிகர வேலைத்திட்டத்துக்கு இழைக்கப்பட்ட இந்த அப்பட்டமான துரோகத்தை எங்கெல்ஸ் வன்மையாய்க் கண்டித்தார். 1981-ல் அவர் தமது கட்சியில் சந்தர்ப்பவாதத்தின் மிக பலவீனமான துவக்கம் மட்டுமே தலை தூக்கக் கண்டார். ஆகவே அவர் தமது கருத்தை மிகுந்த எச்சரிக்கையோடு எடுத்துரைத்தார்:

"அநேகமாய்த் தொழிலாளர்கள் அல்லது தொழிலாளர்களால் அங்கீகரிக்கப்பட்ட பிரதிநிதிகள் மட்டுமே கம்யூனில் இருந்ததால், அது ஏற்ற முடிவுகள் தீர்மானகரமான பாட்டாளி வர்க்கத் தன்மை படைத்திருந்தன. முற்றிலும் கோழைத்தனம் காரணமாய்க் குடியரசுவாத முதலாளித்துவ வர்க்கம் முன்பு செய்யத் தவறிவிட்ட சீர்திருத்தங்கள், தொழிலாளி வர்க்கத்தின் சுதந்திரமான செயற்பாட்டுக்கு இன்றியமையாத அடித்தளத்தை அமைத்திடும் சீர்திருத்தங்கள் - அரசைப் பொறுத்தமட்டில் மதம் முற்றிலும் தனி நபரின் விவகாரமாகும் என்ற கோட்பாடு செயல்படுத்தப்படுவது போன்றவை - செயல்படுத்தப்பட கம்யூனின் தீர்மானங்கள் ஆணையிட்டன. அல்லது தொழிலாளி வர்க்கத்துக்கு நேரடியாய் நலம் பயப்பனவாயும், பழைய சமுதாய அமைப்பைப் பிளப்பனவாயும் இருந்த அரசாணைகளைக் கம்யூன் பிறப்பித்தது..."

வேண்டுமென்றேதான் எங்கெல்ஸ் 'அரசைப் பொறுத்த மட்டில்' என்னும் சொற்களுக்கு அழுத்தமிட்டுக் காட்டினார்; கட்சியைப் பொறுத்தமட்டில் மதம் தனி நபரின் விவகாரம் என்பதாய்ப் பிரகடனம் செய்துவிட்ட ஜெர்மன் சந்தர்ப்பவாதத்தை நேரடியாய்ச் சாடும் பொருட்டுதான், எங்கெல்ஸ் இதைச் செய்தார். ஜெர்மன் சந்தர்ப்பவாதம் இவ்வாறு புரட்சிகரப் பாட்டாளி வர்க்கக் கட்சியைச் சமயச் சார்பற்ற நிலைக்கு இடமளிக்கத் தயாராயிருக்கும், ஆனால் மக்களை மதிமயங்கச் செய்யும் மதமெனும் அபினியை எதிர்த்துக் கட்சி நடத்த வேண்டிய போராட்டத்தைக் கைவிட்டு விடும் மிகக் கொச்சையான 'கட்டற்ற சிந்தனைக்குரிய' குட்டி முதலாளித்துவ அற்பவாதத்தின் இழிநிலைக்குச் சீரழியும்படிச் செய்துவிட்டது.

ஜெர்மன் சமூக ஜனநாயகவாதிகளின் வருங்கால வரலாற்று ஆசிரியர், 1914-ல் இவர்கள் அவமானகரமாய்க் கையாலாகாதவர்களாய் இழிவுற்றதன் மூல காரணங்களை ஆராய்கையில், இப்பிரச்சனை குறித்துச் சுவையான தகவல்கள் நிறைய இருக்கக் காண்பார். இக்கட்சியின் சித்தாந்தத் தலைவர் காவுத்ஸ்கி எழுதிய கட்டுரைகளில் சந்தர்ப்பவாதத்துக்குக் கதவை விரியத் திறந்துவிடும் வகையில் அமைந்த

மழுப்பலான உரைகள் முதலாய், 1913-ல் 'Los-Von-Kirche-Bewegung' ("மதச் சபையை விட்டு விலகு' என முழங்கிய இயக்கம்) குறித்து இக்கட்சி கடைப்பிடித்த போக்கு வரையிலாய் மிகப் பலவும் இருக்கக் காண்பார்.[35]

கம்யூனுக்குப் பிறகு இருபது ஆண்டுகள் கழிந்தபின், போராடும் பாட்டாளி வர்க்கத்துக்கு அதன் படிப்பினைகளை எங்கெல்ஸ் சுருக்கமாய் எடுத்துரைப்பதைக் கவனிப்போம்.

எங்கெல்ஸ் தலைமையான முக்கியத்துவம் அளித்த படிப்பினைகள் வருமாறு:

"...பழைய மத்தியத்துவ அரசாங்கத்தின் ஒடுக்கு முறை அதிகாரம்தான், சேனை,அரசியல் போலீஸ், அதிகார வர்க்கம் - இது 1798-ல் நெப்போலியனால் தோற்றுவிக்கப் பெற்று, அது முதலாய் ஒவ்வொரு புதிய அரசாங்கத்தாலும் தக்க ஆயுதமாய் மகிழ்ச்சியோடு ஏற்கப்பட்டு தனது எதிராளிகளுக்கு விரோதமாய்ப் பிரயோகிக்கப்பட்டது - இவற்றின் அதிகாரம்தான் முன்பு பாரிசில் வீழ்த்தப்பட்டது போலவே எங்கனுமே வீழ்த்தப்பட வேண்டியது.

"தொடக்கம் முதலாகவே கம்யூனது, அதிகாரத்துக்கு வந்துவிட்ட தொழிலாளி வர்க்கம் பழைய அரசு இயந்திரத்தைக் கொண்டே தொடர்ந்து நிர்வகித்துச் செல்வது சாத்தியமல்ல என்பதையும், தற்போது தான் வென்று கொண்ட மேலாதிக்கத்தைத் திரும்பவும் இழக்காது இருக்கும் பொருட்டு இந்தத் தொழிலாளி வர்க்கம் ஒரு புறத்தில் முன்பு தன்னையே எதிர்த்துப் பிரயோகிக்கப்பட்ட பழைய ஒடுக்குமுறை இயந்திரம் அனைத்தையும் ஒழித்துவிட்டு, மறுபுறத்தில் தனது பிரதிநிதிகள், அதிகாரிகள் ஆகியோரிடமிருந்தே தன்னைத் தற்காத்துக் கொள்ளும் பொருட்டு இவர்கள் எல்லோரும் விதிவிலக்கின்றி எந்நேரத்திலும் திருப்பியழைக்கப்படக் கூடியவர்களே என்பதாய்ப் பிரகடனம் செய்ய வேண்டும் என்பதையும் அங்கீகரிப்பது இன்றியமையாததாகிவிட்டது..."

முடியரசில் மட்டுமின்றி, ஜனநாயகக் குடியரசிலுங்கூட அரசு அரசாகவே இருந்து வருகிறது என்பதை, அதாவது அதிகாரிகளை, 'சமுதாயத்தின் பணியாட்களை', அரசின் உறுப்புக்களை சமுதாயத்தின் எஜமானர்களாய் மாற்றி விடுவதென்ற அதன் அடிப்படையான தனிப் பண்பினை இழந்துவிடவில்லை என்பதை எங்கெல்ஸ் மீண்டும் வலியுறுத்திக் கூறுகிறார்.

"...அரசும் அரசின் உறுப்புக்களும் சமுதாயத்தின் பணியாட்கள் என்கிற நிலையிலிருந்து சமுதாயத்தின் எஜமானர்கள் என்கிற நிலைக்கு இவ்விதம் மாற்றப்படுவதற்கு எதிராய் - முந்திய எல்லா அரசுகளிலும் இம்மாற்றம் தவிர்க்க முடியாதது - கம்யூனானது பிசகாத இரு வழிகளைக் கையாண்டது. முதற்கண், அது எல்லாப் பதவிகளுக்கும் -

நிர்வாகம், நீதித் துறை, கல்வித்துறை ஆகிய எல்லாப் பகுதிகளுக்கும் - அனைத்து மக்கள் வாக்குரிமையின் அடிப்படையிலான தேர்தல் மூலம் ஆட்களை அமர்த்தியதோடு, அவர்கள் அதே வாக்காளர்களால் எந்நேரத்திலும் திருப்பி அழைக்கப்படக் கூடியவர்களாக்கிற்று. இரண்டாவதாக, அது உயர் அதிகாரிகளாயினும் சரி, கீழ் அதிகாரிகளாயினும் சரி எல்லோருக்கும் பிற தொழிலாளர்களுக்குக் கிடைக்கும் அதே சம்பளங்கள்தான் கொடுத்தது. யாருக்கும் கம்யூன் அளித்த மிக உயர்ந்த சம்பளம் 6,000 பிராங்குதான்.* பிரதிநிதித்துவ உறுப்புகளுக்குத் தேர்ந்தெடுக்கப்பட்ட பிரதிநிதிகளுக்குக் கம்யூனால் விதிக்கப்பட்ட மீற முடியாத ஆணைகளை அன்னியில், இவ்வழியில் பதவி வேட்டைக்கும் தன்னல உயர்வு நாட்டத்துக்கும் சரியானபடி தடை எழுப்பப்பட்டது..."

இங்கே எங்கெல்ஸ் முரணற்ற ஜனநாயகம் ஒருபுறம் சோஷலிசமாய் மாற்றப்படுவதையும், மறுபுறம் சோஷலிசம் அவசியமெனக் கோருவதையும் குறிக்கும் சுவையான எல்லைக் கோட்டினை நெருங்கி வந்துவிடுகிறார். ஏனெனில் அரசை ஒழித்திட அரசு நிர்வாக அலுவல்களை தேச மக்களின் மிகப் பெரும் பகுதியோருடைய - நாளடைவில் ஒவ்வொரு தனியாளுடைய - தகுதிக்கும் ஆற்றலுக்கும் உட்பட்ட எளிய கண்காணிப்பு, கணக்கீடு வேலைகளாய் மாற்றுவது அவசியமாகும். பதவி வேட்டை அடியோடு ஒழிக்கப்பட வேண்டுமாயின், அரசு நிர்வாக அலுவல் துறையில் லாபம் தருவனவாய் இல்லாவிட்டாலும் 'மதிப்புக்குரியனவாகிய' பதவிகள், மிக மிகச் சுதந்திரமான முதலாளித்துவ நாடுகளில் எல்லாம் இடையறாது நடைபெற்று வருவது போல, வங்கிகளில் அல்லது கூட்டுப்பங்குக் கம்பெனிகளில் கொழுத்த ஆதாயத்துக்குரிய பதவிகள் பெறுவதற்கான உந்து தளங்களாய்ப் பயன்பட முடியாதபடி செய்தாக வேண்டும்.

ஆனால் எங்கெல்ஸ் சில மார்க்சியவாதிகள் செய்யும் பிழையைச் செய்யவில்லை. அதாவது, தேசிய இனங்களின் சுயநிர்ணய உரிமை குறித்து சில மார்க்சியவாதிகள் அது முதலாளித்துவத்தில் சாத்தியமற்றதாயும் சோஷலிசத்தில் தேவையில்லாததாயும் விடுவதாய் வாதாடுகிறார்களே, அது போன்ற பிழையை எங்கெல்ஸ் செய்யவில்லை. வெளித் தோற்றத்துக்குக் கெட்டிக்காரத்தனமாயினும் உண்மையில் முற்றிலும் தவறான இத்தகைய வாதத்தை அதிகாரிகளுக்கு மிதமான சம்பளம் அளித்திடுவது அடங்கலாய் எந்த ஜனநாயக ஏற்பாடு குறித்தும்

---

* மதிப்பளவில் சுமார் 2,400 ரூபிள், அல்லது தற்போதுள்ள பரிவர்த்தனை விகிதத்தின்படி சுமார் 6,000 ரூபிள். அரசு அனைத்திலும் அதிகபட்ச சம்பளம் 6,000 ரூபிளே - இது போதுமான தொகை - என்பதற்குப் பதிலாய், உதாரணமாய் ஊராட்சி மன்ற உறுப்பினர்களுக்கு 9,000 ரூபிள் சம்பளம் அளிக்க வேண்டுமென சில போல்ஷிவிக்குகள் முன்மொழிவது மன்னிக்க முடியாத ஒன்றாகும்.[36]

கூறலாம்; ஏனெனில், முரணற்ற முழு நிறை ஜனநாயகம் முதலாளித்துவத்தில் சாத்தியமற்றது, சோஷலிசத்தில் எல்லா ஜனநாயகமும் உலர்ந்து உதிர்ந்து விடும்.

மேலும் ஒரு முடி உதிர்வதால் ஒருவன் வழுக்கையாகி விடுவானா என்ற நெடுநாளைய கேலியை ஒத்த குதர்க்க வாதமே ஆகும் இது.

ஜனநாயகத்தைக் கூடுமான உச்ச நிலைக்கு வளர்த்துச் செல்லுதல், இந்த வளர்ச்சிக்கு வேண்டிய வடிவங்களைக் காணுதல், நடைமுறையின் வாயிலாய் இவற்றைச் சோதித்துப் பார்த்தல் என்பன போன்ற இவை யாவும் சமூகப் புரட்சிக்குரிய போராட்டத்தில் அடங்கிய பணிகளில் ஒன்று. தனிப்பட்ட முறையில் எவ்வகையான ஜனநாயகமும் சோஷலிசத்தைக் கொண்டு வந்துவிட முடியாது. ஆனால் எதார்த்த வாழ்வில் ஜனநாயகம் ஒருபோதும் 'தனிப்பட்ட முறையில்' மேற்கொள்ளப்படுவதில்லை; பிற பலவற்றுடன் 'சேர்ந்த முறையில்தான்' அது மேற்கொள்ளப்படும். அப்பொழுது அது பொருளாதார வாழ்வின் மீதும் செல்வாக்குச் செலுத்தும், அதனுடைய மாற்றத்தைத் துரிதப்படுத்தும், அதே போல ஜனநாயகத்தின் மீதும் பொருளாதார வளர்ச்சியும் இதையொத்த பிறவும் செல்வாக்கு செலுத்தும். இதுதான் உயிருள்ள வரலாற்றின் இயக்கவியல்.

எங்கெல்ஸ் மேலும் கூறுகிறார்:

"...முந்திய அரசு அதிகாரம் இவ்வாறு தகர்க்கப்பட்டு [Sprengung] அதற்குப் பதிலாய் ஒரு புதிய, மெய்யாகவே ஜனநாயகமான அரசு அதிகாரம் நிறுவப்பட்டதை உள்நாட்டுப் போரின் மூன்றாம் பதிப்பு விளக்கமாய் விவரிக்கிறது. ஆனால் இதன் கூறுகள் சிலவற்றை இங்கே சுருக்கமாய் மீண்டும் குறிப்பிடுதல் வேண்டும். ஏனெனில் குறிப்பாக ஜெர்மனியில் அரசின் பாலுள்ள மூடநம்பிக்கை தத்துவவியலிலிருந்து பொதுவாய் முதலாளித்துவ வர்க்கத்தாரின் உணர்வுக்கும், பல தொழிலாளர்களின் உணர்வுக்குங்கூட பரவி வந்துவிட்டது. தத்துவவியல் கண்ணோட்டத்தின்படி அரசு என்பது 'கருத்தின் மெய்மையாக்கமாய்', அல்லது தத்துவவியல் தொடர்களில் பெயர்க்கப்படுமாயின் 'இறையருள் ஆட்சியின் பூலோக உருவாய்', அழியாத உண்மையும் நீதியும் சித்தி பெறும் அல்லது சித்தி பெற வேண்டிய அரங்கமாய்க் கொள்ளப்பட்டது. இயல்பாகவே இதிலிருந்து அரசிடமும் அரசுடன் சம்பந்தப்பட்ட யாவற்றிடமும் மூட பக்தி பிறக்கிறது. சமுதாயம் அனைத்துக்கும் பொதுவான விவகாரங்களும் நலன்களும் கடந்த காலத்தில் கவனித்துக் கொள்ளப்பட்டது போலவே, அதாவது அரசின் மூலமும், வசதியும் வருவாயும் மிக்க நிலையிலுள்ள அதன் அதிகாரிகள் மூலமுமே அன்றி வேறு எவ்வழியிலும் கவனித்துக் கொள்ளப்பட முடியாது என்பதாய் நினைக்கும்படி மக்கள் தம் பிள்ளைப் பிராயம் முதல் பழக்கப்படுத்துப்பட்டு விட்டதால், இந்த மூடபக்தி மிகச் சுலபமாய் வேரூன்றி விடுகிறது. இந்நிலையில், பரம்பரை முடியரசின் மீதுள்ள நம்பிக்கையிலிருந்து

விடுபட்டு ஜனநாயகக் குடியரசு வேண்டுமென முழக்கமிட முற்படுவோர் தாம் அளவிலாத் துணிச்சலுடன் முன்னேறி வந்துவிட்டதாய்க் கருதுகிறார்கள். ஆனால் உண்மையில் அரசானது ஒரு வர்க்கம் பிறிதொன்றை ஒடுக்குவதற்கான இயந்திரமேயன்றி வேறல்ல; முடியரசில் மட்டுமின்றி அதே அளவுக்கு ஜனநாயகக் குடியரசிலுங்கூட இதுதான் உண்மை. மிகச் சிறந்த நிலையிலும் அது, வர்க்க மேலாதிக்கத்துக்கான போராட்டத்தில் வெற்றிவாகை சூடிய பாட்டாளி வர்க்கம் முன்பு கம்யூனானது செய்தது போலவே, எவ்வளவு சீக்கிரமாய் முடியுமோ, அவ்வளவு சீக்கிரமாய்க் கழித்துக் கட்டிவிட வேண்டியிருக்கும். பிறகு புதிய, சுதந்திர சமூக நிலைமைகளிலே வளர்ந்து ஆளாகும் தலைமுறையினர் இந்த வேண்டாத பிண்டமான அரசமைப்பு அனைத்தையுமே விட்டொழித்து விடும்படியான நிலையை வந்தடைவார்கள்."

முடியரசை அகற்றி அதற்குப் பதிலாய்க் குடியரசை நிறுவுகையில் பொதுவில் அரசு குறித்த சோஷலிசக் கோட்பாடுகளை மறந்துவிடக் கூடாதென்று ஜெர்மானியர்களை எங்கெல்ஸ் எச்சரிக்கை செய்தார். இன்று அவருடைய எச்சரிக்கைகள் த்ஸெரெத்தேலிகளுக்கும் சேர்னோவ்களுக்கும் சாட்டையடி கொடுப்பதாய் விளங்குகின்றன! இந்தக் கனவான்கள் அரசின்பால் தமக்கு இருக்கும் மூடநம்பிக்கையையும் மூடபக்தியையும் தமது 'கூட்டு அரசாங்கச்' செயற்பாட்டின் மூலம் வெளிப்படுத்தி வருகிறார்கள்.

மேலும் இரு குறிப்புகள்: 1) முடியரசில் மட்டுமின்றி 'அதே அளவில்' ஜனநாயகக் குடியரசிலும் அரசு 'ஒரு வர்க்கம் பிறிதொன்றை ஒடுக்குவதற்கான இயந்திரமாகவே' இருக்கிறது என்று எங்கெல்ஸ் கூறியது, சில அராஜகவாதிகள் 'போதனை செய்வது' போல ஒடுக்குமுறையின் **வடிவம்** எதுவாயினும் பாட்டாளி வர்க்கத்துக்கு ஒன்றேதான் என்பதாய்ப் பொருள்படவில்லை. வர்க்கப் போராட்டம், வர்க்க ஒடுக்குமுறை இவற்றின் **வடிவம்** அதிக விரிவும் சுதந்திரமும் கொண்டதாகவும் அதிக அளவுக்கு பகிரங்கமானதாகவும் இருப்பது, பாட்டாளி வர்க்கத்துக்குப் பொதுவில் வர்க்கங்களை ஒழித்திட அது நடத்தும் போராட்டத்தில் பெரிதும் உதவி புரிகிறது.

2) அரசெனும் வேண்டாத பிண்டம் அனைத்தையும் குப்பைக் குழியிலே எறியும் நிலையை ஒரு புதிய தலைமுறையால் தான் வந்தடைய முடியும் என்பது ஏன்? இந்தக் கேள்வி ஜனநாயகத்தை விஞ்சும் பிரச்சனையுடன் பிணைந்ததாகும். இனி இப்பிரச்சனையைப் பரிசீலிப்போம்.

6. ஜனநாயகத்தை விஞ்சுவது குறித்து எங்கெல்ஸ்

'சமூக ஜனநாயகவாதி' என்னும் பதம் விஞ்ஞான வழியில் தவறானதென்று நிலைநாட்டுகையில் எங்கெல்ஸ் இப்பொருள் குறித்துத் தமது கருத்துக்களை கூற நேர்ந்தது.

பல்வேறு பொருள் குறித்து, முக்கியமாய் 'சர்வதேசப்' பிரச்சனைகள் குறித்து 1870-80 ஆம் ஆண்டுகளில் தாம் எழுதிய கட்டுரைகளின் பதிப்பு ஒன்றுக்கு [Internationales aus dem 'Volksstaat']* எங்கெல்ஸ் முன்னுரை எழுதினார். இம்முன்னுரை 1894 ஜனவரி 3-ஆம் தேதியிடப்பட்டது; அதாவது, அவருடைய மறைவுக்கு ஒன்றரை ஆண்டு முன்னதாய் எழுதப் பெற்றது. தமது எல்லாக் கட்டுரைகளிலும் 'சமூக ஜனநாயகவாதி' என்று சொல்லாமல் 'கம்யூனிஸ்டு' என்னும் பதத்தையே உபயோகித்ததாகவும், அக்காலத்தில் பிரான்சில் புரூதோனியவாதிகளும் ஜெர்மனியில் லஸ்ஸாலியர்களும்[37] தங்களை சமூக ஜனநாயகவாதிகள் என்பதாய் அழைத்துக் கொண்டதே இதற்குக் காரணம் என்றும் எங்கெல்ஸ் இந்த முன்னுரையில் எழுதினார்.

"...ஆகவே மார்க்சுக்கும் எனக்கும் எங்களுடைய தனிவகைக் கருத்தோட்டத்தைக் குறிக்க இது போன்ற வரையறையற்ற ஒரு பதத்தைக் கையாளுவது சிறிதும் பொருத்தமாய் இருக்கவில்லை" என்று எங்கெல்ஸ் எழுதினார். "இன்று நிலைமைகள் மாறிவிட்டன, பொதுவில் சோஷலிஸ்டாய் இருப்பதோடு அல்லாமல் முழுக்க முழுக்க கம்யூனிஸ்டாக உள்ள பொருளாதார வேலைத்திட்டத்தைக் கொண்ட ஒரு கட்சிக்கு, அரசு அனைத்தையும், மற்றும் இதன் விளைவாய் ஜனநாயகத்தையும் கூட விஞ்சுவதை இறுதி அரசியல் குறிக்கோளாய்க் கொண்ட ஒரு கட்சிக்கு இன்னமும் இப்பதம் ['சமூக ஜனநாயகவாதி'] கறாரானதாயில்லை [unpassend, பொருந்துவதாயில்லை] என்றாலுங்கூட, இன்று இதை ஏற்கத்தக்கதாய் [mag passieren] கொள்ளலாம். ஆனால் **மெய்யான** [அழுத்தம் எங்கெல்சினுடையது] அரசியல் கட்சிகளுடைய பெயர்கள் ஒருபோதும் முழு அளவுக்கும் பொருத்தமாய் இருப்பதில்லை. கட்சி வளர்ந்து செல்கிறது, ஆனால் பெயர் இருந்தபடியே இருக்கிறது".

இயக்கவியல்வாதியான எங்கெல்ஸ், தமது இறுதிநாள் வரை இயக்கவியலை விட்டு இம்மியும் பிறழாதவராய் இருந்தார். மார்க்சிடமும் என்னிடமும் கட்சிக்கு அற்புதமான, விஞ்ஞான வழியில் துல்லியமான பெயர் இருந்தது; ஆனால் மெய்யான கட்சிதான், அதாவது வெகுஜனப் பாட்டாளி வர்க்கக் கட்சிதான் இருக்கவில்லை என்கிறார். ஆனால் இப்பொழுது (பத்தொன்பதாம் நூற்றாண்டின் முடிவில்) மெய்யான கட்சி இருந்தது; ஆனால் அதன் பெயர்தான் விஞ்ஞான வழியில் பிழைபட அமைந்துவிட்டது. பரவாயில்லை, கட்சி **வளர்ந்து செல்லும்** வரை, விஞ்ஞான வழியில் அதன் பெயர் பிழைபட இருப்பதானது கட்சியிடமிருந்து மறைக்கப்படாத வரை, சரியான வழியில் கட்சி வளர்வதற்கு இப்பெயர் ஒரு தடங்கலாய் அமையாத வரை, இந்தப் பெயர் 'எற்கத்தக்கதே' ஆகும்.

---

* 'மக்கள் அரசில்' வெளிவந்த சர்வதேசப் பிரச்சனைகள் குறித்து. (பர்.)

நகைச்சுவையாளர் ஒருவர் போல்ஷிவிக்குகளாகிய நமக்கு எங்கெல்சின் பாணியிலே ஆறுதல் கூற முன்வரலாம்: மெய்யான கட்சி ஒன்று நம்மிடம் இருக்கிறது; இது சிறப்பான வளர்ச்சி கண்டுவருகிறது; ஆகவே அர்த்தமில்லாத, எழிலற்ற 'போல்ஷிவிக்' என்பது போன்ற பெயருங்கூட, 1903 பிரஸ்ஸெல்ஸ் லண்டன் காங்கிரசில்[38] நாம் பெரும்பான்மை பெற்றோம் என்ற சந்தர்ப்பவச உண்மையைத் தவிர்த்து வேறு எதனையும் குறிக்காத இப்பெயருங்கூட 'ஏற்புடையதே ஆகு' மென அவர் கூறலாம். குடியரசுவாதிகளும் 'புரட்சிகரக்' குட்டி முதலாளித்துவ ஜனநாயகவாதிகளும் ஜூலையிலும் ஆகஸ்டிலும் எங்கள் கட்சி மீது கட்டவிழ்த்து விட்டிருக்கும் அடக்குமுறையானது 'போல்ஷிவிக்' என்னும் பெயரை அனைவரும் மதித்துப் போற்றும் பெயராக்கியுள்ளதாலும், அதோடு இந்த அடக்குமுறையானது எங்கள் கட்சி அதன் மெய்யான வளர்ச்சியில் கண்டிருக்கும் வரலாற்றுச் சிறப்புடைத்த மகத்தான முன்னேற்றத்தைக் குறிப்பதாலும், இன்று இன்று நான் முன்பு ஏப்ரலில் எங்கள் கட்சியின் பெயரை மாற்ற வேண்டுமென்று கூறிய ஆலோசனையை வற்புறுத்தத் தயங்குவேன் என்றே நினைக்கிறேன். என் தோழர்களுக்கு ஒரு 'சமரச வழியை', அதாவது எங்கள் கட்சியைக் கம்யூனிஸ்டுக் கட்சி என்று அழைத்து அதேபோதில் 'போல்ஷிவிக்குகள்' என்னும் சொல்லையும் அடைப்புக் குறிகளுக்குள் இருத்திக் கொள்வோமென்று ஆலோசனை கூறலாமென நினைக்கிறேன்...

ஆனால் கட்சியில் பெயர் பற்றிய பிரச்சனை, அரசு குறித்துப் புரட்சிகரப் பாட்டாளி வர்க்கத்தின் போக்கு பற்றிய பிரச்சனையைவிட ஒப்பிடற்கரிய சொற்ப முக்கியத்துவமே வாய்ந்தது.

அரசு பற்றிய வழக்கமான வாக்குவாதங்களில் மீண்டும் மீண்டும் ஒரு தவறு இழைக்கப்படுகிறது. இந்தத் தவறு குறித்து எங்கெல்ஸ் எச்சரிக்கை செய்தார்; மேலே போகிற போக்கில் இதனை நாம் சுட்டிக்காட்டியுள்ளோம். அரசின் ஒழிப்பு ஜனநாயகத்தின் ஒழிப்பையும் குறிப்பதாகும், அரசு உலர்ந்து உதிர்வது ஜனநாயகம் உலர்ந்து உதிர்வதையும் குறிப்பதாகும் என்பது மீண்டும் மறக்கப்பட்டு விடுவதுதான் இந்தத் தவறு.

இவ்வாறு சொல்வது மேலெழுந்தவாரியாய்ப் பார்க்கையில் மிக விநோதமாகவும், புரிந்து கொள்ள முடியாததாகவும் தோன்றுகிறது. ஏன், சிறுபான்மையோர் பெரும்பான்மையோருக்குக் கீழ்ப்படியும் கோட்பாடு கடைப்பிடிக்கப்படாத ஒரு சமுதாய அமைப்பு உதிக்கப் போவதாய் எதிர்பார்க்கிறோம் என்கிற சந்தேகங்கூட சிலருக்கு நம் மீது எழலாம் - ஏனெனில், இந்தக் கோட்பாட்டை அங்கீகரிப்பதுதானே ஜனநாயகம்.

இல்லை, ஜனநாயகமும், சிறுபான்மையோர் பெரும்பான்மையோருக்குக் கீழ்ப்படிதலும் ஒன்றல்ல. சிறுபான்மையோர் பெரும்பான்மையோருக்குக் கீழ்படிதலை அங்கீகரிக்கும் அரசுதான் ஜனநாயகம் எனப்படுவது;

அதாவது, ஒரு வர்க்கம் பிறிதொன்றின் மீது, மக்கள் தொகையில் ஒரு பகுதி பிறிதொன்றின் மீது, முறைப்படி பலாத்காரத்தைப் பிரயோகிப்பதற்கான ஒழுங்கமைப்பே ஜனநாயகம் எனப்படுவது.

அரசை ஒழிப்பதே, அதாவது ஒழுங்கமைந்த முறைப்படியான எல்லா பலாத்காரத்தையும், பொதுவில் மக்களுக்கு எதிராய்ப் பிரயோகிக்கப்படும் எல்லா பலாத்காரத்தையும் ஒழிப்பதே நமது இறுதி இலட்சியம். சிறுபான்மையோர் பெரும்பான்மையோருக்குக் கீழ்ப்படியும் கோட்பாடு அனுசரிக்கப்படாத ஒரு சமுதாய அமைப்பு உதிக்கப் போவதாய் நாம் எதிர்பார்க்கவில்லை. ஆனால் நாம் சோஷலிசத்துக்காகப் பாடுபடுகையில், இது கம்யூனிசமாய் வளர்ச்சியுறும், ஆகவே பொதுவில் மக்களுக்கு எதிரான பலாத்காரத்தின் தேவையும், ஒரு மனிதர் பிறிதொருவருக்கும், மக்களின் தொகையில் ஒரு பகுதி பிறிதொன்றுக்கும் கீழ்ப்படியும் தேவையும் அறவே மறைந்து போய்விடும்; ஏனெனில் பலாத்காரம் இல்லாமலே, கீழ்ப்படிதல் இல்லாமலே மக்கள் சமுதாய வாழ்வின் சர்வ சாதாரண நெறிமுறைகளை அனுசரித்து நடக்கப் பழக்கப்பட்டுவிடுவார்கள் என்பதில் எங்களுக்கு ஐயப்பாட்டுக்கு இடமில்லை.

பழக்கத்தின் பாற்பட்ட இந்த அம்சத்தை வலியுறுத்தும் பொருட்டு எங்கெல்ஸ் ஒரு புதிய தலைமுறையினர் குறித்து, ‘புதிய, சுதந்திர சமுதாய நிலைமைகளில் வளர்ந்து ஆளாகும்’ தலைமுறையினர் குறித்துப் பேசுகிறார். இந்தப் புதிய தலைமுறையினர் ஜனநாயக-குடியரசு அமைப்பும் அடங்கலாய் எல்லா வகைப்பட்டதுமான ‘இந்த வேண்டாத பிண்டமான அரசமைப்பு அனைத்தையுமே விட்டொழித்து விடும்படியான நிலையை வந்தடைவார்கள்’.

இதை விளக்க, அரசு உலர்ந்து உதிர்வதற்குரிய பொருளாதார அடிப்படையைப் பகுத்தாய்வது அவசியமாகும்.

அத்தியாயம் - 5

அரசு உலர்ந்து உதிர்வதற்குரிய பொருளாதார அடிப்படை

கோத்தா வேலைத்திட்டத்தின் விமர்சனம் (பிராக்கேவுக்கு எழுதிய கடிதம், 1875 மே 5, 1891-ல் தான் Neue Zeit, மலர் 9, இதழ் 1 ல் அச்சிடப்பட்டது; ருஷ்யனில் ஒரு தனிப் பதிப்பாய் வந்துள்ளது) என்ற தமது நூலில் மார்க்ஸ் இந்தப் பிரச்சனையைத் தீர்க்கமாய் விளக்கிக் கூறுகிறார். சிறப்பு மிக்க இந்நூலின் எதிர்வாதப் பகுதி லஸ்ஸாலியத்தை விமர்சிக்கிறது. இப்பகுதி இந்நூலின் கருப் பகுதியை - அதாவது கம்யூனிசத்தின் வளர்ச்சிக்கும் அரசு உலர்ந்து உதிர்வதற்கும் இடையிலுள்ள தொடர்பைப் பகுத்தாயும் பகுதியை - ஓரளவுக்குப் பின்னுக்குத் தள்ளுவதாய் உள்ளது.

1. பிரச்சனையை மார்க்ஸ் எடுத்துரைத்தல்

1875 மே 5ல் பிராக்கேவுக்கு மார்க்ஸ் எழுதிய கடிதத்தையும் 1875 மார்ச் 28ல் பெபெலுக்கு எங்கெல்ஸ் எழுதிய கடிதத்தையும் மேலெழுந்தவாரியாய் ஒப்பிட்டுப் பார்க்கையில், எங்கெல்சைக் காட்டிலும் அதிக அளவு மார்க்ஸ் 'அரசின் ஆதரவாளராய்' இருந்ததாகவும், அரசெனும் பிரச்சனையில் இவ்விரு ஆசிரியர்களுக்கும் கணிச அளவு கருத்து வேறுபாடு இருந்ததாகவும் தோன்றக் கூடும்.

அரசு பற்றிய எல்லாப் பேச்சையும் அறவே விட்டொழித்து விடும்படி, 'அரசு' என்னும் சொல்லையே வேலைத்திட்டத்திலிருந்து நீக்கிவிட்டு அதற்குப் பதில் 'மக்கட் சமுதாயம்' என்னும் சொல்லை உபயோகிக்கும்படி பெபெலுக்கு எங்கெல்ஸ் ஆலோசனை கூறினார். அரசெனும் சொல்லின் சரியான பொருளில் கம்யூனானது ஒரு அரசாய் இருக்கவில்லை என்பதாகவும் எங்கெல்ஸ் கூறினார். ஆனால் மார்க்ஸ் "கம்யூனிச சமுதாயத்துக்குரிய வருங்கால அரசு" என்பதாய்க் கூடப் பேசினார், அதாவது கம்யூனிசத்திலுங்கூட அரசு அவசியமே என்பதாய் அவர் ஏற்றுக் கொண்டதாய்த் தோன்றக்கூடும்.

இது போன்ற கருத்து அடிப்படையிலேயே தவறானது. மேலும் நெருங்கிச் சென்று பரிசீலித்தோமாயின் அரசு குறித்தும் அது உலர்ந்து உதிரும் நிகழ்ச்சி குறித்தும் மார்க்ஸ், எங்கெல்ஸ் இருவரின் கருத்துக்களும்

எந்த வேறுபாடுமின்றி முழுதும் ஒத்தவையே என்பதும், மேலே குறிப்பிடப்பட்ட மார்க்சின் தொடர் **உலர்ந்து உதிர்ந்து கொண்டிருக்கும்** நிலையிலுள்ள அரசைத்தான் குறிப்பதாகும் என்பதும் தெளிவாகின்றன.

'உலர்ந்து உதிரும்' இந்த **வருங்கால** நிகழ்ச்சி நடைபெறும் தருணத்தை வரையறுத்துக் கூற முடியாது என்பது தெளிவு - இது நீண்ட நெடும் நிகழ்ச்சிப்போக்காய் இருக்குமென்பது வெளிப்படையாதலால் இவ்வாறு வரையறுத்துக் கூறுவது மேலும் இயலாததாகி விடுகிறது. மார்க்சுக்கும் எங்கெல்சுக்கும் இங்கு ஏதோ கருத்து வேறுபாடு இருப்பதாய்த் தோன்றுவதற்குக் காரணம், அவர்கள் வெவ்வேறு துறைகளைப் பரிசீலித்ததும், வெவ்வேறு குறிக்கோள்களைப் பின்பற்றியதும்தான். அரசு சம்பந்தமாய் நிலவிய தப்பெண்ணங்கள் (லஸ்ஸாலே இடத்தும் இவை பெருமளவு இருந்தன) எவ்வளவு அபத்தமானவை என்பதை பெபெலுக்குக் கண்கூடாகவும் எடுப்பாகவும் முழு உருவிலும் தெரியப்படுத்த எங்கெல்ஸ் முற்பட்டார். ஆனால் மார்க்ஸ் **இந்தப்** பிரச்சனையைப் போகிற போக்கில் இடைநிகழ்வாகவே குறிப்பிட்டுச் சென்றார். மார்க்ஸ் கருத்து செலுத்தியது வேறொரு துறை, அதாவது கம்யூனிச சமுதாயத்தின் **வளர்ச்சி** பற்றிய துறை.

வளர்ச்சித் தத்துவத்தை - அதன் முரணற்ற, முழு நிறைவான, தேர்ந்தாய்ந்த, சாரப்பொருள் வடிவில் - நவீன முதலாளித்துவத்தின் ஆய்வுக்காகக் கையாளுதலே மார்க்சின் தத்துவம் அனைத்தும். இயற்கையாகவே இந்தத் தத்துவத்தை முதலாளித்துவத்தின் **வரப்போகும்** வீழ்ச்சி, **வருங்காலக்** கம்யூனிசத்தின் **வருங்கால** வளர்ச்சி ஆகிய இரண்டிலும் கையாளும் பிரச்சனை மார்க்சின் முன் எழுந்தது.

அப்படியானால், எந்த **உண்மைகளை** அடிப்படையாய்க் கொண்டு வருங்காலக் கம்யூனிசத்தின் வருங்கால வளர்ச்சி குறித்த பிரச்சனையைப் பரிசீலிப்பது?

கம்யூனிசமானது முதலாளித்துவத்திலிருந்து **தோன்றுவதாகும்**, வரலாற்று வழியில் முதலாளித்துவத்திலிருந்து வளர்வதாகும், முதலாளித்துவம் **பெற்றெடுத்த** ஒரு சமுதாய சக்தியின் செயலால் விளைந்த பலனாகும் என்ற உண்மையை அடிப்படையாய்க் கொண்டுதான் இப்பிரச்சனையைப் பரிசீலிக்க முடியும். கற்பனைப் படைப்பை உருவாக்கும் முயற்சியினை, தெரிந்து கொள்ள முடியாத ஒன்றைப் பற்றிய பயனற்ற ஊகங்களில் இறங்கும் முயற்சியினை மார்க்சிடம் இம்மியும் காண முடியாது. உதாரணமாய் ஒரு புதிய உயிர் வகை குறிப்பிட்ட இந்த வழியில்தான் தோன்றியது, திட்ட வட்டமான இந்தத் திசையிலேதான் மாறுதலடைந்து வந்தது என்பது தெரிந்ததும், உயிரியல் விஞ்ஞானி ஒருவர் இந்த உயிர் வகையின் வளர்ச்சியைப் பற்றிய பிரச்சனையை எப்படி ஆராய்வாரோ அதே முறையில் தான் மார்க்ஸ் கம்யூனிசத்தைப் பற்றிய பிரச்சனையை ஆராய்ந்தார்.

அரசுக்கும் சமுதாயத்துக்குமுள்ள உறவு பற்றிய பிரச்சனையில் கோத்தா வேலைத்திட்டம் செய்திடும் குளறுபடியை மார்க்ஸ் முதற்கண் அகற்றுகிறார். அவர் எழுதியதாவது:

"...இன்றைய சமுதாயம் முதலாளித்துவச் சமுதாயம். நாகரிகமடைந்த எல்லா நாடுகளிலும் இச்சமுதாயம் இருந்து வருகிறது; அதிகமாகவோ குறைவாகவோ மத்திய காலக் கூறுகளின் கலப்படத்திலிருந்து விடுபட்டதாகவும், அந்தந்த நாட்டின் தனிப்பட்ட வரலாற்று வளர்ச்சியால் அதிகமாகவோ குறைவாகவோ பாதிக்கப்பட்டதாகவும், அதிகமாகவோ குறைவாகவோ வளர்ச்சியுற்றதாகவும் இருந்து வருகிறது. மறுபுறத்தில் 'இன்றைய அரசு' அந்தந்த நாட்டின் எல்லையைக் கடந்ததும் மாறி விடுகிறது. இது ஸ்விட்சர்லாந்தில் இருப்பதிலிருந்து பிரஷ்ய-ஜெர்மன் சாம்ராஜ்யத்தில் மாறுபட்டதாயும், அமெரிக்க ஐக்கிய நாட்டில் இருப்பதிலிருந்து இங்கிலாந்தில் மாறுபட்டதாயும் உள்ளது. ஆகவே 'இன்றைய அரசு' என்பது ஒரு கற்பனையே ஆகும்.

"இருப்பினும் நாகரிகமடைந்த பல்வேறு நாடுகளிலும் இருந்துவரும் பல்வேறு அரசுகளும் வடிவில் வெவ்வேறு வகைப்பட்டதாய் இருப்பினும், இவை யாவற்றுக்கும் பொதுவானது என்னவெனில், ஒன்று இன்னொன்றைக் காட்டிலும் அதிகமாகவோ குறைவாகவோ முதலாளித்துவ வழியில் வளர்ச்சி பெற்றிருக்கிறதே தவிர, இவை நவீன முதலாளித்துவச் சமுதாயத்தின் அடிப்படையில் அமைந்தவையே. ஆதலால் இவை சில முக்கிய பொது இயல்புகளைப் பெற்றிருக்கின்றன. இந்த அர்த்தத்தில் 'இன்றைய அரசு' என்பதாய், இவ்வரசின் தற்போதைய மூலவேரான முதலாளித்துவச் சமுதாயம் மடிந்து மறைந்து விடும் அந்த வருங்கால அரசிலிருந்து வேறுபடுத்திப் பேசுவது சாத்தியமே.

"ஆகவே இக்கேள்வி எழுகிறது: கம்யூனிச சமுதாயத்தில் அரசில் ஏற்படப் போகும் மாறுதல் என்ன? வேறுவிதமாய்க் கூறினால், தற்போதுள்ள அரசின் பணிக்கு ஒப்பான எந்தச் சமுதாயப் பணிகள் அப்பொழுது எஞ்சியிருக்கும்? இந்தக் கேள்விக்கு விஞ்ஞான வழியில் மட்டுமே பதிலளிக்க முடியும். 'மக்கள்' என்னும் சொல்லை 'அரசு' என்னும் சொல்லுடன் ஆயிரம் வழியில் இணைப்பதன் மூலம் சாண் அளவுங்கூட இந்தப் பிரச்சனைக்குரிய தீர்வினை நெருங்கி வந்துவிட முடியாது..."

'மக்கள் அரசு' என்ற எல்லாப் பேச்சுக்களையும் இவ்விதம் எள்ளி நகையாடிய பின் மார்க்ஸ் பரிசீலனைக்குரிய கேள்வியை வகுத்திட்டு, இதற்கு விஞ்ஞான வழிப்பட்ட விடை காண விரும்புவோர் உறுதியாய் நிலைநாட்டப் பெற்ற விவரங்களை மட்டுமே உபயோகிக்க வேண்டுமென்று எச்சரிக்கை செய்கிறார்.

வளர்ச்சித் தத்துவம் அனைத்தாலும், மொத்தத்ில் விஞ்ஞானத்தாலும் மிகவும் துல்லியமாய் நிலைநாட்டப்பட்டிருக்கும் முதலாவது உண்மை என்னவெனில் - இந்தஉண்மையைக் கற்பனாவாதிகள் உதாசீனம்

செய்தனர், சோஷலிச புரட்சியைக் கண்டு மிரளும் இன்றைய சந்தர்ப்பவாதிகளும் இதை உதாசீனம் செய்து வருகிறார்கள் - முதலாளித்துவத்திலிருந்து கம்யூனிசத்துக்கு மாறிச் செல்வதைக் குறிக்கும், வரலாற்று வழிப்பட்ட, ஒரு தனிக் கட்டம் அல்லது இடைக்காலம் நிச்சயம் இருக்க வேண்டும் என்பதே.

2. முதலாளித்துவத்திலிருந்து கம்யூனிசத்துக்கு மாறிச் செல்லுதல்

மார்க்ஸ் மேலும் கூறியதாவது:

"...முதலாளித்துவ சமுதாயத்துக்கும் கம்யூனிச சமுதாயத்துக்கும் இடையில் ஒன்று மற்றொன்றாய்ப் புரட்சிகர மாற்றமடையும் கட்டம் உள்ளது. இதற்கு இணையாய் அரசியல் இடைக்கால கட்டமும் ஒன்று உள்ளது. இந்த இடைக்காலத்தில் அரசு **பாட்டாளி வர்க்கத்தின் புரட்சிகரச் சர்வாதிகாரமாகவே** அன்றி வேறு எதுவாகவும் இருக்க முடியாது..."

தற்கால முதலாளித்துவ சமுதாயத்தின் பாட்டாளி வர்க்கம் ஆற்றும் பாத்திரத்தைப் பற்றிய பகுத்தாய்வின் அடிப்படையிலும், இந்தச் சமுதாயத்தின் வளர்ச்சி சம்பந்தமான விவரங்களின் அடிப்படையிலும், பாட்டாளி வர்க்கத்துக்கும் முதலாளித்துவ வர்க்கத்துக்குமுள்ள ஒன்றுக்கொன்று பகைமையான நலன்களிடையே இணக்கம் காண முடியாத நிலையின் அடிப்படையிலும் மார்க்ஸ் இம்முடிவை வந்தடைகிறார்.

இதன்முன் இப்பிரச்சனை பின்வருமாறு கூறப்பட்டது: பாட்டாளி வர்க்கம் தனது விடுதலையைப் பெறும் பொருட்டு முதலாளித்துவ வர்க்கத்தை வீழ்த்தி, அரசியல் அதிகாரம் வென்று தனது புரட்சிகரச் சர்வாதிகாரத்தை நிறுவியாக வேண்டும்.

இப்பொழுது இப்பிரச்சனை ஓரளவு வேறுவிதமாய்க் கூறப்படுகிறது: முதலாளித்துவ சமுதாயத்திலிருந்து - இச்சமுதாயம் கம்யூனிசத்தை நோக்கி வளர்ந்து கொண்டிருக்கிறது - கம்யூனிச சமுதாயத்துக்கு மாறிச் செல்வது 'அரசியல் இடைக்காலக் கட்டம்' ஒன்று இல்லாமல் முடியாத காரியம்; இந்த இடைக்காலக் கட்டத்தில் அரசானது பாட்டாளி வர்க்கத்தின் புரட்சிகரச் சர்வாதிகரமாய் மட்டுமே இருக்க முடியும்.

அப்படியானால் இந்தச் சர்வாதிகாரம் ஜனநாயகத்திடம் கொண்டுள்ள உறவு என்ன?

'பாட்டாளி வர்க்கத்தை ஆளும் வர்க்கத்தின் நிலைக்கு உயர்த்துவது', 'ஜனநாயகத்துக்கான போராட்டத்தில் வெற்றி பெறுவது' என்று இரு கருத்தோட்டங்களையும் **கம்யூனிஸ்டு அறிக்கை** ஒருங்கே குறிப்பிடுவதுடன் நின்றுவிடுவதை நாம் ஏற்கனவே கண்டோம். முதலாளித்துவத்திலிருந்து கம்யூனிசத்துக்கு மாறிச் செல்கையில், மேலே கூறப்பட்டவை யாவற்றின் அடிப்படையிலும் ஜனநாயகம் எப்படி மாற்றமடைகிறது என்பதை மேலும் துல்லியமாய் நிர்ணயிக்கலாம்.

முதலாளித்துவ சமுதாயத்தில், மிகவும் சாதகமான நிலைமைகளில் அது வளர்வதாய்க் கொள்வோமாயின், ஜனநாயகக் குடியரசில் ஓரளவு முழுமையான ஜனநாயகம் இருக்கக் காண்கிறோம். ஆனால் இந்த ஜனநாயகம் எப்பொழுதும் முதலாளித்துவச் சுரண்டலால் எழுப்பப்படும் குறுகலான வரம்புகளால் இறுக்கப்பட்டுள்ளது. ஆகவே இது நடைமுறையில் எப்பொழுதும் சிறுபான்மையோருக்கான ஜனநாயகமாகத்தான், சொத்துடைத்த வர்க்கங்களுக்கு மட்டுமேயான, செல்வந்தர்களுக்கு மட்டுமேயான ஜனநாயகமாகத்தான் இருக்கிறது. முதலாளித்துவ சமுதாயத்தில் சுதந்திரமானது பண்டைக் கிரேக்கக் குடியரசுகளில் இருந்ததே ஏறத்தாழ அதேபோல அடிமையுடைமையாளர்களுக்கான சுதந்திரமாகத்தான் எப்பொழுதுமே இருந்து வருகிறது. முதலாளித்துவச் சுரண்டலின் நிலைமைகள் காரணமாய் தற்காலக் கூலி அடிமைகள் பட்டினியாலும் வறுமையாலும் நசுக்கப்பட்டு 'ஜனநாயகம் குறித்துத் தொல்லைப்பட முடியாதபடி', 'அரசியல் குறித்துத் தொல்லைப்பட முடியாதபடி' அவலநிலையில் இருத்தப்பட்டிருக்கிறார்கள். நிகழ்ச்சிகள் சாதாரணமாய், சமாதான வழியில் ஓடிக் கொண்டிருக்கையில் பெரும்பான்மையான மக்கள் பொது வாழ்விலும் அரசியல் வாழ்விலும் ஈடுபட முடியாதவாறு தடுக்கப்பட்டு விடுகிறார்கள்.

இப்படிச் சொல்வது முற்றிலும் சரியே என்பதை வேறு எதையும்விட ஜெர்மனி மிகவும் தெளிவாய் ஊர்ஜிதம் செய்கிறது எனலாம், எப்படியெனில், அரசியல் சட்ட நெறி அங்கே குறிப்பிடத்தக்க நீண்ட காலத்துக்கு - ஏறத்தாழ அரை நூற்றாண்டுக்கு (1871-1914) – தொடர்ந்து நிலைத்திருந்தது. இந்தக் காலத்தில் 'சட்ட நெறியைப் பயன்படுத்திக் கொள்வதில்' சமூக-ஜனநாயகவாதிகள் ஏனைய நாடுகளைவிட அங்கே மிகவும் அதிகமாய் சாதனை பெற முடிந்தது. உலகில் வேறு எங்கும் முடிந்ததைவிட அதிகமான விகிதாசாரத்தில் தொழிலாளர்களை அவர்கள் அரசியல் கட்சியாய் ஒன்று திரட்டிக் கொள்ள முடிந்தது.

முதலாளித்துவ சமுதாயத்தில் இதுகாறும் காணப்பட்டிருக்கும் அரசியல் உணர்வு படைத்த, ஊக்கமாய்ச் செயல்படும் கூலி அடிமைகளின் இந்த மிக உயர்ந்த விகிதாசாரம் என்ன தெரியுமா? ஒன்றரைக் கோடிக் கூலி உழைப்பாளர்களில் பத்து லட்சம் பேர் சமூக-ஜனநாயகக் கட்சியில் உறுப்பினர்கள்! ஒன்றரைக் கோடிப் பேரில் முப்பது லட்சம் பேர் தொழிற்சங்கங்களில் ஒன்றுபட்டிருக்கிறார்கள்!

மிகச் சொற்பமான சிறுபான்மையோருக்கு ஜனநாயகம், செல்வந்தர்களுக்கு ஜனநாயகம் - இதுதான் முதலாளித்துவ சமுதாயத்தில் நிலவும் ஜனநாயகம். முதலாளித்துவ ஜனநாயகத்தின் கட்டமைவை மேலும் நெருங்கிச் சென்று பார்த்தோமாயின், வாக்குரிமையின் 'அற்ப' - அற்பமானவை என்று சொல்லப்படுகிற - விவரங்களிலும் (குடியிருப்புத் தகுதி, பெண்களின் விலக்கம் முதலானவை), பிரதிநிதித்துவ

உறுப்புக்களின் செயல்முறையிலும், கூட்ட உரிமைக்கு நடைமுறையில் இருந்துவரும் தடங்கல்களிலும் (பொதுக் கட்டடங்கள் 'ஓட்டாண்டிகளுக்கு' உதவாதவை!), நாளேடுகளின் முற்றிலும் முதலாளித்துவ முறையிலான ஏற்பாட்டிலும், இன்ன பிறவற்றிலும் எங்கும் ஜனநாயகத்துக்கு கட்டுக்கு மேல் கட்டு போடப்பட்டிருப்பதைத்தான் காண்கிறோம். ஏழைகளுக்கு இடப்பட்டுள்ள இந்தக் கட்டுகளும் விலக்குகளும் ஒதுக்கல்களும் தடங்கல்களும் அற்பசொற்பமாகவே தோன்றும், முக்கியமாய் இல்லாமையை நேரில் அறிந்திராதோருக்கும், ஒடுக்கப்பட்ட வர்க்கங்களுடன் அவற்றின் வெகுஜன வாழ்வில் என்றுமே நெருங்கிய தொடர்பு கொண்டிராதோருக்கும் (முதலாளித்துவ நூலாசிரியர்களிலும் அரசியல்வாதிகளிலும் பத்தில் ஒன்பது பேர், ஏன் நூற்றில் தொண்ணூற்று ஒன்பது பேர் என்று கூடச் சொல்லலாம், இந்த ரகத்தவரே) இப்படித்தான் அற்பசொற்பமாகவே தோன்றும். ஆனால் ஒட்டுமொத்தத்தில் இந்தக் கட்டுகள் ஏழைகளை அரசியலிலிருந்து, ஜனநாயகத்தில் நேரடியாய்ப் பங்கு கொள்வதிலிருந்து ஒதுக்கி வெளியே தள்ளிவிடுகின்றன.

முதலாளித்துவ ஜனநாயகத்தின் இந்தச் **சாராம்சத்தை** மார்க்ஸ் மிக நன்றாய் உணர்ந்திருந்தார். கம்யூனுடைய அனுபவத்தை ஆராய்கையில் ஒடுக்கப்பட்டவர்கள், ஒடுக்கும் வர்க்கத்தின் எந்தப் பிரதிநிதிகள், நாடாளுமன்றத்தில் தமது பிரதிநிதிகளாய் அமர்ந்து தம்மை அடக்கியொடுக்க வேண்டுமென்று சில ஆண்டுகளுக்கு ஒரு முறை தீர்மானிக்க அனுமதிக்கப்படுகிறார்கள் என்று கூறினார்![39]

தவிர்க்க முடியாதவாறு குறுகலாகவும், ஏழைகளைத் திருட்டுத்தனமாய் ஒதுக்கித் தள்ளிவிடுவதாகவும், ஆகவே கபடமாகவும் முழுக்க முழுக்கப் பொய்க் கூற்றாகவும் இருக்கும் இந்த முதலாளித்துவ ஜனநாயத்திலிருந்து முன்னோக்கிச் செல்வதற்குரிய வளர்ச்சி, மிதவாதப் பேராசிரியர்களும் குட்டி முதலாளித்துவச் சந்தர்ப்பவாதிகளும் நம்மை நம்ப வைக்க விரும்புவது போல, எளிய முறையிலும் நேரடியாகவும் ஒழுங்காகவும் 'மேலும் மேலும் கூடுதலான ஜனநாயகத்தை' நோக்கி நடைபெறுவதில்லை. இல்லை, முன்னோக்கிச் செல்கிற வளர்ச்சியானது, அதாவது கம்யூனிசத்துக்கான வளர்ச்சியானது பாட்டாளி வர்க்கச் சர்வாதிகாரத்தின் வாயிலாகவே நடைபெறுகிறது, வேறு எவ்வழியிலும் அல்ல. ஏனெனில் முதலாளித்துவச் சுரண்டலாளர்களின் **எதிர்ப்பை** வேறு யாராலும் அல்லது வேறு எந்த வழியிலும் **தகர்த்திட** முடியாது.

பாட்டாளி வர்க்க சர்வாதிகாரமானது, அதாவது ஒடுக்குமுறையாளர்களை அடக்குவதற்காக ஒடுக்கப்பட்டவர்களுடைய முன்னணிப் படை ஆளும் வர்க்கமாய் அமையும் ஒழுங்கமைப்பானது ஜனநாயகத்தை விரிவாக்குவதோடு மட்டும் நின்றுவிடக் கூடியதல்ல. ஜனநாயகத்தை பிரம்மாண்டமான அளவில் விரிவாக்குவதுடன், பணமூட்டைகளுக்கான ஜனநாயகமாய் இராது **முதன் முதலாய்** ஏழைகளுக்கான ஜனநாயகமாய்,

மக்களுக்கான ஜனநாயகமாய் ஆக்குவதுடன் கூடவே ஒடுக்குமுறையாளர்களும் சுரண்டலாளர்களும் முதலாளிகளுமானோரின் சுதந்திரத்துக்குப் பாட்டாளி வர்க்க சர்வாதிகாரம் வரிசையாகப் பல கட்டுகளை விதித்திடுகிறது. மனித குலத்தைக் கூலி அடிமை முறையிலிருந்து விடுவிக்கும் பொருட்டு இவர்களை நாம் அடக்கியாக வேண்டும், இவர்களுடைய எதிர்ப்பை வன்முறை கொண்டு நசுக்கியாக வேண்டும். அடக்கியாளுதல் இருக்கும் வரை, பலாத்காரம் இருக்கும் வரை சுதந்திரத்துக்கோ ஜனநாயகத்துக்கோ இடமில்லை என்பது தெளிவு.

பெபெலுக்கு எழுதிய கடிதத்தில் எங்கெல்ஸ் இதனை மிகச் சிறப்பான முறையில் எடுத்துரைத்தார். "பாட்டாளி வர்க்கத்துக்கு அரசு தேவைப்படுவது தனது எதிராளிகளை அடக்கி இருத்துவதற்காகவே அன்றி சுதந்திரத்தின் நலன்களுக்காக அல்ல; சுதந்திரம் குறித்துப் பேசுவது சாத்தியமாகியதும் அரசு அரசாய் இருப்பதற்கு முடிவு ஏற்படுகிறது" என்று இக்கடிதத்தில் எங்கெல்ஸ் கூறியது வாசகர்களுக்கு நினைவிருக்கும்.

மிகப் பெருவாரியான மக்களுக்கு ஜனநாயகம், சுரண்டலாளர்களையும் மக்களின் ஒடுக்குமுறையாளர்களையும் வன்முறை கொண்டு அடக்குதல், அதாவது முதலாளித்துவத்திலிருந்து கம்யூனிசத்துக்கு மாறிச் செல்லுகையில் இதுவே ஜனநாயகத்தில் ஏற்படும் மாறுதல்.

கம்யூனிச சமுதாயத்தில்தான் - **முதலாளிகளுடைய எதிர்ப்பு** அடியோடு நசுக்கப்பட்டு, முதலாளிகள் மறைந்து போய், வர்க்கங்கள் இல்லாமற் போய்விடும் (அதாவது, சமுதாயத்தின் உறுப்பினர்களிடையே சமுதாய உற்பத்திச் சாதனங்களுடன் அவர்களுக்குள்ள உறவு சம்பந்தமாய் எந்தப் பாகுபாடும் இல்லாமற் போய்விடும்) அப்பொழுது மட்டும்தான் 'அரசு... இருப்பதற்கு முடிவு ஏற்படுகிறது', '**சுதந்திரம் குறித்துப் பேசுவது சாத்தியமாகிறது.**' அப்பொழுதுதான் மெய்யாகவே முழு நிறைவான ஜனநாயகம், விதிவிலக்கு எதுவுமில்லாத ஜனநாயகம் சாத்தியமாகிக் கைவரப் பெறுகிறது. அப்பொழுதுதான் ஜனநாயகம் **உலர்ந்து உதிரத்** தொடங்கும். முதலாளித்துவ அடிமை வாழ்விலிருந்தும் முதலாளித்துவச் சுரண்டலின் சகிக்கவொண்ணாத கொடுமைகளிலிருந்தும் மிருகத்தனத்திலிருந்தும் அபத்தங்களிலிருந்தும் இழுக்குகளிலிருந்தும் மக்கள் விடுபட்டு, பல நூறு ஆண்டுகளாய் அறிந்துள்ள ஆயிரக் கணக்கான ஆண்டுகளாய் அரிச்சுவடி நீதிவிளக்கங்களில் எல்லாம் மீண்டும் மீண்டும் கூறப்பட்டு வந்துள்ள சமுதாய ஒட்டுறவின் சர்வ சாதாரண விதிகளைப் பற்றியொழுகச் **சிறிது சிறிதாய்ப்** பழகிக் கொள்வார்கள். பலாத்காரம் இல்லாமலே, பலவந்தம் இல்லாமலே, கீழ்ப்படிதல் இல்லாமலே, பலவந்தத்துக்கான அரசு எனப்படும் **தனிவகை இயந்திரம் இல்லாமலே** அவர்கள் இவ்விதிகளைப் பற்றியொழுகப் பழகிக்கொள்வார்கள்.

'**அரசு உலர்ந்து உதிர்கிறது**' என்னும் தொடர் நன்கு தேர்வு செய்யப்பட்டுள்ளது. ஏனெனில் இத்தொடர் இந்நிகழ்ச்சிப் போக்கின்

படிப்படியாய் நடந்தேறும் தன்மை, தன்னியல்பாய்த் தானே நடந்தேறும் தன்மை ஆகிய இரண்டையும் குறிப்பிடுவதாய் உள்ளது. பழக்கத்தால் மட்டுமே இது போன்ற விளைவு ஏற்பட முடியும், ஐயப்பாட்டுக்கு இடமின்றி நிச்சயம் ஏற்படவும் செய்யும். ஏனெனில் சுரண்டல் இல்லாத போது, ஆத்திரம் உண்டாக்கக்கூடியதும் கண்டனத்தையும் கலகத்தையும் எழச் செய்து அடக்க வேண்டியதற்கான தேவையைத் தோற்றுவிப்பதும் இல்லாதபோது, மக்கள் எப்படித் தயக்கமின்றி சமுதாய ஒட்டுறவுக்கு அவசியமான விதிகளைப் பற்றியொழுகப் பழகிக் கொண்டு விடுகிறார்கள் என்பதற்கு லட்சோப லட்சக் கணக்கான எடுத்துக்காட்டுகளை நம்மைச் சுற்றிலும் காண்கிறோம்.

இவ்வாறாக, முதலாளித்துவ சமுதாயத்தில் இருக்கும் ஜனநாயகம் வெட்டிக் குறுக்கப்பட்ட, அலங்கோலமான, பொய்யான ஜனநாயகம்; செல்வந்தர்களுக்கு மட்டுமேயான, சிறுபான்மையோருக்கான ஜனநாயகம். கம்யூனிசத்துக்கு மாறிச் செல்லும் காலத்துக்குரிய பாட்டாளி வர்க்கச் சர்வாதிகாரம் முதன்முதலாய் மக்களுக்கான, பெரும்பான்மையோருக்கான ஜனநாயகத்தைத் தோற்றுவிக்கிறது. அதனுடன் கூடவே சுரண்டலாளர்களான சிறுபான்மையோரைத் தேவையான அளவுக்கு அடக்கவும் செய்கிறது. மெய்யாகவே முழுநிறைவான ஜனநாயகத்தைத் தோற்றுவிக்க வல்லது கம்யூனிசம் ஒன்று மட்டுமே. எவ்வளவுக்கு எவ்வளவு இது முழு நிறைவானதாய் இருக்கிறதோ அவ்வளவுக்கு அவ்வளவு சீக்கிரமாய் அது தேவையற்றதாகி தானாகவே உலர்ந்து உதிர்கிறது.

வேறு விதமாய்க் கூறினால், முதலாளித்துவத்தில் அரசெனும் சொல்லின் முறையான அர்த்தத்தைக் குறிக்கும், அதாவது ஒரு வர்க்கம் பிறிதொன்றை, அதுவும் சிறுபான்மையோர் பெரும்பான்மையோரை அடக்குவதற்கான தனிவகைப் பொறியமைவு இருக்கிறது. சுரண்டப்படும் பெரும்பான்மையோரைச் சுரண்டும் சிறுபான்மையோர் முறையாக அடக்குவதென்னும் இத்தகைய செயல் வெற்றி பெற இயற்கையாகவே, அடக்கியொடுக்கும் பணியில் அளவு கடந்த மூர்க்கமும் மிருகத்தனமும் அவசியமாகி விடுகிறது; இரத்த வெள்ளம் பெருக்கெடுத்து ஓட வேண்டியதாகி விடுகிறது. இந்த வெள்ளத்தில் நடந்துதான் மனிதகுலம் அடிமைமுறை, பண்ணையடிமை அமைப்பு, கூலியுழைப்பு ஆகியவற்றின் வழியே சென்று கொண்டிருக்கிறது.

மேலும், முதலாளித்துவத்திலிருந்து கம்யூனிசத்துக்கு மாறிச் செல்கையிலும் அடக்க வேண்டியது இன்னும் தேவையாகவே இருக்கிறது. ஆனால் இப்பொழுது அது சுரண்டப்பட்ட பெரும்பான்மையோர் சுரண்டும் சிறுபான்மையோரை அடக்குவதாகிறது. அடக்குவதற்கான ஒரு தனிவகை இயந்திரம், ஒரு தனிவகைப் பொறியமைவு, 'அரசு', இன்னமும் தேவையாகவே இருக்கிறது, ஆனால் இப்பொழுது அது மாறிச் செல்லும் கட்டத்துக்குரிய அரசாய் அமைகிறது. அரசென்னும்

சொல்லின் சரியான பொருளில் இனி அது அரசாய் இல்லை. ஏனெனில் சிறுபான்மையோரான சுரண்டலாளர்களை **நேற்றைய** கூலி அடிமைகளான பெரும்பான்மையோர் அடக்குவது ஒப்பளவில் மிகச் சாதாரணமான, எளிதான, இயற்கையான பணி ஆகுமாதலால், அடிமைகள் அல்லது பண்ணையடிமைகள் அல்லது .கூலி உழைப்பாளர்களின் எழுச்சிகளை அடக்குவதற்கு வேண்டியிருந்ததைப் போலல்லாது மிகச் சொற்ப அளவே இரத்தம் சிந்தும்படி இருக்கும், மனித குலத்துக்கு மிகச் சொற்ப சேதமே உண்டாகும். ஜனநாயகத்தை மிகவும் விரிவாக்கி மக்களில் மிகப் பிரம்மாண்டமான பெரும்பான்மையோருக்குக் கிட்டச் செய்வது இப்பணிக்கு ஒவ்வாததல்ல ஆதலால், அடக்குவதற்கான ஒரு **தனிவகைப் பொறியமைவின்** தேவை மறையத் தொடங்கிவிடும். இயல்பாகவே சுரண்டலாளர்களால் மிகச் சிக்கலான பொறியமைவு ஒன்று இல்லாமல் மக்களை அடக்க முடியவில்லை. ஆனால் **மக்களால்** மிக எளிய 'பொறியமைவு' கொண்டே, சுரண்டலாளர்களை அடக்கிவிட முடியும்; பெருமளவுக்குப் 'பொறியமைவு' இல்லாமலே, ஒரு தனிவகை இயந்திரம் இன்றியே, சாதாரண ஏற்பாடான **ஆயுதமேந்திய மக்களின் ஒழுங்கமைப்பைக்** கொண்டே (தொழிலாளர்கள், படையாட்கள் பிரதிநிதிகளது சோவியத்துகளைப் போன்ற ஒழுங்கமைப்பு என்று முன்னோடிச் சென்று வரப்போவதைக் குறிப்பிடலாம்), இப்பணியைச் செய்துவிடலாம்.

முடிவில், கம்யூனிசம் ஒன்று மட்டும்தான் அரசை அறவே தேவையற்றதாக்கும். ஏனெனில் கம்யூனிசத்தில் அடக்கப்பட வேண்டியவர்கள் **யாரும் இல்லை – ஒரு வர்க்கம்** என்ற அர்த்தத்தில், மக்களில் குறிப்பிட்ட ஒரு பகுதிக்கு எதிராய் முறையான போராட்டம் நடத்துவது என்ற அர்த்தத்தில் 'யாரும் இல்லை'. நாங்கள் கற்பனாவாதிகளல்ல; **தனிநபர்கள்** அடாச்செயல்கள் புரியக்கூடும், இது சாத்தியமே, தவிர்க்க முடியாததே என்பதையோ, **இத்தகைய** அடாச் செயல்களைத் தடுத்து நிறுத்துவது அவசியமே என்பதையோ நாங்கள் ஒரு போதும் மறுக்கவில்லை. ஆனால் முதலாவதாக, அடக்குவதற்கான ஒரு தனிவகைப் பொறியமைவு, ஒரு தனிவகை இயந்திரம் இதற்குத் தேவையில்லை; ஆயுதமேந்திய மக்கள் தாமே இதனைச் செய்துவிடுவார்கள் - நாகரிகமடைந்த மக்கள் திரள் எதுவும் நவீன சமுதாயத்தில் உடனே தலையிட்டு அடிதடிச் சண்டையை நிறுத்துவது போல, அவர்கள் இதனைச் சுலபமாகவும் உடனடியாகவும் செய்து விடுவார்கள். இரண்டாவதாக, சமுதாய ஒட்டுறவுக்குரிய விதிகளை மீறுவதால் வரும் விளைவான இந்த அடாச்செயல்களின் அடிப்படை சமுதாயக் காரணம் மக்கள் உட்படுத்தப்பட்டுள்ள சுரண்டலும் அவர்களை வதைக்கும் இல்லாமையும் வறுமையுமேதான் என்று நமக்குத் தெரியும். இந்தப் பிரதான காரணம் நீக்கப்பட்டதும் அடாச்செயல்கள் தவிர்க்க முடியாதவாறு '**உலர்ந்து உதிரத்**' தொடங்கிவிடும். எவ்வளவு விரைவாய்,

எந்த வரிசையில் நடந்தேறும் என்பது தெரியாது, ஆனால் அவை உலர்ந்து உதிர்ந்துவிடும் என்பது நமக்குத் தெரியும். அவை உலர்ந்து உதிரும்போது அரசும் **உலர்ந்து உதிரும்.**

கற்பனாவாதப் படைப்புகளை எழுப்பாமல், மார்க்ஸ் இந்த வருங்காலத்தைப் பற்றி இப்பொழுது வரையறுத்துச் சொல்லக்கூடியதை, அதாவது கம்யூனிச சமுதாயத்தின் கீழ்க் கட்டத்துக்கும் உயர் கட்டத்துக்கும் (படிகள், நிலைகள்) இடையிலுள்ள வேறுபாட்டை மேலும் பூரணமாய் வரையறுத்துச் சொன்னார்.

3. கம்யூனிச சமுதாயத்தின் முதற் கட்டம்

சோஷலிசத்தில் தொழிலாளிக்கு அவனுடைய உழைப்பின் 'குறைக்கப்படாத' அல்லது 'முழுமையான பயன்' கிடைக்குமென்று லஸ்ஸால் கூறிய கருத்து தவறென்பதை நிரூபிக்க **கோத்தா வேலைத்திட்டத்தின் விமர்சனத்தில்** மார்க்ஸ் விவரமான பரிசீலனையில் இறங்குகிறார். சமுதாயத்தினுடைய சமூக உழைப்பு அனைத்திலுமிருந்து காப்பு நிதி ஒன்றைக் கழிக்க வேண்டுமென்பதை, பொருளுற்பத்தியை விரிவாக்குவதற்கும், இயந்திரங்களின் 'தேய்மானத்துக்கு' மாற்றீடு செய்வதற்கும் இன்ன பிறவற்றுக்குமான நிதிகளைக் கழிக்க வேண்டுமென்பதை மார்க்ஸ் தெளிவுபடுத்துகிறார். பிறகு நுகர்வுச் சாதனங்களிலிருந்து நிர்வாகச் செலவுகளுக்கும், பள்ளிக்கூடங்கள், மருத்துவமனைகள், முதிய வயதினர் இல்லங்கள் முதலான பலவற்றுக்கும் வேண்டிய நிதியைக் கழிக்க வேண்டும்.

லஸ்ஸாலின் தெளிவற்ற, குழப்படியான, பொதுத் தொடருக்கு ('தொழிலாளிக்கு அவனுடைய உழைப்பின் முழுமையான பயன்') பதிலாய், மார்க்ஸ் சோஷலிச சமுதாயம் அதன் விவகாரங்களை உண்மையில் எப்படி நிர்வகித்துக் கொள்ள வேண்டியிருக்கும் என்பது குறித்து நிதானித்து மதிப்பீடு செய்கிறார். முதலாளித்துவம் இல்லாது ஒழிந்து விடும் ஒரு சமுதாயத்தின் வாழ்க்கை நிலைமைகளை மார்க்ஸ் **ஸ்தூலமான முறையில்** பகுத்தாராய முற்படுகிறார். அவர் கூறுவதாவது:

"இங்கு நாம் ஆராய வேண்டியிருப்பது [தொழிலாளர் கட்சியின் வேலைத்திட்டத்தைப் பகுத்தாராய்கையில்] தனது சொந்த அடித்தளங்களின் மீது **வளர்ந்தெழுந்துள்ள** ஒரு கம்யூனிச சமுதாயமல்ல; மாறாக முதலாளித்துவச் சமுதாயத்திலிருந்து **வெளித்தோன்றுவதும்,** ஆகவே தான் உதித்த அந்தப் பழைய சமுதாயத்தினிடமிருந்து பெறப்பட்ட பிறவிக்குறிகள் ஒவ்வொரு வழியிலும் பொருளாதார வழியிலும் தார்மீக வழியிலும் அறிவு வழியிலும் - இன்னமும் பதிந்திருப்பதுமான கம்யூனிச சமுதாயத்தையே இங்கு நாம் ஆராய்கிறோம்."

இந்தக் கம்யூனிச சமுதாயத்தைத்தான், முதலாளித்துவத்திலிருந்து பிறந்து இப்பொழுதுதான் வெளியே வந்த அந்தப் பழைய சமுதாயத்தின் பிறவிக்குறிகள் எல்லா வழியிலும் பதிந்திருக்கும் இந்த சமுதாயத்தைத்தான்

மார்க்ஸ் கம்யூனிச சமுதாயத்தின் 'முதல்' அல்லது கீழ்க் கட்டம் என்று குறிப்பிடுகிறார்.

உற்பத்திச் சாதனங்கள் இப்பொழுது தனியாட்களது தனியுடைமையாய் இல்லை. உற்பத்திச் சாதனங்கள் சமுதாயம் அனைத்தின் உடைமையாகிவிட்டன. சமூகத்துக்குத் தேவையான வேலையில் ஒரு பகுதியைச் செய்திடும் சமுதாய உறுப்பினர் ஒவ்வொருவரும் இவ்வளவு வேலையைச் செய்திருப்பதாய்க் கூறும் சான்றிதழ் ஒன்றைச் சமுதாயத்திடமிருந்து பெற்றுக் கொள்கிறார். இச்சான்றிதழைக் கொண்டு இதற்கு இணையான அளவுக்கு அவர் நுகர்வுப் பண்டங்களின் பொதுக் களஞ்சியத்திலிருந்து பண்டங்கள் பெறுகிறார். பொது நிதிக்குச் செல்லும் உழைப்பின் அளவு கழித்தெடுக்கப்பட்ட பின், ஒவ்வொரு தொழிலாளியும் சமுதாயத்திற்குத் தான் அளித்ததற்குச் சமமான அளவில் அதனிடமிருந்து பெற்றுக் கொள்கிறார்.

'சமத்துவம்' அரசோச்சுவதாகவே தோன்றுகிறது. ஆனால் இத்தகைய சமுதாய அமைப்பினை (வழக்கமாய் இது சோஷலிசம் என்று அழைக்கப்படுகிறது, மார்க்ஸ் இதனைக் கம்யூனிசத்தின் முதற் கட்டமெனக் குறிப்பிடுகிறார்) கருத்தில் கொண்டு லஸ்ஸால் இது 'சமத்துவ விநியோகமாகும்' என்றும், 'உழைப்பின் உற்பத்திப் பொருளில் சம பங்கு பெற எல்லோருக்கும் சம உரிமை அளிப்பதாகும்' என்றும் கூறும் போது, லஸ்ஸால் தவறிழைக்கிறார்; இந்தத் தவறை மார்க்ஸ் அம்பலம் செய்கிறார்.

'சம உரிமை' இங்கு இருக்கிறதுதான், ஆனால் **இன்னமும்** இது 'முதலாளித்துவ உரிமையேதான்', ஒவ்வொரு உரிமையையும் போல **சமத்துவமின்மையைக் கொண்டதேதான்** என்று மார்க்ஸ் கூறுகிறார். ஒவ்வொரு உரிமையும் உண்மையில் ஒரே மாதிரி இல்லாத, ஒருவருக்கொருவர் சமமாகவில்லாத **வெவ்வேறானோருக்கும் சம** அளவீட்டைப் பயன்படுத்துகிறது. ஆகவே 'சம உரிமை' என்பது உண்மையில் சமத்துவத்துக்குப் பங்கம் செய்கிறது, அநீதியாகிவிடுகிறது. ஒவ்வொருவரும் ஏனையவர் எவரையும் போல அதே அளவு சமூக உழைப்புப் புரிந்து, சமூக உற்பத்திப் பொருளில் (மேற்கூறியபடி கழித்தபின் எஞ்சுவதில்) சம பங்கு பெறுகிறார்.

ஆனால் எல்லோரும் ஒரே மாதிரி இருப்பதில்லை; ஒருவர் வலுவானவர், மற்றொருவர் பலவீனமானவர்; ஒருவர் கல்யாணமானவர், மற்றொருவர் ஆகாதவர்; ஒருவருக்கு அதிகக் குழந்தைகள், மற்றொருவருக்கு அவ்வளவு இல்லை... மார்க்ஸ் இதிலிருந்து எடுத்துரைக்கும் முடிவு வருமாறு:

"...சமமான உழைப்பை அளித்து, ஆகவே சமுதாய நுகர்வு நிதியிலிருந்து சமமான பங்கு பெறுவதன் மூலம், உண்மையில் ஒருவர் பிறிதொருவரைவிட அதிகம் பெறவும், ஒருவர் பிறிதொருவரைவிடச் செல்வந்தராய் இருக்கவும், இன்ன பலவாறாகவும் நேர்கிறது. இந்தக்

குறைபாடுகளைத் தவிர்க்க, உரிமை சமமாய் இருப்பதற்குப் பதில் சமமின்றி இருத்தல் வேண்டும்..."

ஆகவே கம்யூனிசத்தின் முதற்கட்டம் இன்னமும் நீதியும் சமத்துவமும் அளித்திட முடியாத நிலையிலேதான் இருக்கும்: செல்வத்தில் வேறுபாடுகள், நியாயமில்லா வேறுபாடுகள் இன்னமும் இருந்து கொண்டுதான் இருக்கும், ஆனால் மனிதனை மனிதன் சுரண்டுதல் முடியாததாகி விடும், ஏனென்றால் உற்பத்திச் சாதனங்களை - ஆலைகளையும், இயந்திரங்களையும், நிலத்தையும், பிறவற்றையும் - கைப்பற்றி அவற்றைத் தனியுடைமையாக்கிக் கொள்வது முடியாததாகிவிடும். பொதுவில் 'சமத்துவம்' குறித்தும் 'நீதி' குறித்தும் லஸ்ஸால் கூறும் தெளிவற்ற குட்டி முதலாளித்துவத் தொடர்களைத் தகர்த்திட்டு, மார்க்ஸ் கம்யூனிச சமுதாயத்தின் வளர்ச்சிப் பாதையைத் தெளிவுபடுத்துகிறார். கம்யூனிச சமுதாயம் தனி நபர்களால் உற்பத்திச் சாதனங்கள் கைப்பற்றப்பட்டு விட்டதிலுள்ள 'அநீதியை' மட்டும்தான் முதலில் ஒழிக்கும்படி நிர்ப்பந்திக்கப்படுகிறது என்பதையும், மற்றோர் அநீதியை, அதாவது நுகர்வுப் பண்டங்களை (தேவைகளுக்கு ஏற்ப அல்லாமல்) 'ஆற்றிய உழைப்பின் அளவுக்கு ஏற்ப' விநியோகிப்பதிலுள்ள அநீதியை அதனால் உடனடியாக அகற்ற முடியவில்லை என்பதையும் மார்க்ஸ் காட்டுகிறார்.

முதலாளித்துவப் பேராசிரியர்களும் 'நமது' துகானும் அடங்கலான கொச்சைவாதப் பொருளியலாளர்கள் ஓயாமல் சோஷலிஸ்டுகள் மீது குற்றம் சாட்டுகிறார்கள்; சோஷலிஸ்டுகள் மக்களிடையிலான சமத்துவமின்மையை மறந்துவிடுவதாகவும் இந்தச் சமத்துவமின்மையை அகற்றிவிடலாமெனக் 'கனவு காண்பதாகவும்' கூறுகிறார்கள். இந்தக் குற்றச்சாட்டு முதலாளித்துவச் சித்தாந்தவாதிகளுடைய அளவு கடந்த அறியாமையைத்தான் காட்டுகிறது என்பது விளங்குகிறது.

சிறிதும் தவறாது உன்னிப்புடன் மார்க்ஸ் மனிதர்களிடையிலான தவிர்க்க முடியாத சமத்துவமின்மையைக் கணக்கில் எடுத்துக் கொள்வதுடன் நிற்காது, உற்பத்திச் சாதனங்களைச் சமுதாயம் அனைத்துக்குமுரிய பொதுவுடைமையாய் மாற்றுவதால் மட்டும் (சகஜமாய் இது 'சோஷலிசம்' என்றழைக்கப்படுகிறது) விநியோகத்திலுள்ள குறைபாடுகளும் "முதலாளித்துவ உரிமையின்" சமத்துவமின்மையும் அகற்றப்பட்டு விடுவதில்லை என்பதையும், 'ஆற்றப்படும் உழைப்புக்கு ஏற்ப' உற்பத்திப் பொருட்கள் பகிர்ந்து கொள்ளப்படும் வரை இவை தொடர்ந்து நிலவும் என்பதையும் கணக்கில் எடுத்துக் கொள்கிறார். மேலும் தொடர்ந்து மார்க்ஸ் கூறுவதாவது:

"...இந்தக் குறைபாடுகள் கம்யூனிச சமுதாயத்தின் முதற் கட்டத்தில் தவிர்க்க முடியாதவை, ஏனெனில் இச்சமுதாயம் நீடித்த பிரசவ வேதனைக்குப் பிறகு முதலாளித்துவ சமுதாயத்திலிருந்து இப்பொழுதுதான்

பிறந்து வெளிவந்திருக்கிறது. உரிமையானது ஒருபோதும் சமுதாயத்தின் பொருளாதாரக் கட்டமைப்பையும் இதனால் நெறிப்படுத்தப்பட்ட அதன் கலாசார வளர்ச்சி நிலையையும் காட்டிலும் உயர்வானதாகி விட முடியாது..."

ஆக, கம்யூனிச சமுதாயத்தின் முதற் கட்டத்தில் (சாதாரணமாய் இது சோஷலிசம் என்றழைக்கப்படுகிறது) 'முதலாளித்துவ உரிமை' அதன் முழு அளவிலும் ஒழிக்கப்பட்டுவிடுவது இல்லை; பகுதி அளவுக்கே, இதுகாறும் சித்தி பெற்றுள்ள பொருளாதாரப் புரட்சிக்கு ஏற்ற அளவுக்கே, அதாவது உற்பத்திச் சாதனங்களைப் பொறுத்த மட்டிலுமே ஒழிக்கப்படுகிறது. 'முதலாளித்துவ உரிமை' இவற்றைத் தனிநபர்களுடைய தனியுடைமையாய் அங்கீகரிக்கிறது. சோஷலிசம் இவற்றைப் பொதுவுடைமையாய் மாற்றுகிறது. அந்த அளவுக்கு - அந்த அளவுக்கு மட்டுமே - 'முதலாளித்துவ உரிமை' மறைகிறது.

ஆனால் அதன் மற்றொரு பகுதியைப் பொறுத்தவரை அது தொடர்ந்து இருந்து கொண்டுதான் இருக்கிறது; சமுதாய உறுப்பினர்களிடையே உற்பத்திப் பொருட்களின் விநியோகத்திலும் உழைப்பைப் பிரித்தளிப்பதிலும் ஒழுங்கியக்கியாய் (நிர்ணயிக்கும் காரணியாய்) தொடர்ந்து இருந்து கொண்டுதான் இருக்கிறது. 'வேலை செய்யாதவன் உண்ணவும் வேண்டாம்' என்னும் சோஷலிசக் கோட்பாடு ஏற்கனவே சித்திபெற்றுவிட்டது; 'சம அளவிலான உற்பத்திப் பொருட்கள்' என்னும் மற்றொரு சோஷலிசக் கோட்பாடும் ஏற்கனவே சித்திபெற்று விட்டது. ஆயினும் இது இன்னமும் கம்யூனிசமாகிவிடவில்லை; சமமல்லாதவர்களுக்கு, சமமில்லா (மெய்யாகவே சமமில்லா) உழைப்பு அளவுக்கு ஊதியமாய்ச் சம அளவிலான உற்பத்திப் பொருட்களை அளிக்கும் 'முதலாளித்துவ உரிமை' இன்னும் ஒழிக்கப்பட்டாகவில்லை.

இது ஒரு 'குறைபாடே', ஆனால் கம்யூனிசத்தின் முதற் கட்டத்தில் இது தவிர்க்க முடியாதது என்று மார்க்ஸ கூறுகிறார். ஏனெனில் கற்பனாவாதத்தில் ஈடுபடாதிருக்க வேண்டுமாயின், முதலாளித்துவத்தை வீழ்த்தியதும் மக்கள் உரிமை தராதரம் எதுவும் பாராது சமுதாயத்துக்காக வேலை செய்ய உடனடியாய்க் கற்றுக் கொண்டுவிடுவார்கள் என்று நாம் நினைக்கக் கூடாது. தவிரவும் முதலாளித்துவம் ஒழிக்கப்பட்டதும் இத்தகைய ஒரு மாறுதல் ஏற்படுவதற்கு வேண்டிய பொருளாதார முன் நிபந்தனைகள் உடனடியாய்ப் படைக்கப்பட்டு விடுவதில்லை.

'முதலாளித்துவ உரிமையின்' தராதரத்தைத் தவிர இப்பொழுது வேறு தராதரம் இருக்கவில்லை. ஆகவே இந்த அளவுக்கு அரசுக்குரிய தேவை இன்னும் இருந்து வருகிறது; உற்பத்திச் சாதனங்களின் பொதுவுடைமையைப் பாதுகாப்பதுடன், உழைப்பிலும் உற்பத்திப் பொருட்களின் விநியோகத்திலும் சமத்துவத்தைப் பாதுகாக்கக்கூடிய அரசு தேவைப்படுகிறது.

முதலாளிகளும் வர்க்கங்களும் இனி இல்லையாதலால் அந்த அளவுக்கு அரசு உலர்ந்து உதிர்கிறது. ஆகவே எந்த வர்க்கமும் இனி அடக்கப்பட முடியாது.

ஆனால் அரசு இன்னும் அறவே உலர்ந்து உதிர்ந்து விடவில்லை, ஏனெனில் உண்மையில் சமத்துவமின்மையைப் புனிதமாக்கிடும் 'முதலாளித்துவ உரிமையைப்' பாதுகாக்க வேண்டியிருக்கிறது. அரசு அறவே உலர்ந்து உதிர முழு நிறைவான கம்யூனிசம் அவசியமாகும்.

4. கம்யூனிச சமுதாயத்தின் உயர் கட்டம்

மார்க்ஸ் தொடர்ந்து கூறுகிறார்:

"...கம்யூனிச சமுதாயத்தின் உயர் கட்டத்தில், தனி நபரை உழைப்புப் பிரிவினைக்குக் கீழ்ப்படுத்தி அடிமைத் தளையிடுவதும் அதனுடன்கூட மூளை உழைப்புக்கும் உடலுழைப்புக்கும் இடையிலான எதிர்நிலையும் மறைந்தபின், உழைப்பானது பிழைப்புக்கான சாதனமாய் மட்டுமின்றி வாழ்வின் முதற்பெரும் தேவையுமாகிய பின், தனி நபருடைய சர்வாம்ச வளர்ச்சியோடுகூட உற்பத்தி சக்திகளும் அதிகரித்துவிட்ட பின், பொதுச் சமுதாயச் செல்வத்தின் அருவிகள் எல்லாம் மேலும் அபரிதமாய்ப் பெருக்கெடுத்து ஓடுகையில் - அப்பொழுதுதான் முதலாளித்துவ உரிமையின் குறுகிய வரம்பு முழுமையாகக் கடக்கப்பட்டு, சமுதாயம் தன் பதாகைகளில் 'ஒவ்வொருவரிடமிருந்தும் அவருடைய ஆற்றலுக்கு ஏற்ப, ஒவ்வொருவருக்கும் அவருடைய தேவைகளுக்கு ஏற்ப' என்பதாய்ப் பொறித்துக் கொள்ளும்!"

'சுதந்திரம்', 'அரசு' இவ்விரு சொற்களையும் இணைத்து முடி போடுவதிலுள்ள அபத்தத்தை எள்ளி நகையாடும் எங்கெல்சின் உரைகள் எவ்வளவு சரியானவை என்பதை இப்பொழுதுதான் நம்மால் முழு அளவுக்கு உணர முடிகிறது. அரசு இருக்கும்வரை சுதந்திரம் இல்லை. சுதந்திரம் வந்ததும் அரசு இல்லாமற் போய்விடும்.

அரசு பூரணமாய் உலர்ந்து உதிர்வதற்கு அடிப்படையாய் அமைவது கம்யூனிசத்தின் மிக உயர்ந்த வளர்ச்சிக் கட்டமாகும். இக்கட்டத்தில் மூளை உழைப்புக்கும் உடல் உழைப்புக்குமுள்ள எதிர்நிலை மறைந்துவிடுகிறது; தற்காலச் சமுதாய சமத்துவமின்மைக்குத் தலைமையான ஆதாரங்களில் ஒன்று இவ்வாறு இக்கட்டத்தில் மறைந்துவிடுகிறது. உற்பத்திச் சாதனங்களைப் பொதுவுடைமையாய் மாற்றுவதால் மட்டும், முதலாளிகளுடைய உடைமைகளைப் பறிமுதல் செய்வதால் மட்டும் உடனடியாக எவ்வகையிலும் இந்தத் தலைமையான ஆதாரத்தை அகற்றிவிட முடியாது.

முதலாளிகளுடைய உடைமைகளைப் பறிமுதல் செய்வதானது உற்பத்தி சக்திகள் பிரம்மாண்டமாய் வளர்ச்சியுறுவதைச் சாத்தியமாக்குகிறது. முதலாளித்துவம் ஏற்கனவே எவ்வளவு நம்ப முடியாத அளவுக்கு இந்த வளர்ச்சியைத் தடுத்து இழுக்கிறதென்பதைக் காணும்போது ஏற்கனவே

கைவரப் பெற்றுள்ள தொழில்நுட்ப நிலையின் அடிப்படையில் எவ்வளவு அதிக முன்னேற்றத்தை ஏற்படுத்தலாமென்பதைக் காணும்போது, முதலாளிகளுடைய உடைமைகளைப் பறிமுதல் செய்வதன் விளைவாய் மனிதச் சமுதாயத்தின் உற்பத்தி சக்திகள் தவிர்க்க முடியாதவாறு பிரம்மாண்டமாய் வளர்ச்சியடையுமென நாம் திடநம்பிக்கையோடு கூற முடியும். ஆனால் இந்த வளர்ச்சி எவ்வளவு துரிதமாய் நடந்தேறும் என்று, உழைப்புப் பிரிவினையிலிருந்து முறித்துக் கொண்டு வருவதும், மூளை உழைப்புக்கும் உடல் உழைப்புக்குமுள்ள எதிர்நிலை ஒழிக்கப்படுவதும், உழைப்பானது 'வாழ்க்கையின் முதற் பெரும் தேவையாவது' எவ்வளவு சடுதியில் நடைபெறும் என்று நாம் அறியோம், அறியவும் முடியாது.

ஆகவேதான் நாம், தவிர்க்க முடியாதபடி அரசு உலர்ந்து உதிர்வது குறித்து மட்டும் பேசி, இந்த நிகழ்ச்சிப்போக்கு நீடித்து நடைபெறும் தன்மை கொண்டதாய் இருப்பதையும் கம்யூனிசத்தின் உயர் கட்டம் வளர்ச்சியுறுவதன் வேகத்தைச் சார்ந்ததாய் இருப்பதையும் வலியுறுத்திவிட்டு, அரசு உலர்ந்து உதிரத் தேவையான காலத்தையோ அதன் ஸ்தூலமான வடிவங்களையோ பற்றிய பிரச்சனைக்கு விடை கூறாது விட்டு வைக்க உரிமை பெற்றிருக்கிறோம். ஏனெனில் இந்தக் கேள்விகளுக்குப் பதிலளிக்க விவரப் பொருள் இல்லை.

'ஒவ்வொருவரிடமிருந்தும் அவருடைய ஆற்றலுக்கு ஏற்ப, ஒவ்வொருவருக்கும் அவருடைய தேவைகளுக்கு ஏற்ப' என்னும் விதியைச் சமுதாயம் அனுசரிக்கையில் தான், அதாவது மக்கள் தாமே மனமுவந்து தமது ஆற்றலுக்கு ஏற்ப வேலை செய்யும்படி சமுதாய ஒட்டுறவுக்கான அடிப்படை நியதிகளைப் பற்றியொழுக அந்த அளவுக்குப் பழகிக் கொண்டு விடும்போதும், அவர்களுடைய உழைப்பு அந்த அளவுக்குப் பொருளுற்பத்தி ஆற்றல் மிக்கதாகிவிடும் போதும்தான் அரசு பூரணமாய் உலர்ந்து உதிர முடியும். வேறொருவரைவிட நாம் அரை மணி நேரம் அதிகம் வேலை செய்யவில்லையா, வேறொருவரைவிட நாம் குறைவாய் சம்பளம் பெறவில்லையா என்று ஷைலாக்கின்[40] கல்நெஞ்சுடன் கணக்கிட்டுப் பார்க்கும்படி நிர்ப்பந்தம் செய்யும் 'முதலாளித்துவ உரிமையின் குறுகிய வரம்பு' அப்பொழுது கடக்கப்பட்டு விடும். அப்பொழுது சமுதாயம் உற்பத்திப் பொருட்களை விநியோகிக்கையில் அவரவரும் பெற வேண்டிய அளவை ஒழுங்கு செய்ய வேண்டிய தேவை இருக்காது; ஒவ்வொருவரும் 'தமது தேவைகளுக்கு ஏற்பத்' தடங்கலின்றி சுதந்திரமாய் எடுத்துக் கொள்வார்.

முதலாளித்துவக் கண்ணோட்டத்திலிருந்து, இத்தகைய ஒரு சமுதாய அமைப்பு 'வெறும் ஆகாயக் கோட்டையே' என்று அறிவிப்பதும், அந்தந்தக் குடிமகனின் உழைப்பு மீது எந்தக் கண்காணிப்புமின்றி அவரவரும் சமுதாயத்திடமிருந்து வேண்டிய அளவு மிட்டாயும் கார்களும் பியானோக்களும் பிறவும் பெறும் உரிமையை

ஒவ்வொருவருக்கும் கிடைக்கச் செய்வதாய் வாக்களிப்பதாக சோஷலிஸ்டுகளை நையாண்டி செய்வதும் சுலபமே. இன்றுங்கூட மிகப் பெருவாரியான முதலாளித்துவ 'விஞ்ஞானிகள்' இவ்வாறு நையாண்டி செய்வதோடு நின்று விடுகிறார்கள். இதன் மூலம் தமது அறியாமையையும், தன்னலங் கருதி முதலாளித்துவத்தைப் பாதுகாக்க முனைவோரே தாம் என்பதையும் தான் வெளிப்படுத்திக் கொள்கிறார்கள்.

அறியாமைதான் - ஏனென்றால், கம்யூனிச வளர்ச்சியின் உயர் கட்டம் வருமென 'வாக்குறுதி தரும்' எண்ணம் எந்த சோஷலிஸ்டுக்கும் தோன்றியதில்லை. இது வரவே செய்யுமென்று சோஷலிஸ்டு மூலவர்கள் முன்னறிந்து கூறியதைப் பொறுத்தவரை, அது உழைப்பின் தற்போதைய உற்பத்தித் திறனையோ, பொமியலோவ்ஸ்கியின் கதைகளில் வரும் புர்சாக்கியைப்[41] போல 'வேடிக்கைக்காக வேண்டி' பொதுச் செல்வங்களுக்குச் சேதம் விளைவிக்கக் கூடியவர்களும், முடியாததைக் கொடு என்று கோரக் கூடியவர்களுமான தற்போதுள்ள சராசரி மனிதர்களையோ மனதிற் கொண்டு கூறப்பட்டதல்ல.

கம்யூனிசத்தின் 'உயர்' கட்டம் வரும்வரை, உழைப்பின் அளவை மீதும் நுகர்வின் அளவை மீதும் சமுதாயமும் அரசும் மிகவும் கண்டிப்பான கண்காணிப்பு செய்ய வேண்டுமென்று சோஷலிஸ்டுகள் கோருகின்றனர். ஆனால் இந்தக் கண்காணிப்பு முதலாளிகளுடைய உடைமைகள் பறிமுதல் செய்யப்படுவதிலிருந்தும் முதலாளிகள் மீது தொழிலாளர்களுடைய கண்காணிப்பு நிறுவப்படுவதிலிருந்தும் ஆரம்பமாக வேண்டும், தவிரவும் இந்தக் கண்காணிப்பு அதிகார வர்க்கத்தினராலான அரசால் அல்ல, ஆயுதமேந்திய தொழிலாளர்களாலான அரசால் நடத்தப்பட வேண்டும் என்கின்றனர்.

முதலாளித்துவ சித்தாந்தவாதிகள் (மற்றும் த்ஸெரெத்தேலிகள், செர்னோவ்கள் முதலானோரை ஒத்த முதலாளித்துவ சித்தாந்தவாதிகளது பரிவாரத்தினரும்) தன்னலங் கருதி முதலாளித்துவத்தைப் பாதுகாப்பது எதில் காணக்கிடக்கிறது என்றால், இன்றைய அரசியலின் ஜீவாதாரமான அவசர அவசியப் பிரச்சனையை விட்டுவிட்டு, அதாவது முதலாளிகளுடைய உடைமைகளைப் பறிமுதல் செய்தல், குடிமக்கள் எல்லோரையும் பிரம்மாண்டமான ஒரே 'கூட்டமைவின்' - அனைத்து அரசின் - தொழிலாளர்களாகவும் சிப்பந்திகளாகவும் மாற்றுதல், இந்தக் கூட்டமைவின் செயல் அனைத்தையும் மெய்யான ஜனநாயக அரசுக்கு, தொழிலாளர், படையாட்கள் பிரதிநிதிகளது சோவியத்துகளின் அரசுக்கு முற்றிலும் கீழ்ப்படியச் செய்தல் ஆகியவற்றை விட்டுவிட்டு, அதற்குப் பதிலாய் நெடுந்தொலைவிலுள்ள எதிர்காலத்தைப் பற்றிய வாக்குவாதத்தையும் பேச்சையும் மேற்கொள்கிறார்கள்.

புலமை வாய்ந்த பேராசிரியரும், அவரைத் தொடர்ந்து குட்டி முதலாளித்துவ அற்பவாதியும், இவரையும் தொடர்ந்து

த்ஸெரெத்தேலிகளும் செர்னோவ்களும் போல்ஷிவிக்குகளின் அதீத கற்பனைகள் என்றும், வாய்ச்சவடால் வாக்குறுதிகள் என்றும், பேசுகையில், இவர்கள் கம்யூனிசத்தின் உயர் கட்டம் அல்லது படியை மனதிற் கொண்டிருக்கிறார்கள். இதனைப் 'புகுத்துவதாய்' யாரும் ஒரு நாளும் வாக்குறுதி கூறவுமில்லை, நினைத்ததுங்கூட இல்லை; இது 'புகுத்தப்படக் கூடியது' அல்ல.

இது நம்மை சோஷலிசத்துக்கும் கம்யூனிசத்துக்குமுள்ள விஞ்ஞான வழியிலான வேறுபாடு குறித்த பிரச்சனைக்கு இட்டுச் செல்கிறது. 'சமூக ஜனநாயகவாதி' என்னும் பெயர் சரியல்ல என்பது குறித்து மேலே குறிக்கப்பட்ட தமது வாதத்தில் எங்கெல்ஸ் இந்த வேறுபாட்டைச் சுட்டிக்காட்டினார். கம்யூனிசத்தின் முதல் அல்லது கீழ்க் கட்டத்துக்கும் உயர் கட்டத்துக்குமுள்ள வேறுபாடு அரசியல் வழியில் காலப்போக்கில் மிகப் பெரியதாய் இருக்கும் எனலாம். ஆனால் இவ்வேறுபாட்டை இப்பொழுது முதலாளித்துவத்தில் இருக்கையில் கண்டறிய முற்படுவது நகைக்கத்தக்கதே ஆகும். தனிப்பட்ட அராஜகவாதிகள் மட்டும் வேண்டுமானால் (கிரப்போத்கின்களும் கிராவெயும் கார்னெலிசனும் அராஜகவாதத்தின் ஏனைய 'தாரகைகளும்' சமூக தேசிய வெறியர்களாகவும், இன்னமும் கண்ணிய உணர்வையும் மனச்சாட்சியையும் விட்டு விடாதுள்ள ஒரு சில அராஜகவாதிகளில் ஒருவரான கே குறிப்பிட்டது போல 'அராஜகவாத - அகழாளர்களாகவும்', 'பிளெஹானவின் பாணியில்' மாற்றமடைந்திருப்பதிலிருந்து எதுவுமே அறிந்து கொள்ளாதோர் அராஜகவாதிகளிடையே இன்னமும் இருப்பார்களாயின்) இதற்குத் தலைமை முக்கியத்துவம் அளிக்கக்கூடும்.

ஆனால் சோஷலிசத்துக்கும் கம்யூனிசத்துக்குமுள்ள விஞ்ஞான வழியிலான வேறுபாடு தெள்ளத் தெளிவானது. வழக்கமாய் சோஷலிசம் என்று அழைக்கப்படுவதை மார்க்ஸ் கம்யூனிச சமுதாயத்தின் 'முதல்' அல்லது கீழ்க் கட்டம் என்று குறிப்பிட்டார். உற்பத்திச் சாதனங்கள் பொதுவுடைமை ஆகிவிடும் அளவுக்கு இக்கட்டத்துக்கும் 'கம்யூனிசம்' என்னும் சொல் பொருந்துவதாகும், ஆனால் இது முழுநிறைக் கம்யூனிசம் அல்ல என்பதை நாம் மறக்காதிருக்க வேண்டும். மார்க்சின் விளக்கங்களுக்குள்ள மாபெரும் முக்கியத்துவம் என்னவெனில் இங்கும் அவர் பொருள்முதல்வாத இயக்கவியலை, வளர்ச்சித் தத்துவத்தை முரணின்றிக் கையாளுகிறார்; கம்யூனிசத்தை முதலாளித்துவத்தில் இருந்து வளர்ச்சியுறும் ஒன்றாகக் கருதுகிறார். பண்டிதப் புலமை சார்ந்த வழியில் 'கண்டுபிடிக்கப்பட்ட', புனையப்பட்ட இலக்கணங்களுக்கும் சொற்களைப் பற்றிய பயனற்ற சண்டப் பிரசண்டங்களுக்கும் (எது சோஷலிசம்? எது கம்யூனிசம்?) பதிலாய், மார்க்ஸ் கம்யூனிசத்தின் பொருளாதார முதிர்ச்சியினுடைய இரு கட்டங்கள் எனப்படத் தக்கவற்றின் பகுத்தாய்வை அளிக்கிறார்.

முதற்கட்டத்தில் அல்லது படியில் கம்யூனிசமானது பொருளாதார வழியில் இன்னமும் முழு அளவு முதிர்ச்சியுற்றதாக, முதலாளித்துவத்தின்

மரபுகள் அல்லது மிச்சசொச்சங்களிலிருந்து முற்றிலும் விடுபட்டதாக இருக்க முடியாது. ஆகவே கம்யூனிசம் அதன் முதற் கட்டத்தில் ‘முதலாளித்துவ உரிமையின் குறுகிய வரம்பைப்’ விட்டொழிக்காமல் வைத்துக் கொள்ளும் சுவாரஸ்யமான நிகழ்வு ஏற்படுகிறது. நுகர் பொருட்களின் விநியோகம் குறித்த இந்த முதலாளித்துவ உரிமைக்கு முதலாளித்துவ அரசு இருப்பது தவிர்க்க முடியாத முன் நிபந்தனையாகும், ஏனெனில் உரிமைக்குரிய தராதரங்கள் அனுசரிக்கப்படுமாறு உறுதிப்படுத்த வல்ல இயந்திரம் இல்லையேல் உரிமை அர்த்தமற்றதாகிவிடும்.

இதிலிருந்து பெறப்படுவது என்னவென்றால், கம்யூனிசத்தில் சில காலத்துக்கு முதலாளித்துவ உரிமை மட்டுமல்ல, முதலாளித்துவ வர்க்கம் இல்லாத முதலாளித்துவ அரசுங்கூட இருக்கும்!

இது முரணுரை போலத் தோன்றலாம், அல்லது மார்க்சியத்தின் அதியற்புத உள்ளடக்கச் சாரத்தை ஆய்ந்தறிய கிஞ்சித்தும் முயலாதோர் அடிக்கடி மார்க்சியத்தின் மீது குறை கூறுகிறார்களே அத்தகைய இயக்கவியல் புதிராகவுங்கூட தோன்றலாம்.

ஆனால் உண்மை என்னவெனில், இயற்கையிலும் சமுதாயத்திலும் பழைமையின் மிச்சசொச்சங்கள் புதுமையில் எஞ்சி நின்று வாழ்க்கையில் நம்மை ஒவ்வொரு தப்படியிலும் எதிர்நோக்குகின்றன. தான் தோன்றித்தனமாய்க் கம்யூனிசத்தில் ‘முதலாளித்துவ’ உரிமையைக் கடுகளவும் மார்க்ஸ் புகுத்தி விடவில்லை. முதலாளித்துவத்தின் அடிவயிற்றிலிருந்து வெளித்தோன்றும் ஒரு சமுதாயத்தில் பொருளாதார வழியிலும் அரசியல் வழியிலும் தவிர்க்க முடியாததைத்தான் அவர் சுட்டிக்காட்டினார்.

தொழிலாளி வர்க்கத்துக்கு, தனது விடுதலைக்காக அது முதலாளித்துவத்தை எதிர்த்து நடத்தும் போராட்டத்தில், ஜனநாயகம் அளவுகடந்த முக்கியத்துவமுடையதாகும். ஆயினும் ஜனநாயகம் தாண்டிச் செல்லக்கூடாத ஓர் எல்லைக் கோடல்ல. பிரபுத்துவத்திலிருந்து முதலாளித்துவத்துக்கும், முதலாளித்துவத்திலிருந்து கம்யூனிசத்துக்கும் செல்லும் பாதையில் அமைந்த கட்டங்களில் ஒன்றே அது.

ஜனநாயகம் சமத்துவத்தைக் குறிக்கிறது. சமத்துவம் என்றால் வர்க்கங்கள் ஒழிக்கப்படுதல் என்று பிழையற்ற முறையில் அர்த்தப்படுத்திக் கொள்வோமாயின், பாட்டாளி வர்க்கம் சமத்துவத்துக்காக நடத்தும் போராட்டத்தின் மாபெரும் முக்கியத்துவமும், ஒரு முழக்கம் என்ற முறையில் சமத்துவத்தின் மாபெரும் முக்கியத்துவமும் தெளிவாய் விளங்கும். ஆனால் ஜனநாயகம் பெயரளவிலான சமத்துவத்தையே குறிக்கிறது. சமுதாயத்தின் எல்லா உறுப்பினர்களுக்கும் உற்பத்திச் சாதனங்களின் உடைமை சம்பந்தமாய் சமத்துவம் சாதிக்கப் பெற்றதும், அதாவது உழைப்புக்கும் சம்பளங்களுக்குமான சமத்துவம் சாதிக்கப் பெற்றதும், மேலும் தொடர்ந்து முன்னேறுவது எப்படி, பெயரளவிலான

சமத்துவத்திலிருந்து நடைமுறை உண்மையான சமத்துவத்துக்கு,அதாவது 'ஒவ்வொருவரிடமிருந்தும் அவருடைய ஆற்றலுக்கு ஏற்ப, ஒவ்வொருவருக்கும் அவருடைய தேவைகளுக்கு ஏற்ப' என்னும் விதி செயல்படும் நிலைக்கு முன்னேறுவது எப்படி என்கிற பிரச்சனை தவிர்க்க முடியாதபடி மனிதகுலத்தை எதிர்நோக்கும். எந்தக் கட்டங்களின் வாயிலாய், எந்த நடைமுறை நடவடிக்கைகளைக் கொண்டு மனிதகுலம் இந்தத் தலைமையான குறிக்கோளைச் சென்றடையும் என்பதை நாம் அறியோம், அறியவும் முடியாது. ஆனால் சோஷலிசத்தை உயிரற்ற, இறுகிக் கெட்டியான, என்றென்றுக்குமாய் மாறாத ஒரே நிலையில் இருத்தப்பட்ட ஒன்றாய்க் கொள்ளும் சாதாரண முதலாளித்துவக் கருத்தோட்டம் நம்ப முடியாத அளவுக்குப் பொய்யானது என்பதையும், உண்மையில் சோஷலிசத்தில் **மட்டும்தான்** பொது வாழ்வு, தனியார் வாழ்வு இவற்றின் எல்லாத் துறைகளிலுமே மிக வேகமான, மெய்யான, உண்மையிலேயே பிரம்மாண்டத் திரளானோரைக் கொண்ட, முதலில் **பெரும்பான்மையோரையும்** பிறகு மக்கள்தொகை அனைவரையுமே கொண்ட, முன்னேற்றப் பேரியக்கம் தொடங்கும் என்பதையும் உணர்ந்து கொள்வது மிக முக்கியமாகும்.

ஜனநாயகம் என்பது அரசின் ஒரு வடிவமாகும், அரசு வகைகளில் ஒன்றாகும். எனவே ஒவ்வொரு அரசையும் போல ஜனநாயகமும் ஒரு புறத்தில் ஆட்களுக்கு எதிராய் ஒழுங்கமைந்த, முறையான வன்முறைப் பிரயோகத்தைக் குறிக்கிறது. ஆனால் அது மறுபுறத்தில் குடிமக்களின் சமத்துவம், அதாவது அரசின் கட்டமைப்பை நிர்ணயிப்பதிலும் அரசை நிர்வகிப்பதிலும் எல்லோருக்கும் சம உரிமை உண்டென்பது பெயரளவில் அங்கீகாரம் பெறுவதையும் குறிக்கிறது. இதன் விளைவு என்னவெனில், ஜனநாயகம் அதன் வளர்ச்சியில் குறிப்பிட்ட ஒரு கட்டத்தில், முதலாளித்துவத்தை எதிர்த்துப் புரட்சிகரப் போராட்டம் நடத்தும் வர்க்கமான பாட்டாளி வர்க்கத்தை ஒன்று திரளச் செய்கிறது; முதலாளித்துவ அரசுப் பொறியமைவையும் - குடியரசு வடிவிலான முதலாளித்துவ அரசு இயந்திரத்தையும்கூட - நிரந்தர சேனையையும், போலீசையும், அதிகார வர்க்கத்தையும் இந்தப் பாட்டாளி வர்க்கம் தகர்த்துத் தவிடுபொடியாக்கிப் புவிப்பரப்பிலிருந்தே துடைத்தெடுத்துவிட்டு, இவற்றுப் பதிலாய் **மேலும்** ஜனநாயகமான ஓர் அரசு இயந்திரத்தை அமைக்கக் கூடியதாக்குகிறது. முன்னிலும் அதிக ஜனநாயகமுடைத்த அரசு இயந்திரம் என்றாலுங்கூட இதுவும் ஓர் அரசுப் பொறியமைவுதான். அனைத்து மக்களும் அடங்கிய காவலர் படையை நிறுவ முற்படும் ஆயுதமேந்திய தொழிலாளர்களின் வடிவில் அமைந்த அரசு இயந்திரம் இது.

இங்கு 'அளவு பண்பாய் மாறுகிறது': ஜனநாயகம் இந்த **அளவுக்கு** அதிகரிப்பதானது முதலாளித்துவ சமுதாயத்தின் வரம்புகளைத் தாண்டிச் சென்று இச்சமுதாயத்தை சோஷலிச வழியில்

திருத்தியமைப்பதன் துவக்கத்தைக் குறிக்கிறது. மெய்யாகவே **எல்லோரும்** அரசு நிர்வாகத்தில் பங்கு கொள்வார்களாயின் முதலாளித்துவத்தால் தன் பிடியை இருத்திக் கொள்ள முடியாது. முதலாளித்துவத்தின் வளர்ச்சிதான் மெய்யாகவே 'எல்லோரும்' அரசு நிர்வாகத்தில் பங்கு கொள்ளும்படி **வகை செய்யும் முன் நிபந்தனைகளைத்** தோற்றுவிக்கிறது. இந்த முன் நிபந்தனைகளில் சில வருமாறு: அனைத்து மக்களும் எழுத்தறிவு பெறுதல், மிகவும் முன்னேறிய முதலாளித்துவ நாடுகள் பலவற்றிலும் ஏற்கனவே இது சாதிக்கப் பெற்றுவிட்டது; தபால் துறை, ரயில்வேக்கள், பெரிய ஆலைகள், பெருமளவு வாணிபம், வங்கித்துறை, இன்ன பிறவற்றாலான சிக்கல் மிக்க, பிரம்மாண்டமான, சமூக மயமான பொறியமைவினால் கோடானுகோடியான தொழிலாளர்கள் 'பயிற்சியும் கட்டுப்பாடும்' உடையோராக்கப்படுதல்.

இந்தப் **பொருளாதார** முன் நிபந்தனைகள் இருக்குமாயின், முதலாளிகளும் அதிகார வர்க்கத்தினரும் வீழ்த்தப்பட்ட பின், இவர்களுக்குப் பதிலாய் உற்பத்தியையும் விநியோகத்தையும் கண்காணிப்பதிலும், உழைப்பையும் உற்பத்திப்பொருட்களையும் பற்றிய **கணக்குப் பதிவு** வேலையிலும் உடனடியாகவே, எடுத்த எடுப்பிலே, ஆயுதமேந்திய தொழிலாளர்களையும், ஆயுதமேந்திய மக்கள் அனைவரையுமே ஈடுபடுத்துவது முற்றிலும் சாத்தியமே. (கண்காணிப்பும் கணக்குப்பதிவுமான இந்தப் பிரச்சனையைப் பொறியாளர்கள், விவசாய நிபுணர்கள் முதலான விஞ்ஞானப் பயிற்சி பெற்ற ஊழியர்களைப் பற்றிய பிரச்சனையுடன் போட்டுக் குழப்பிக் கொள்ளக் கூடாது. இந்தக் கணவான்கள் இன்று முதலாளிகளுடைய விருப்பங்களுக்குப் பணிந்து வேலை செய்கிறார்கள், நாளைக்கு ஆயுதமேந்திய தொழிலாளர்களுடைய விருப்பங்களுக்குப் பணிந்து இன்னுங்கூட திறம்பட வேலை செய்வார்கள்.)

கணக்கீடு, கண்காணிப்பு - கம்யூனிச சமுதாயத்தின் **முதற் கட்டம்** தடங்கலின்றி இயங்கவும் சரிவரச் செயற்படவும் **பிரதானமாய்த்** தேவைப்படுகிறவை இவையே. குடிமக்கள் எல்லோரும் அரசின் சம்பளச் சிப்பந்திகளாய் மாற்றப்பட்டு விடுகிறார்கள்; அரசு ஆயுதமேந்திய தொழிலாளர்களால் ஆனது. குடிமக்கள் **எல்லோரும்** அரசினுடைய நாடு தழுவிய ஒரேயொரு 'கூட்டமைவின்' சிப்பந்திகளும் தொழிலாளர்களும் ஆகிவிடுகிறார்கள். தேவைப்படுவது எல்லாம் இவர்கள் சமத்துவமாய் வேலை செய்ய வேண்டும், வேலையில் தமக்கு உரிய பங்கைச் செய்து சமத்துவ சம்பளம் பெற வேண்டும் என்பதே. இதற்கு வேண்டிய கணக்கீடும் கண்காணிப்பும் முதலாளித்துவத்தால் வெகுவாய் **எளிமைப்படுத்தப்பட்டு**, எழுத்தறிவுடையவர் எவரும் செய்ய முடியும்படியான மேற்பார்வையிடல், பதிவு செய்தல், எண் கணிதத்தின் அடிப்படை விதிகளை அறிந்திருத்தல், தக்க ரசீதுகளை எழுதிக்

கொடுத்தல் போன்ற மிக மிக எளிய வேலைகளாய்க் குறுகும்படிச் செய்யப்பட்டு விட்டன.*

மக்களில் பெரும்பான்மையோர் தாமே சுயேச்சையாகவும் எல்லாவிடத்தும் இத்தகைய கணக்குப் பதிவுகளைச் செய்யவும், (இப்பொழுது சிப்பந்திகளாய் மாற்றப்பட்டுவிட்ட) முதலாளிகளையும் தமது முதலாளித்துவப் பழக்கங்களை விடாது வைத்துள்ள அறிவுத் துறைக் கனவான்களையும் இவ்விதம் கண்காணித்துக் கொள்ளவும் தொடங்குகையில், இந்தக் கண்காணிப்பு மெய்யாகவே சர்வவியாபகமானதாகவும் பொதுவானதாகவும் வெகுஜனத் தன்மையதாகவும் ஆகி விடும்; இதிலிருந்து தப்ப வழி இருக்காது, ஏனெனில் 'போக்கிடம்' எதுவும் இருக்காது.

சமுதாயம் முழுதும் சமமான உழைப்புக்குச் சமமான சம்பளத்துடன் ஒரே அலுவலகமும், ஒரே ஆலையுமாகிவிடும்.

ஆனால் பாட்டாளி வர்க்கம் முதலாளிகளைத் தோற்கடித்த பிற்பாடும், சுரண்டலாளர்களை வீழ்த்திய பிற்பாடும் சமுதாயம் முழுவதுக்கும் விரிவடையச் செய்யும் இந்த 'ஆலைத்துறைக்' கட்டுப்பாடு எவ்வகையிலும் நமது இலட்சியமோ, நமது இறுதிக் குறிக்கோளோ அல்ல. முதலாளித்துவச் சுரண்டலால் விளைந்த எல்லா இழுக்குகளையும் அசிங்கங்களையும் களைந்த சமுதாயத்தைச் சுத்தம் செய்து தூய்மையாக்குவதற்கும், மேலும் தொடர்ந்து முன்னேறிச் செல்வதற்கும் இது அவசியமான ஒரு படியே அன்றி வேறல்ல.

எத்தருணம் முதல் சமுதாயத்தின் எல்லா உறுப்பினர்களும் - அல்லது குறைந்தது மிகப் பெரும்பான்மையோர் - அரசைத் தாமே நிர்வகிக்கக் கற்றுக் கொள்கிறார்களோ, இந்தப் பணியை நேரில் தாமே மேற்கொள்கிறார்களோ, மிகச் சொற்ப தொகையினரே ஆன முதலாளித்துவச் சிறுபான்மையோரையும், தமது முதலாளித்துவப் பழக்கங்களை விட்டொழிக்க விரும்பாத கனவான்களையும், முதலாளித்துவத்தால் அறவே பாழ்படுத்தப்பட்டுவிட்ட தொழிலாளர்களையும் கண்காணிக்க 'ஏற்பாடு செய்கிறார்களோ' - அத்தருணம் முதலாய் எவ்வகையான அரசாங்கத்துக்குமுள்ள தேவை அடியோடு மறையத் தொடங்கிவிடும். ஜனநாயகம் எவ்வளவுக்கு எவ்வளவு பூரணமானதாகிறதோ அவ்வளவுக்கு அவ்வளவு அது தேவையற்றதாகும் தருணம் அருகாமையில் வந்துவிடுகிறது. ஆயுதமேந்திய

*அரசின் மிக முக்கிய பணிகள் தொழிலாளர்கள் தாமே செய்யத்தக்க கணக்கீடு, கண்காணிப்பு ஆகியவையாய்க் குறுகும்படிச் செய்யப்படுகையில், அரசானது 'அரசியல் வழியிலான அரசாய்' இருக்கும் நிலை முடிவுற்றுவிடும்; "பொதுப் பணிகள் தமது அரசியல் தன்மையை இழந்து, வெறும் நிர்வாகப் பணிகளாகிவிடும்" (பார்க்கவும்: மேலே, அத்தியாயம் 4, 2, அராஜகவாதிகளுடன் எங்கெல்சின் வாக்குவாதம்).

தொழிலாளர்களாலான அரசு, 'அரசெனும் சொல்லின் சரியான பொருளில் அரசாயில்லாத' இது, எவ்வளவுக்கு எவ்வளவு ஜனநாயகமுடைத்ததாய் ஆகிறதோ அவ்வளவுக்கு அவ்வளவு அரசின் ஒவ்வொரு வடிவமும் வேகமாய் உலர்ந்து உதிரத் தொடங்குகிறது.

ஏனென்றால், எல்லோரும் சமூகப் பொருளுற்பத்தியை நிர்வகிக்கக் கற்றுக் கொண்டு சுயேச்சையாய்த் தாமே நடைமுறையில் நிர்வகிக்கும்போது, சுயேச்சையாய்த் தாமே கணக்குகள் பதிவு செய்து கொண்டு சோம்பேறிகளையும் செல்வச் சீமான்களது புதல்வர்களையும் மோசடிக்காரர்களையும் ஏனைய 'முதலாளித்துவ மரபுகளின் காவலர்களையும்' கண்காணிப்புச் செய்யும்போது, இந்த வெகுஜன அளவிலான கணக்கீட்டிலிருந்தும் கண்காணிப்பிலிருந்தும் தப்புவது தவிர்க்க முடியாத வகையில் அவ்வளவு கடினமாகி விடுமாதலால், அவ்வளவு அரிதிலும் அரிதான விதிவிலக்காகி விடுமாதலால், மற்றும் உடனுக்குடன் கடுந்தண்டனைக்கு உரியதாக்கப்படலாம் ஆதலால் (ஏனெனில் ஆயுதமேந்திய தொழிலாளர்கள் காரிய வழிப்பட்டவர்களே அன்றி உணர்ச்சிப் பசப்பாளர்களான அறிவுத் துறையினரல்ல, யாரும் தம்மிடம் வாலாட்ட இடந்தர மாட்டார்கள்), சமூக வாழ்க்கையின் சாதாரண அடிப்படை விதிகளைப் பற்றியொழுக வேண்டிய அவசியமானது விரைவில் நிலையான ஒரு பழக்கமாகி விடும்.

இனி கம்யூனிச சமுதாயத்தின் முதற்கட்டத்திலிருந்து அதன் உயர் கட்டத்துக்கு மாறிச் செல்லவும், அதனுடன் கூடவே அரசு பூரணமாய் உலர்ந்து உதிரவும் பாதை விரியத் திறக்கப்பட்டு விடும்.

அத்தியாயம் - 6

சந்தர்ப்பவாதிகள் மார்க்சியத்தைக் கொச்சையாக்குதல்

சமுதாயப் புரட்சியின்பால் அரசுக்கும், அரசின்பால் சமுதாயப் புரட்சிக்குமுள்ள போக்கு பற்றிய பிரச்சனையிலும், மற்றும் பொதுவில் புரட்சி என்னும் பிரச்சனையிலும் இரண்டாவது அகிலத்தின் (1889-1914) தலைமையான தத்துவவாதிகளும் நூலாசிரியர்களும் மிகச் சொற்ப கவனமே செலுத்தினர். ஆனால் சந்தர்ப்பவாதம் படிப்படியாய் வளர்ந்து 1914-ல் இரண்டாவது அகிலம் தகர்ந்து விழுவதற்கு இட்டுச் சென்ற நிகழ்ச்சிப்போக்கின் மிகவும் குறிப்பிடத்தக்க விவரம் என்னவெனில், இந்த ஆட்களின் நேர் எதிரே இப்பிரச்சனை எழுந்தபோதுங்கூட இவர்கள் இதைத் **தட்டிக் கழிக்க முயன்றனர்** அல்லது கவனியாது ஒதுங்கினர்.

அரசுடன் பாட்டாளி வர்க்கப் புரட்சிக்குள்ள போக்கு பற்றிய பிரச்சனையைத் தட்டிக் கழித்ததன் விளைவாய் - சந்தர்ப்பவாதத்துக்கு அனுகூலம் புரிந்து அதனை வளர வைத்த இந்தத் தட்டித் கழித்தலின் விளைவாய் - மார்க்சியம் திரித்துப் புரட்டப்பட்டது என்றும், அறவே கொச்சையாக்கப்பட்டது என்றும் பொதுவில் கூறலாம்.

இந்த அவல நிகழ்ச்சிப்போக்கின் முக லட்சணத்தைச் சுருக்கமாகவேனும் குறிப்பிட்டுக் காட்டும் பொருட்டு, மார்க்சியத்தின் மிகப் பிரபல தத்துவவாதிகளான பிளெஹானவையும் காவுத்ஸ்கியையும் எடுத்துக் கொள்வோம்.

1. அராஜகவாதிகளுடன் பிளெஹானவின் வாக்குவாதம்

சோஷலிசத்தின்பால் அராஜகவாதத்துக்குள்ள போக்கு குறித்து **அராஜகவாதமும் சோஷலிசமும்** என்ற தலைப்பில் பிளெஹானவ் ஒரு தனிப் பிரசுரம் எழுதினார். 1894-ல் இது ஜெர்மன் மொழியில் வெளியிடப்பட்டது.

இந்தப் பொருள் குறித்துப் பரிசீலிக்கையில் பிளெஹானவ் அராஜகவாதத்துக்கு எதிரான போராட்டத்தின் மிகவும் சூடான, அவசர அவசியமான, அரசியல் வழியில் இன்றியமையாத பிரச்சனையை,

அதாவது அரசின்பால் புரட்சிக்குள்ள போக்கையும் பொதுவில் அரசு பற்றிய பிரச்சனையையும் அறவே தட்டிக் கழிப்பதில் வெற்றி கண்டுவிட்டார்! அவருடைய பிரசுரம் இரு வேறு பகுதிகளாய்ப் பிரிக்கப்படக் கூடியது: ஒரு பகுதி வரலாற்று வழியிலும் இலக்கிய வழியிலும் அமைந்தது, ஸ்டிர்னர், புரூதோன், மற்றும் பலருடைய கருத்துக்களின் வரலாறு பற்றிய வளமான விவரங்கள் அடங்கியது; மற்றொரு பகுதி அற்பத்தனமானது, அராஜகவாதிக்கும் கொள்ளைக்காரனுக்கும் வேறுபாடு காண முடியாதென்ற பொருள் பற்றிய அலங்கோலமான விரிவுரை அடங்கியது.

ஆய்வுப் பொருள்களின் இணைப்பில் இது மிகவும் நூதனமானது; ருஷ்யாவில் புரட்சி தொடங்கும் தறுவாயிலும் புரட்சிக் காலத்தின்போதும் பிளெஹானவின் செயற்பாடுகள் அனைத்துக்கும் எடுப்பான எடுத்துக்காட்டாய் இது விளங்குகிறது. 1905-க்கும் 1917-க்கும் இடைப்பட்ட ஆண்டுகளில் தாம் உண்மையில் பகுதியளவு வறட்டுச் சூத்திரவாதியாகவும் பகுதியளவு குட்டி முதலாளித்துவ அற்பவாதியாகவும் இருந்து அரசியலில் முதலாளித்துவ வர்க்கத்துக்கு வால் பிடித்ததை வெளிப்படுத்திக் கொண்டு விடுகிறார்.

அராஜகவாதிகளுடன் நடத்திய வாக்குவாதத்தில் மார்க்சும் எங்கெல்சும் அரசின் பால் புரட்சிக்குள்ள போக்கு குறித்து தமது கருத்துக்களை மிகவும் தீர்க்கமாய் விளக்கினர் என்பதை மேலே நாம் கண்ணுற்றோம். மார்க்சினுடைய கோத்தா **வேலைத்திட்டத்தின் விமர்சனத்துக்கு** 1891-ல் எங்கெல்ஸ் தீட்டிய முகவுரையில் 'நாம்' (அதாவது எங்கெல்சும் மார்க்சும்) "அந்தக் காலத்தில், [முதலாவது] அகிலத்தின் ஹேக் காங்கிரஸ்[42] முடிவுற்று இரண்டு ஆண்டுகள் ஆகு முன்னரே, பக்கூனினையும் அவரது அராஜகவாதிகளையும் எதிர்த்து மிகக் கடுமையான போராட்டத்தில் ஈடுபட்டிருந்தோம்' என்று எழுதினார்.[43]

பாரிஸ் கம்யூனை அராஜகவாதிகள் 'தமக்கே' உரியதென உரிமை கொண்டாடி தமது தத்துவத்துக்கு அது ஒரு நிரூபணமாய் அமைந்தது போலப் பேச முயன்றார். பாரிஸ் கம்யூனுடைய படிப்பினைகளையும், இந்தப் படிப்பினைகளைப் பற்றி மார்க்ஸ் அளித்த பகுத்தாய்வையும் புரிந்து கொள்ள அவர்கள் அறவே தவறிவிட்டனர். பழைய அரசு பொறியமைவு **தகர்க்கப்பட** வேண்டியதுதானா? அதனிடத்தில் நிறுவப்பட வேண்டியது என்ன? - இந்த ஸ்தூலமான அரசியல் கேள்விகளுக்குரிய சரியான பதில்களுக்கு ஓரளவு அருகே வரத்தக்கதாய்க்கூட எதனையும் அராஜகவாதம் அளிக்கவில்லை.

ஆனால் 'அராஜகவாதமும் சோஷலிசமும்' என்பது குறித்துப் பேசப் புகுந்து, அதேபோதில் அரசு பற்றிய பிரச்சனையைத் தட்டிக்கழித்து, கம்யூனுக்கு முன்னதாகவும் அதற்குப் பிற்பாடும் மார்க்சியத்தின் வளர்ச்சி அனைத்தையும் **உதாசீனம் செய்வதானது**, தவிர்க்க முடியாதபடி

சந்தர்ப்பவாதத்தினுள் சரிந்து செல்வதையே குறிப்பிடுகிறது. ஏனெனில் சந்தர்ப்பவாதத்துக்கு யாவற்றையும்விட முக்கியமாய்த் தேவைப்படுவது என்னவென்றால், மேலே குறிப்பிட்ட இரு கேள்விகளும் எழுப்பப்படாமல் விடப்படுவதுதான். சந்தர்ப்பவாதத்துக்கு அதுவே ஒரு வெற்றியாகும்.

2. சந்தர்ப்பவாதிகளுடன் காவுத்ஸ்கியின் வாக்குவாதம்

காவுத்ஸ்கியின் நூல்களில் மிக அதிகமானவை சந்தேகத்துக்கு இடமின்றி, வேறு எந்த மொழியைக் காட்டிலும் ருஷ்ய மொழியில் பெயர்க்கப்பட்டிருக்கின்றன. காவுத்ஸ்கி எழுதுவது ஜெர்மனியைக் காட்டிலும் ருஷ்யாவில் தான் அதிகமாய்ப் படிக்கப்படுகிறது என்று சில ஜெர்மன் சமூக-ஜனநாயகவாதிகள் தமாஷ் செய்வதற்குக் காரணம் இல்லாமல் இல்லை (இடைக் குறிப்பாய் நாம் இதைக் கூறலாம்: இந்தக் கேலி முதலில் இதைச் செய்தவர்கள் நினைப்பதைக் காட்டிலும் மிகவும் ஆழ்ந்த வரலாற்றுப் பொருளுடைத்ததாகும். ருஷ்யத் தொழிலாளர்கள் 1905-ல் உலகின் சிறந்த சமூக-ஜனநாயகவாத இலக்கியத்தின் சிறந்த நூல்கள் வேண்டுமென்று அசாதாரணமான அளவுக்கு அதிகமாகவும் முன்பின் காணாத முறையிலும் கோரிக்கை எழுப்பியதன் மூலமும், ஏனைய நாடுகளில் கேட்டறியாத அதிக அளவில் இந்நூல்களின் மொழிபெயர்ப்புகளையும் பதிப்புகளையும் பெற்றுக் கொண்டதன் மூலமும், அதிக அளவு முன்னேறிய அண்டைநாடு ஒன்றின் அளவிலா அனுபவத்தை எங்கள் பாட்டாளி வர்க்க இயக்கத்தின் இளம் நிலத்தில் விரைவாய்ப் பெயர்த்து நட்டனர் எனலாம்).

மார்க்சியத்தைப் பரப்புவதற்கு ஆற்றிய பணியுடன் கூட, சந்தர்ப்பவாதிகளுடன் - பெர்ன்ஷ்டைன் அவர்கள் தலைமையில் இருந்தார் - அவர் நடத்திய வாக்குவாதத்துக்காகவும் காவுத்ஸ்கி எங்கள் நாட்டில் குறிப்பாய்ப் பெயர் பெற்றவரானார். ஆனால் ஓர் உண்மை அநேகமாய்த் தெரியாமலே இருந்து வருகிறது. 1914-15ஆம் ஆண்டுகள் கண்ட மாபெரும் நெருக்கடியின்போது காவுத்ஸ்கி நம்ப முடியாத அவக்கேடு மிக்க குழப்பத்துக்கும் சமூக தேசியவெறிக்கும் ஆதரவளிக்கும் நிலைக்குமான சகதிக்குள் சரிந்தது எப்படி என்று பரிசீலிக்க முற்படுவோமாயின், இந்த உண்மையை உதாசீனம் செய்யலாகாது. இவ்வுண்மை வருமாறு: சந்தர்ப்பவாதத்தின் மிகவும் பிரபல பிரதிநிதிகளாய் பிரான்சிலும் (மில்லரண்டும் ழொரேசும்) ஜெர்மனியிலும் (பெர்ன்ஷ்டைன்) இருந்தோரையும் எதிர்த்துக் கிளம்புவதற்குச் சற்று முன்பு காவுத்ஸ்கி மிகவும் கணிசமான ஊசலாட்ட நிலையை வெளிப்படுத்தி வந்தார். 1901-02ல் ஷ்டுட்கார்ட்டில் வெளியிடப்பட்டுப் புரட்சிகரப் பாட்டாளி வர்க்கக் கருத்துக்களை ஆதரித்து வந்த மார்க்சிய ஸார்யா,[44] காவுத்ஸ்கியுடன் வாக்குவாதத்தில் இறங்கி, 1900-ல் பாரிசில் நடைபெற்ற சர்வதேச சோஷலிஸ்டுக் காங்கிரசில்[45] அவர் முன்மொழிந்த தீர்மானம் 'வளைந்து கொடுப்பதாய்' இருந்ததெனக் கூற வேண்டியிருந்தது.

இந்தத் தீர்மானம் சந்தர்ப்பவாதிகளுடன் இணக்கம் காணுவதாய் இருந்தது; மழுப்பலான அரைமனதுத் தீர்மானமாயிருந்தது. ஜெர்மனியில் வெளியான காவுத்ஸ்கியின் கடிதங்களும், பெர்ன்ஷ்டைனை எதிர்த்து அவர் களம் புகும் முன் அவரிடம் இருந்த தயக்கம் கொஞ்சமல்ல என்பதை வெளிப்படுத்துகின்றன.

ஆனால், இதைக் காட்டிலும் அளவு கடந்த முக்கியத்துவமுள்ள உண்மை என்னவெனில், சந்தர்ப்பவாதிகளை உதிர்த்து அவர் நடத்திய இந்த வாக்குவாதத்திலும், பிரச்சனையை அவர் வகுத்தளிப்பதிலும், அதை அவர் ஆராயும் முறையிலும், அரசு பற்றிய பிரச்சனையில்தான் சந்தர்ப்பவாதத்தை நோக்கி முறையாய்த் தடம் புரண்டு செல்லும் அவருடைய திரிபை, மார்க்சியத்துக்கு காவுத்ஸ்கி இழைத்திருக்கும் மிக அண்மைக் கால துரோகத்தின் **வரலாற்றைப்** பரிசீலிக்கையில் இப்பொழுது நாம் பார்க்க முடிகிறது.

சந்தர்ப்பவாதத்தை எதிர்த்துக் காவுத்ஸ்கி முதலில் எழுதிய முக்கிய புத்தகமான **பெர்ன்ஷ்டைனும் சமூக-ஜனநாயக வேலைத்திட்டமும்** என்பதை எடுத்துக் கொள்வோம். காவுத்ஸ்கி மிகவும் விவரமாய் பெர்ன்ஷ்டைனுக்கு மறுப்புரைக்கிறார். ஆனால் இதில் குறிப்பிடத்தக்க ஒன்று வருமாறு:

பெர்ன்ஷ்டைன், ஹெரஸ்திராத்திய புகழ் பெற்ற தமது சோஷலிசத்தின் முதற்கோள்களில் மார்க்சியம் 'பிளான்கிய' குற்றமிழைப்பதாய்க் குற்றம் சாட்டுகிறார் (இதன் பின் ருஷ்யாவில் சந்தர்ப்பவாதிகளும் மிதவாத முதலாளித்துவ வர்க்கத்தாரும் புரட்சிகர மார்க்சியவாதிகளையும் போல்ஷிவிக்குகளையும் எதிர்த்து ஆயிரக்கணக்கான முறை திருப்பித் திருப்பிக் கூறிவரும் குற்றச்சாட்டு இது). இச்சந்தர்ப்பத்தில் பெர்ன்ஷ்டைன் முக்கியமாய் மார்க்சின் **பிரான்சில் உள்நாட்டுப் போரை** எடுத்துரைத்து, ஏற்கனவே நாம் கண்டது போல, வெற்றி சிறிதுமின்றி, கம்யூனின் படிப்பினைகள் பற்றிய மார்க்ஸ் கருத்துக்கள் புரூதோனுடைய கருத்துக்களுடன் ஒத்திருப்பதாய்க் காட்ட முயற்சி செய்கிறார். **கம்யூனிஸ்டு அறிக்கைக்கு** 1872-ல் மார்க்ஸ் எழுதிய முகவுரையில் வலியுறுத்தும் முடிவில், அதாவது "தொழிலாளி வர்க்கம் ஏற்கனவே தயாராயிருக்கும் அரசுப் பொறியமைவை அப்படியே கைப்பற்றிக் கொண்டு அதனைத் தனது சொந்தக் காரியங்களுக்காக உபயோகித்துக் கொள்ள முடியாது" என்னும் முடிவில், பெர்ன்ஷ்டைன் தனிக் கவனம் செலுத்துகிறார்.

இந்த உரை பெர்ன்ஷ்டைனுக்கு மிகவும் 'பிடித்து விட்டது' - தமது புத்தகத்தில் மூன்று தடவைக்குக் குறையாமல் இதை எடுத்தாளுகிறார்; படுமோசமாய்த் திரித்துப் புரட்டிச் சந்தர்ப்பவாத வழியில் இதற்கு வியாக்கியானம் கூறுகிறார்.

அரசுப் பொறியமைவு அனைத்தையும் தொழிலாளி வர்க்கம் நொறுக்க வேண்டும், **உடைக்க** வேண்டும், **தகர்த்திட வேண்டும்** (Sprengung,

வேட்டு வைத்து வெடித்தல் - எங்கெல்ஸ் உபயோகிக்கும் பதம்) என்பதே மார்க்ஸ் கூறிய கருத்தென்று மேலே நாம் கண்டோம். ஆனால் பெர்ன்ஷ்டைனுடைய அபிப்பிராயத்தில், அதிகாரத்தைக் கைப்பற்றுகையில் மட்டு மீறிய புரட்சி ஆர்வம் கொண்டு விடுவதை **எதிர்த்து** இச்சொற்கள் மூலம் மார்க்ஸ் தொழிலாளி வர்க்கத்தை எச்சரிக்கை செய்தது போலத் தோன்றுகிறதாம்.

மார்க்சின் கருத்தை இதைக் காட்டிலும் படுமோசமாய், இதைக் காட்டிலும் கேடு கெட்டவாறு திரித்துப் புரட்டுவது கற்பனைக்கும் எட்டாதது.

ஆகவே பெர்ன்ஷ்டைனியத்துக்கு[46] மிகவும் விவரமாய் மறுப்புரை கூறும் தமது நூலில் காவுத்ஸ்கி இது குறித்து என்ன செய்தார்?

இந்த விவகாரம் குறித்துச் சந்தர்ப்பவாதமானது மார்க்சியத்தை அப்பட்டமாய்த் திரித்துப் புரட்டுவதை அவர் பகுத்தராயாமலே ஒதுங்கிவிட்டார். மார்க்சின் **உள்நாட்டுப் போருக்கு** எங்கெல்சின் முகவுரையிலிருந்து மேற்கூறிய வாசகத்தை அவர் எடுத்துரைத்துவிட்டு, மார்க்சின் கருத்துப்படித் தொழிலாளி வர்க்கம் **ஏற்கனவே தயாராயிருக்கும்** அரசுப் பொறியமைவை அப்படியே எடுத்தாள முடியாது, ஆனால் பொதுவாய்ப் பேசுமிடத்து அது இதனை எடுத்தாள முடியும் என்று கூறினார் - அவ்வளவுதான். 1852 முதலாய் மார்க்ஸ் அரசுப் பொறியமைவை 'நொறுக்குவதையே'[47] பாட்டாளி வர்க்கப் புரட்சியின் பணியாய் வலியுறுத்தி வந்திருந்ததையும், மார்க்சின் மெய்யான கருத்துக்கு நேர் விரோதமான ஒன்றை பெர்ன்ஷ்டைன் மார்க்சுக்குக் கற்பித்ததையும் பற்றி காவுத்ஸ்கி ஒரு வார்த்தைகூட சொல்லவில்லை.

இதன் விளைவு என்னவெனில், பாட்டாளி வர்க்கப் புரட்சியின் பணிகள் குறித்து மார்க்சியத்துக்கும் சந்தர்ப்பவாதத்துக்குமுள்ள மிகவும் அடிப்படையான வேறுபாடு காவுத்ஸ்கியினால் மூடி மெழுகப்பட்டுவிட்டது!

"பாட்டாளி வர்க்கச் சர்வாதிகாரப் பிரச்சனைக்கான தீர்வினை நாம் தயங்காது, நம்பிக்கையுடன் வருங்காலத்திடம் விட்டு விடலாம்" என்று சொல்லி பெர்ன்ஷ்டைனை 'எதிர்த்து' காவுத்ஸ்கி எழுதினார் (பக்கம் 172, ஜெர்மன் பதிப்பு).

இது பெர்ன்ஷ்டைனுக்கு **எதிரான** மறுப்புரை அல்ல, சாராம்சத்தில் அவருக்கு **விட்டுக் கொடுப்பதே** ஆகும், சந்தர்ப்பவாதத்துக்குச் சரணடைவதே ஆகும். ஏனெனில் சந்தர்ப்பவாதிகள் தற்போது கேட்பதெல்லாம் பாட்டாளி வர்க்கப் புரட்சியின் கடமைகளைப் பற்றிய எல்லா அடிப்படைப் பிரச்சனைகளையும் 'தயங்காது, நம்பிக்கையுடன் வருங்காலத்திடம் விட்டுவிட வேண்டும்' என்பதுதான்.

பாட்டாளி வர்க்கம் அரசுப் பொறியமைவை நொறுக்க வேண்டுமென்று மார்க்சும் எங்கெல்சும் 1852 முதல் 1891 வரை, அதாவது

நாற்பது ஆண்டுகளாய் அதற்குப் போதனை செய்து வந்தனர். ஆயினும் 1899-ல் காவுத்ஸ்கி இந்த விவகாரத்தில் மார்க்சியத்துக்குச் சந்தர்ப்பவாதிகள் முற்றாகத் துரோகமிழைத்ததை எதிர்நோக்கியபோது, இந்தப் பொறியமைவை நொறுக்குவது அவசியமா என்ற பிரச்சனையை ஒதுக்கி விட்டுக் கபடமாய் **அதற்குப் பதில்** இந்தப் பொறியமைவை நொறுக்குவதற்கான ஸ்தூல வடிவங்கள் என்னவென்ற பிரச்சனையைக் கொண்டு வந்து நிறுத்தி, பிற்பாடு ஸ்தூல வடிவங்களை முன்கூட்டியே அறிய முடியாது என்கிற 'மறுக்க முடியாத' (மலடான) அற்பத்தனமான உண்மைக்குப் பின்னால் ஓடி ஒளிந்து கொள்ள முயன்றார்!!

தொழிலாளி வர்க்கத்தைப் புரட்சிக்குப் பயிற்றுவிப்பதில் பாட்டாளி வர்க்கக் கட்சிக்குள்ள கடமை குறித்து மார்க்சும் காவுத்ஸ்கியும் அனுசரிக்கும் போக்குகளில் இருவருக்குமிடையே மலைக்கும் மடுவுக்குமான வேறுபாடு உள்ளது.

காவுத்ஸ்கியின் அடுத்த, மேலும் முதிர்ச்சியுற்ற நூலை எடுத்துக் கொள்வோம். பெருமளவுக்கு இதுவும் சந்தர்ப்பவாதத் தவறுகளுக்கு மறுப்புரையாய் அமைந்ததுதான். **சமுதாயப் புரட்சி** என்ற அவரது பிரசுரமே இந்நூல். இந்தப் பிரசுரத்தில் ஆசிரியர் 'பாட்டாளி வர்க்கப் புரட்சியும்' 'பாட்டாளி வர்க்க ஆட்சியும்' என்னும் பிரச்சனையைத் தமக்குத் தனி ஆய்வுப் பொருளாய்த் தேர்ந்தெடுத்துக் கொண்டார். மிகுந்த மதிப்புக்குரிய பலவற்றை அவர் அளித்தார். ஆனால் அரசு பற்றிய பிரச்சனையைத் **தவிர்த்துக் கொண்டு விடுகிறார்.** இந்தப் பிரசுரம் பூராவும் ஆசிரியர் அரசு அதிகாரம் வெல்வது குறித்துப் பேசுகிறார் - அதோடு நின்று விடுகிறார்; அதாவது சந்தர்ப்பவாதிகளுக்கு விட்டுக் கொடுக்கும் ஓர் உபாயத்தை - அரசுப் பொறியமைவை அழிக்காமலே ஆட்சி அதிகாரத்தைக் கைப்பற்றுவது சாத்தியமென்று ஒத்துக் கொள்ளும் வரை சந்தர்ப்பவாதத்துக்கு விட்டுக் கொடுக்கும் உபாயமே இது - தேர்ந்தெடுத்துக் கொள்கிறார். **கம்யூனிஸ்டு அறிக்கை** கூறும் வேலைத்திட்டத்தில் எது "காலத்துக்கு ஒவ்வாதாகிவிட்டது" என்று 1872-ல் மார்க்ஸ் அறிவித்தாரோ[48] அதையே 1902-ல் காவுத்ஸ்கி **உயிர்ப்பிக்கிறார்.**

பிரசுரத்தில் ஒரு தனிப் பகுதி 'சமுதாயப் புரட்சியின் வடிவங்களும் ஆயுதங்களும்' என்ற பொருள் பற்றியதாகும். இதில் காவுத்ஸ்கி வெகுஜன அரசியல், வேலைநிறுத்தம், உள்நாட்டுப் போர், 'பெரிய தற்கால அரசின் வலிமையினது கருவிகள், அதன் அதிகார வர்க்கம், சேனை' இவற்றையெல்லாம் பற்றிப் பேசுகிறார்; ஆனால் கம்யூன் ஏற்கனவே தொழிலாளர்களுக்குப் போதித்திருந்ததைப் பற்றி ஒரு வார்த்தை கூடச் சொல்லவில்லை. அரசிடம் 'மூடபக்தி' கூடாதென்று எங்கெல்ஸ் குறிப்பாய் ஜெர்மன் சோஷலிஸ்டுகளுக்கு விடுத்த எச்சரிக்கை காரணமின்றி விடுக்கப்பட்டதல்ல என்பது தெரிகிறது.

இந்த விவகாரங் குறித்து காவுத்ஸ்கி விரித்துரைப்பது வருமாறு: வெற்றிவாகை சூடிய பாட்டாளி வர்க்கம் 'ஜனநாயக வேலைத்திட்டத்தைச் செயல்படுத்தி நிறைவேற்றும்' என்கிறார். ஆனால் முதலாளித்துவ ஜனநாயகத்துக்குப் பதிலாய்ப் பாட்டாளி வர்க்கம் ஜனநாயகம் நிறுவப்பட வேண்டியது குறித்து 1871-ஆம் ஆண்டு அளித்திட்ட புதிய விவரப்பொருள் குறித்து அவர் ஒரு வார்த்தையும் சொல்லவில்லை. 'ஆடம்பரமாய் ஒலிக்கும்' அடியிற் கண்டவற்றை ஒத்த மாமூல் வழக்குகளைக் கொண்டு காவுத்ஸ்கி இப்பிரச்சனையைத் தட்டிக் கழிக்கிறார்:

'இருப்பினும் தற்போதைய நிலைமைகளில் நாம் மேலாதிக்கம் பெறுவதற்கில்லை என்பது கூறாமலே விளங்குகிறது. புரட்சிக்கு நீண்ட நெடிய, ஆழப் பாயும் போராட்டங்கள் முன் நிபந்தனையாகும். இந்தப் போராட்டங்கள் நமது தற்போதைய அரசியல், சமுதாயக் கட்டமைப்பை மாற்றி விடும்.'

சந்தேகமில்லை, 'கூறாமலே விளங்குவதுதான்' இது, குதிரைகள் கொள் தின்கின்றன அல்லது வோல்கா ஆறு காஸ்பியன் கடலில் விழுகிறது என்பது எப்படியோ அது போல. ஆனால் வருந்தத்தக்கது என்னவெனில், 'ஆழப் பாயும்' போராட்டங்களைப் பற்றிய பொருளற்ற, படாடோபமான தொடரை உபயோகித்து, புரட்சிகரப் பாட்டாளி வர்க்கத்துக்கு ஜீவாதார முக்கியத்துவம் வாய்ந்த ஒரு பிரச்சனை, அதாவது முந்திய, பாட்டாளி வர்க்கமல்லாத பிற வர்க்கங்களின் புரட்சிகளைப் போலல்லாமல் **அதனுடைய** புரட்சியை அரசு சம்பந்தமாகவும், ஜனநாயகம் சம்பந்தமாகவும் 'ஆழப் பாய்வதாய்ச்' செய்வது எது என்கிற பிரச்சனை **தவிர்க்கப்பட்டு விடுவதுதான்.**

இந்தப் பிரச்சனையைத் தவிர்த்துக் கொள்வதன் மூலம் காவுத்ஸ்கி **சொல்லளவில்** சந்தர்ப்பவாதத்தை எதிர்த்துக் கடும் போர்ப் பிரகடனம் செய்தபோதிலும், 'புரட்சி என்னும் கருத்தின்' முக்கியத்துவத்தை வலியுறுத்தியபோதிலும் (புரட்சியின் ஸ்தூலப் படிப்பினைகளைத் தொழிலாளர்களுக்குப் போதிக்க ஒருவர் அஞ்சுகிறபோது இந்தக் 'கருத்தின்' பயன் என்ன?), அல்லது 'யாவற்றுக்கும் முன்னால் புரட்சிகர இலட்சிய ஆர்வம்' என்பதாய்க் கூறிய போதிலும், அல்லது தற்போது ஆங்கிலேயத் தொழிலாளர்கள் 'குட்டி முதலாளித்துவப் பகுதியோரை விட அதிகம் மேம்பட்டவர்களாய்' இல்லை என்று அறிவித்த போதிலும், **நடைமுறையில்** சந்தர்ப்பவாதத்துக்கு இந்த அடிப்படையான விவகாரத்தில் விட்டுக் கொடுத்து விடுகிறார்.

"சோஷலிச சமுதாயத்தில் தொழில் நிலையங்களின் மிகப் பல்வேறுபட்ட வடிவங்களும் - அதிகாரவர்க்க *[??]*, தொழிற்சங்க, கூட்டுறவு, தனியார்... இப்படிப் பல்வேறுபட்ட வடிவங்களும் - ஒருங்கே இருக்க முடியும்" என்று காவுத்ஸ்கி எழுதுகிறார். "...உதாரணமாய், அதிகார வர்க்க *[??]* ஒழுங்கமைப்பின்றி இருக்க முடியாத நிலையங்கள்,

ரயில்வேக்களைப் போன்ற நிலையங்கள் உள்ளன. இவற்றில் ஜனநாயக ஒழுங்கமைப்பு பின்வரும் வடிவத்தை மேற்கொள்ளலாம்: தொழிலாளர்கள் பிரதிநிதிகளைத் தேர்ந்தெடுக்கிறார்கள், இப்பிரதிநிதிகள் ஒரு வகை நாடாளுமன்றமாய் அமைகின்றனர்; இந்நாடாளுமன்றம் செயல்முறை விதிகளை நிலைநாட்டி, அதிகார வர்க்க இயந்திரத்தின் நிர்வாகத்தை மேற்பார்வையிடுகிறது. பிற நிலையங்களின் நிர்வாகப் பொறுப்பு தொழிற்சங்கங்களுக்கு மாற்றப்படலாம். மற்றும் சில கூட்டுறவு நிலையங்களாகி விடலாம்" (பக்கங்கள் 148-115 ருஷ்ய மொழிபெயர்ப்பு, 1903-ல் ஜெனீவாவில் வெளியிடப்பட்டது).

இந்த வாதம் தவறானது; கம்யூனுடைய படிப்பினைகளை உதாரணமாய்க் கொண்டு எழுபதாம் ஆண்டுகளில் மார்க்சும் எங்கெல்சும் அளித்த விளக்கங்களுடன் ஒப்பிடுகையில் இது பின்னோக்கிச் செல்கிறது.

இன்றியமையாததாய்க் கருதிக் கொள்ளப்படும் 'அதிகார வர்க்க' ஒழுங்கமைப்பைப் பொறுத்தவரை, ரயில்வேக்கும், பெருவீத இயந்திரத் தொழிலைச் சேர்ந்த எந்த ஆலை, எந்தத் தொழிற்கூடம், பெரிய கடை அல்லது பெருவீத முதலாளித்துவ விவசாய நிலையத்தைப் போன்ற வேறு எந்தத் தொழில் நிலையத்துக்கும் எவ்வித வித்தியாசமும் இல்லை. இந்த எல்லா நிலையங்களின் தொழில்நுட்பம் கண்டிப்பான கட்டுப்பாட்டையும் அவரவருக்கும் ஒதுக்கப்பட்ட வேலையைச் செய்து முடிப்பதில் மிகக் கறாரான துல்லியத்தையும் அத்தியாவசியமாக்கி விடுகிறது. ஏனெனில் இவை இல்லையேல் நிலையம் அனைத்துமே செயல்படாது நின்று போய்விடலாம் அல்லது இயந்திரமே உற்பத்திப் பொருளோ சேதமுற்று விடலாம். இந்த எல்லா நிலையங்களிலும் தொழிலாளர்கள் நிச்சயம் 'பிரதிநிதிகளைத் தேர்ந்தெடுப்பார்கள், இப்பிரதிநிதிகள் **ஒரு வகை நாடாளுமன்றமாய்** அமைவார்கள்.'

ஆனால் விவகாரத்தின் மையக்கூறு என்னவெனில் இந்த 'ஒரு வகை நாடாளுமன்றம்' முதலாளித்துவ நாடாளுமன்ற உறுப்பின் அர்த்தத்தில் ஒரு நாடாளுமன்றமாய் இருக்காது. இந்த 'ஒரு வகை நாடாளுமன்றம்' காவுத்ஸ்கி கற்பனை செய்வது போல - காவுத்ஸ்கியின் சிந்தனை முதலாளித்துவ நாடாளுமன்ற முறையின் வரம்புகளுக்கு அப்பால் செல்லவில்லை - 'செயல்முறை விதிகளை நிலைநாட்டி, அதிகார வர்க்க இயந்திரத்தின் நிர்வாகத்தை மேற்பார்வையிடுவதோடு' நிற்காது என்பதுதான் இந்த விவகாரத்தின் மையக்கூறு. சோஷலிச சமுதாயத்தில், தொழிலாளர்களுடைய பிரதிநிதிகள் அடங்கிய இந்த 'ஒரு வகை நாடாளுமன்றம்' 'செயல்முறை விதிகளை நிலைநாட்டும்', 'இயந்திரத்தின்' 'நிர்வாகத்தை மேற்பார்வையிடும்' என்பது மெய்தான், ஆனால் இந்த இயந்திரம் 'அதிகார வர்க்கப்' பொறியமைவாய் இராது. தொழிலாளர்கள் அரசியல் அதிகாரம் வென்று கொண்ட பிறகு, அவர்கள் பழைய அதிகார வர்க்க இயந்திரத்தை நொறுக்கிவிடுவார்கள், அடியோடு

அதைத் தகர்த்துத் தரையோடு தரையாக்கிவிடுவார்கள்; அதனிடத்தில் ஒரு புதிய இயந்திரத்தை, அதே தொழிலாளர்களாலும் சிப்பந்திகளாலுமான இயந்திரத்தை நிறுவிக் கொள்வார்கள்; இந்தத் தொழிலாளர்களும் சிப்பந்திகளும் அதிகார வர்க்கத்தினராய் மாறுவதை எதிர்த்துத் தடுக்க உடனே நடவடிக்கைகள் எடுக்கப்படும். இந்நடவடிக்கைகளை மார்க்சும் எங்கெல்சும் விவரமாய் வரையறுத்தனர்: 1) தேர்தல் மட்டுமின்றி, எந்நேரத்திலும் திருப்பியழைக்கப்படுதலும் இருக்கும்; 2) சம்பளம் தொழிலாளியினுடையதை விட அதிகமாய் இல்லாதிருத்தல்; 3) **எல்லோராலுமான** கண்காணிப்பும் மேற்பார்வையும் உடனடியாய் நிறுவப்படுதல் - இதன் விளைவாய், **எல்லோரும்** சிறிது காலத்துக்கு 'அதிகார வர்க்கத்தினராய்' ஆகலாம், ஆகவே எவரும் 'அதிகார வர்க்கத்தினர்' ஆக முடியாமற் போகும்.

"கம்யூனானது நாடாளுமன்ற உறுப்பாயிராது, செயலாற்றும் உறுப்பாய் இருக்கும், ஒருங்கே நிர்வாக உறுப்பாகவும் சட்டம் இயற்றும் உறுப்பாகவும் இருக்கும்"[49] - மார்க்சின் இச்சொற்கள் குறித்து காவுத்ஸ்கி சிந்தனை செய்து பார்க்கவே இல்லை

முதலாளித்துவ நாடாளுமன்ற முறைக்கும் பாட்டாளி வர்க்க ஜனநாயகத்துக்குமுள்ள வித்தியாசத்தை காவுத்ஸ்கி புரிந்து கொள்ளவே இல்லை. முதலாளித்துவ நாடாளுமன்ற முறை ஜனநாயகத்தை **(மக்களுக்கானது அல்ல)** அதிகார வர்க்கத்துடன் **(மக்களுக்கு எதிரானது)** இணைத்திடுகிறது. பாட்டாளி வர்க்க ஜனநாயகம் அதிகார வர்க்கத்தை வேரளவுக்கு வெட்டிக் குறுக்க உடனடியாக நடவடிக்கைகள் எடுக்கும்; இந்த நடவடிக்கைகளை அவற்றின் இறுதி முடிவு வரை செயல்படுத்திச் செல்லவும், அதிகார வர்க்கத்தை முழுமையாய் ஒழித்திடவும், மக்களுக்கு முழுநிறை ஜனநாயகத்தைச் செயல்படுத்தவும் கூடியதாய் இருக்கும்.

காவுத்ஸ்கி இங்கு அரசிடம் அந்தப் பழைய 'மூட பக்தியையும்' அதிகார வர்க்கத்தில் அதே 'மூடநம்பிக்கையையும் தான்' வெளிப்படுத்துகிறார்.

இனி சந்தர்ப்பவாதிகளுக்கு எதிரான காவுத்ஸ்கியின் நூல்களில் இறுதியானதும் சிறந்ததுமான ஆட்சி **அதிகாரம் பெறும் பாதை** என்னும் அவருடைய பிரசுரத்துக்கு வருவோம். (இது ருஷ்ய மொழியில் பெயர்க்கப்படவில்லை என்று நினைக்கிறேன், ஏனெனில் எங்கள் நாட்டில் பிற்போக்கு உச்சநிலையில் இருந்த 1909-ல் வெளியான நூல் இது.) இந்தப் பிரசுரம் ஒரு பெரிய முன்னேற்றப் படியாகும். ஏனெனில் இது, பெர்ன்ஷ்டைனுக்கு எதிரான 1899-ஆம் ஆண்டு பிரசுரத்தைப் போல, பொதுவில் புரட்சிகர வேலைத்திட்டம் குறித்துப் பரிசீலிக்கவில்லை; 1902-ஆம் ஆண்டு பிரசுரமான **சமுதாயப் புரட்சியைப்** போல சமுதாயப் புரட்சி நடைபெறும் காலத்தைக் கருதாமலே சமுதாயப் புரட்சியின் கடமைகள் குறித்தும் பரிசீலிக்கவில்லை; 'புரட்சிகளின் சகாப்தம்' **உதித்துக் கொண்டிருக்கிறது** என்பதை

அங்கீகரிக்கும்படி நம்மை வற்புறுத்தும் ஸ்தூல நிலைமைகளை இது பரிசீலிக்கிறது.

பொதுவில் வர்க்கப் பகைமைகள் முற்றித் தீவிரமடைந்திருப்பதையும், இத்துறையில் குறிப்பிடத்தக்க முக்கிய பங்காற்றும் ஏகாதிபத்தியத்தையும் ஆசிரியர் வெளிப்படையாகவே சுட்டிக்காட்டுகிறார். மேற்கு ஐரோப்பாவில் '1789-1871ஆம் ஆண்டுகளின் புரட்சிக் கட்டத்துக்குப்' பிற்பாடு, கிழக்கில் 1905-ல் இதையொத்த ஒரு கட்டம் ஆரம்பமாயிற்று என்று கூறுகிறார். அச்சுறுத்தும் வேகத்தில் ஓர் உலக யுத்தம் நெருங்கி வந்து கொண்டிருக்கிறது. 'இனி பாட்டாளி வர்க்கம் அகாலப் புரட்சி குறித்துப் பேச முடியாது.' 'நாம் புரட்சிகரக் கட்டத்தில் நுழைந்துவிட்டோம்.' 'புரட்சிகர சகாப்தம் தொடங்குகிறது.'

இந்த உரைகள் தெள்ளத் தெளிவானவை, ஏகாதிபத்திய யுத்தத்துக்கு முன்னதாய் ஜெர்மன் சமூக-ஜனநாயகவாதிகள் எவ்வளவு நம்பிக்கை அளிப்போராய் விளங்கினர் என்பதையும், யுத்தம் ஆரம்பமானதும் இவர்கள் - காவுத்ஸ்கியும் அடங்கலாய் - எவ்வளவு கேவலமாய்ச் சீரழிந்துவிட்டனர் என்பதையும் ஒப்பிட்டுப் பார்க்க காவுத்ஸ்கியின் இந்தப் பிரசுரம் ஓர் அளவுகோலாய்ப் பயன்பட வேண்டும். 'நாம் [அதாவது ஜெர்மன் சமூக-ஜனநாயகவாதிகள்] மெய்யாகவே இருப்பதைக் காட்டிலும் அதிக அளவு 'மிதமாய்' இருப்பதாய் எளிதில் தோன்றும் அபாய மிக்கது தற்போதைய நிலைமை' என்று பரிசீலனையிலுள்ள இந்தப் பிரசுரத்தில் காவுத்ஸ்கி எழுதினார். உண்மையில் ஜெர்மன் சமூக-ஜனநாயகக் கட்சி அது தோன்றியதைக் காட்டிலும் கூடுதலாக மிதமானதென்பதும் சந்தர்ப்பவாதம் கொண்டதென்பதும் தெரிய வந்தது!

ஆகவே, புரட்சிகளின் சகாப்தம் ஏற்கனவே தொடங்கி விட்டது என்று அவ்வளவு வெளிப்படையாய்க் காவுத்ஸ்கி பிரகடனம் செய்தபோதிலும், '**அரசியல் புரட்சி**' குறித்து ஆய்வதற்கென எழுதப்பட்டதாய் அவரே கூறிக் கொண்ட இந்தப் பிரசுரத்தில் திரும்பவும் அவர் அரசு பற்றிய பிரச்சனையை அணுகாது அறவே தவிர்த்துக் கொண்டதானது மேலும் குறிப்பிடத்தக்க பண்பறிகுறியாய் விளங்குகிறது.

இப்பிரச்சனையில் இந்தத் தட்டிக்கழிப்புகளும் சொல்லாமல் விட்டவைகளும் மழுப்புதல்களும் சேர்ந்து தவிர்க்க முடியாதபடி முழு அளவுக்கும் சந்தர்ப்பவாதத்திடம் ஓடி விடுவதில் முடிவுற்றன. இது குறித்து இனி நாம் பரிசீலித்தாக வேண்டும்.

ஜெர்மன் சமூக-ஜனநாயகவாதிகள் காவுத்ஸ்கியின் மூலம் இப்படி அறிவித்ததாய்த் தோன்றுகிறது; புரட்சிகரக் கருத்தோட்டங்களைப் பற்றியொழுகுகிறேன் (1899), பாட்டாளி வர்க்கத்தின் சமுதாயப் புரட்சி தவிர்க்க முடியாததென்பதை யாவற்றுக்கும் முதலாய் ஏற்றுக்

கொள்கிறேன் (1902), புரட்சிகளின் புதிய சகாப்தம் பிறப்பதை ஒத்துக் கொள்கிறேன் (1909), ஆயினும், 1852-லேயே மார்க்ஸ் கூறியதற்கு மாறாய்ச் செல்கிறேன், ஏனெனில் அரசு குறித்துப் பாட்டாளி வர்க்கப் புரட்சிக்குள்ள கடமைகளைப் பற்றிய பிரச்சனை எழுப்பப்படுகிறது (1912).

பெனெகக்குடன் காவுத்ஸ்கி நடத்திய வாக்குவாதத்தில் இந்த நேர்முகமான முறையில்தான் இப்பிரச்சனை போடப்பட்டது.

3. பெனெகக்குடன் காவுத்ஸ்கியின் வாக்குவாதம்

காவுத்ஸ்கியை எதிர்த்துப் பெனெகக் 'இடது தீவிரவாதப்' போக்கின் பிரதிநிதிகளில் ஒருவராய் வெளிவந்தார். இப்போக்கு ரோஸா லுக்சம்பர்க், கார்ல் ராதெக் முதலானோரையும் கொண்டதாய் இருந்தது. புரட்சிகரப் போர்த்தந்திரத்தை ஆதரித்துச் செயல்பட்ட இவர்கள், கோட்பாடற்ற முறையில் மார்க்சியத்துக்கும் சந்தர்ப்ப வாதத்துக்கும் இடையே ஊசலாடிய 'மையவாத' நிலைக்கு காவுத்ஸ்கி சென்று கொண்டிருந்தார் என்ற உறுதியான ஒன்றுபட்ட முடிவுக்கு வந்தனர். இந்தக் கருத்து முற்றிலும் சரியானதென்பது யுத்தத்தால் நிரூபிக்கப்பட்டது. யுத்தத்தின்போது இந்த 'மையவாத' (தவறாக மார்க்சியமென அழைக்கப்பட்டது) போக்கு அல்லது 'காவுத்ஸ்கிவாதம்' அருவறுக்கத்தக்க அதன் முழு அலங்கோல வடிவில் தன்னை வெளிப்படுத்திக் கொண்டது.

வெகுஜன நடவடிக்கைகளும் புரட்சியும் என்ற தலைப்பில் அரசு பற்றிப் பிரச்சனையைக் குறிப்பிடும் ஒரு கட்டுரையில் (Neue Zeit, 1912, மலர் 30, இதழ் 2) பெனெகக், காவுத்ஸ்கியின் போக்கைச் 'செயலற்ற தீவிரவாதம்' என்றும், 'செயலின்றி எதிர்பார்த்துக் காத்திருக்கும் நிலையின் தத்துவம்' என்றும் சித்திரித்தார். 'புரட்சியின் வளர்ச்சிப் போக்கை காவுத்ஸ்கி பார்க்க மறுக்கிறார்' என்று பெனெகக் எழுதினார் (பக்கம் 616). இவ்விவகாரத்தை இந்த வழியில் எடுத்துரைக்கையில், நாம் கருத்து செலுத்தும் பொருளை, அதாவது அரசு சம்பந்தமாய்ப் பாட்டாளி வர்க்கப் புரட்சிக்குள்ள கடமைகளின் பிரச்சனையை அணுகினார்.

"பாட்டாளி வர்க்கம் நடத்தும் போராட்டம், அரசு அதிகாரம் **பெறுவதற்காக** முதலாளித்துவ வர்க்கத்தை எதிர்த்து நடைபெறும் போராட்டம் மட்டுமின்றி, அரசு அதிகாரத்தை எதிர்க்கும் போராட்டமும் ஆகும்..." என்று அவர் எழுதினார். "பாட்டாளி வர்க்க அதிகாரக் கருவிகளின் துணை கொண்டு அரசின் அதிகாரக் கருவிகளை அழித்திடுவதும் கலைப்பதும் தான் (Auflosung) இந்தப் பாட்டாளி வர்க்கப் புரட்சியின் உள்ளடக்கம் (பக்கம் 544)... இந்தப் போராட்டம் இதன் விளைவாய் அரசு அமைப்பு அடியோடு ஒழிக்கப்படுகிறபோது தான் ஓயும். ஆட்சி புரியும் சிறுபான்மையோரின் ஒழுங்கமைப்பை அழிப்பதன் மூலம் பெரும்பான்மையோரின் ஒழுங்கமைப்பு அப்பொழுது

தனது மேம்பாட்டினை அனைவரும் அறிய நிரூபித்துக் காட்டிவிடும்." (பக்கம் 548.)

பெனெகக் தமது கருத்துக்களை வகுத்தளிக்கும் வடிவத்தில் பெரிய குறைகள் உள்ளன. இருப்பினும் இதன் பொருள் தெளிவாய் விளங்குகிறது. இதற்கு காவுத்ஸ்கி எப்படி மறுப்பு உரைத்தார் என்பது கவனிக்கத்தக்கது.

"இதுகாறும் சமூக-ஜனநாயகவாதிகளுக்கும் அராஜகவாதிகளுக்கும் இருந்துள்ள முரண்பாடு என்னவென்றால், முன்னவர்கள் அரசு அதிகாரம் வெல்ல விரும்பினர், ஆனால் பின்னவர்கள் அதை அழிக்க விரும்பினர். பெனெகக் இரண்டையும் செய்ய விரும்புகிறார்" என்று அவர் எழுதினார். (பக்கம் 724.)

பெனெகக்கின் விளக்கம் துல்லியமாகவும் ஸ்தூலமாகவும் இல்லை என்றாலும் - அவருடைய கட்டுரையின் பிற குறைபாடுகளைக் குறிப்பிட வேண்டியதில்லை, அவை நமது பரிசீலனைப் பொருளுடன் சம்பந்தப்பட்டவை அல்ல - பெனெகக் எழுப்பும் கோட்பாடு விவகாரத்தை காவுத்ஸ்கி சரியானபடி பற்றிக் கொண்டு பதிலுரைத்தார். கோட்பாடு குறித்த இந்த அடிப்படையான விவகாரத்தில் காவுத்ஸ்கி மார்க்சிய நிலையை அறவே துறந்துவிட்டு முற்றிலும் சந்தர்ப்பவாதத்திடம் ஓடிவிடுகிறார். சமூக-ஜனநாயகவாதிகளுக்கும் அராஜகவாதிகளுக்குமுள்ள வேறுபாட்டுக்கு அவர் அளிக்கும் இலக்கணம் முழுக்க முழுக்கத் தவறானது; மார்க்சியத்தை அவர் அறவே கொச்சைப்படுத்தித் திரித்துப் புரட்டி விடுகிறார்.

மார்க்சியவாதிகளுக்கும் அராஜகவாதிகளுக்குமுள்ள வேறுபாடு இதுதான்: (1) முன்னவர்கள் அரசை அடியோடு ஒழிப்பதை நோக்கமாய்க் கொண்டுள்ள அதேபோது சோஷலிசப் புரட்சியால் வர்க்கங்கள் ஒழிக்கப்பட்ட பிறகுதான், சோஷலிசம் வழி வகுக்கிறது என்பதை அங்கீகரிக்கிறார்கள். பின்னவர்கள் அரசை ஒழிப்பதற்குரிய நிலைமைகளைப் புரிந்து கொள்ளாமலே எடுத்த எடுப்பிலே அரசை அடியோடு ஒழிக்க விரும்புகிறார்கள். (2) முன்னவர்கள், பாட்டாளி வர்க்கம் அரசியல் அதிகாரத்தை வென்று கொண்டதும் அது பழைய அரசுப் பொறியமைவை அடியோடு அழித்துவிட வேண்டுமென்பதையும், அதனிடத்தில் கம்யூன் வகைப்பட்ட ஆயுதமேந்திய தொழிலாளர்களது ஒழுங்கமைப்பாலான புதிய ஒன்றை நிறுவிக் கொள்வது அவசியமென்பதையும் அங்கீகரிக்கிறார்கள். பின்னவர்கள் அரசுப் பொறியமைவு அழிக்கப்பட வேண்டுமென்று வற்புறுத்துகையில், அதனிடத்தில் பாட்டாளி வர்க்கம் நிறுவப் போவது என்ன? பாட்டாளி வரிக்கம் எப்படி தனது புரட்சிகர அதிகாரத்தைப் பிரயோகிக்கப் போகிறது என்பது குறித்துத் தெளிவுடையோராயில்லை. புரட்சிகரப் பாட்டாளி வர்க்கம் அரசு அதிகாரத்தைப் பிரயோகிக்க வேண்டும் என்பதைக் கூட அராஜகவாதிகள் மறுக்கிறார்கள்; அதன் புரட்சிகரச்

சர்வாதிகாரத்தை அவர்கள் நிராகரிக்கிறார்கள். (3) முன்னவர்கள் தற்போதுள்ள அரசைப் பயன்படுத்திப் புரட்சிக்காகப் பாட்டாளி வர்க்கத்துக்குப் பயிற்சி தர வேண்டுமென்று கோருகிறார்கள். அராஜகவாதிகள் இதனை நிராகரிக்கிறார்கள்.

இந்த வாக்குவாதத்தில் மார்க்சியத்தின் பிரதிநிதியாய் விளங்குகிறவர் பெனெகக்கே அன்றி காவுத்ஸ்கி அல்ல. ஏனெனில், பழைய அரசு இயந்திரம் புதிய கரங்களுக்கு மாறி வந்துவிடுகிறது என்கிற பொருளில் பாட்டாளி வர்க்கம் அப்படியே அரசு அதிகாரத்தை வென்று கொண்டுவிட முடியாது, மாறாக அது இந்த இயந்திரத்தை நொறுக்கிவிட்டு, தகர்த்துவிட்டு, அதனிடத்தில் புதிய ஒன்றை அமைத்துக் கொள்ள வேண்டும் என்றுதான் மார்க்ஸ் போதித்தார்.

காவுத்ஸ்கி மார்க்சியத்தைத் துறந்துவிட்டு சந்தர்ப்பவாத முகாமுக்கு ஓடிவிடுகிறார். எப்படியென்றால், அரசுப் பொறியமைவு அழிக்கப்பட வேண்டுமென்பது - சந்தர்ப்பவாதிகளுக்குச் சிறிதும் ஏற்புடையதாய் இல்லாத இது - அவருடைய வாதத்தில் இடம் பெறாமல் பூரணமாய் மறைந்து விடுகிறது; 'வென்று கொள்வது' என்பதற்கு வெறுமனே பெரும்பான்மை பெறுதல் என்பதாய் அர்த்தம் கூறலாமாகையால், இவ்வழியில் அவர் சந்தர்ப்பவாதிகளுக்கு ஒரு நுழைவிடம் விட்டு வைக்கிறார்.

மார்க்சியத்தைத் தாம் திரித்துப் புரட்டுவதை மூடி மறைக்கும் பொருட்டு, காவுத்ஸ்கி வறட்டுச் சூத்திரவாதியாய் நடந்து கொள்கிறார்: நேரே மார்க்சிடமிருந்தே ஒரு 'மேற்கோளை' எடுத்துரைக்கிறார். 1850-ல் மார்க்ஸ் "அரசின் ஆட்சிக் கரங்களில் அதிகாரம் உறுதியாய் மத்தியத்துவமடைந்திருத்தல்" அவசியம் என்று எழுதினார்.[50] ஆகவே காவுத்ஸ்கி வெற்றி முழக்கமிட்டுக் கேட்கிறார்: பெனெகக் 'மத்தியத்துவத்தை' அழித்திடவா விரும்புகிறார்?

இது ஒரு தந்திரமே அன்றி வேறல்ல. மத்தியத்துவத்துக்கு எதிராய்க் கூட்டாட்சி முறை என்பது குறித்து மார்க்சியம், புரூதோனியம் இவை இரண்டின் கருத்தோட்டங்களும் ஒன்றேதான் என்று பெர்ன்ஷ்டைன் கூற முயன்றாரே அதையொத்த ஒரு தந்திரமே ஆகும்.

காவுத்ஸ்கி கூறும் 'மேற்கோள்' இங்கு சிறிதும் பொருந்தாது. மத்தியத்துவம் பழைய அரசுப் பொறியமைவு, புதிய அரசுப் பொறியமைவு இரண்டிலுமே சாத்தியமானதுதான். தொழிலாளர்கள் தாமே மனமுவந்து தமது ஆயுதப்படைகளை ஒன்றுபடுத்திக் கொண்டார்களாயின் அது மத்தியத்துவம் தானே?! ஆனால் இந்த மத்தியத்துவம் மத்தியத்துவ அரசு இயந்திரத்தை - நிரந்தர சேனை, போலீஸ், அதிகார வர்க்கம் ஆகியவற்றை - 'அடியோடு அழிப்பதன்' அடிப்படையில் அமைந்ததாய் இருக்கும். கம்யூன் குறித்து மார்க்சும் எங்கெல்சும் கூறிய வாதங்களை யாவரும் நன்கு அறிவர்; இவற்றைக் கவனியாது தட்டிக் கழித்துவிட்டு, இங்குள்ள பிரச்சனையுடன் சிறிதும் சம்பந்தப்படாத ஒரு மேற்கோளைப்

பிய்த்தெடுத்துக் கூறுவதன் மூலம் காவுத்ஸ்கி ஏய்த்துப் பிழைக்கும் எத்தனாய் நடந்து கொள்கிறார்.

"...அவர் [பெனெகக்] அதிகாரிகளுடைய அரசுப் பணிகளை ஒழித்துவிட விரும்புகிறாரா, என்ன?" என்று காவுத்ஸ்கி தொடர்ந்து எழுதுகிறார். "ஆனால் அரசு நிர்வாகம் இருக்கட்டும், கட்சியிலும் தொழிற்சங்கங்களிலுங்கூட நம்மால் அதிகாரிகள் இல்லாதபடி செய்ய முடியாதே. நமது வேலைத்திட்டம் அரசு அதிகாரிகள் ஒழிக்கப்பட வேண்டுமென்று கோரவில்லை, அவர்கள் மக்களால் தேர்ந்தெடுக்கப்பட வேண்டுமென்றுதான் கூறுகிறது... இங்கு நாம் விவாதிப்பது 'வருங்கால அரசின்' நிர்வாக இயந்திரம் எவ்வடிவம் கொண்டதாய் இருக்கும் என்பதல்ல, நமது அரசியல் போராட்டம் அரசு அதிகாரத்தை, **நாம் அதைப் பிடித்துக் கொள்ளும் முன்பே** [அழுத்தம் காவுத்ஸ்கியினுடையது], ஒழித்து விடுகிறதா [சொல்லைப் பெயர்த்தால் கரைத்துவிடுகிறதா - auflost] என்பதுதான். அதிகாரிகளோடு ஒழிக்கப்படக் கூடிய அமைச்சகம் எது?" பிறகு கல்வி, நீதி, நிதி, இராணுவம் ஆகியவற்றின் அமைச்சகங்களின் பட்டியல் தரப்படுகிறது. "இல்லை, அரசாங்கத்துக்கு எதிரான நமது அரசியல் போராட்டத்தால் தற்போதுள்ள அமைச்சகங்களில் எதுவுமே நீக்கப்பட்டு விடாது... தவறாய்ப் புரிந்து கொள்ளப்படுவதைத் தடுக்கும் பொருட்டு, திரும்பவும் கூறுகிறேன்; இங்கு நாம் விவாதிப்பது வெற்றி பெறும் சமூக-ஜனநாயகவாதிகள் 'வருங்கால அரசுக்கு' அளித்திடப் போகும் வடிவம் அல்ல, நமது எதிர்ப்பினால் தற்போதுள்ள அரசு எப்படி மாற்றப்படுகிறது என்பதையே விவாதிக்கிறோம்." (பக்கம் 725.)

இது ஒரு தந்திரமே என்பது தெளிவு. பெனெகக் **புரட்சி** என்னும் பிரச்சனையை எழுப்பினார். அவருடைய கட்டுரையின் தலைப்பும் மேற்கண்ட வாசகங்களும் இதைத் தெளிவாய்ச் சுட்டிக் காட்டுகின்றன. 'எதிர்ப்பு' என்னும் பிரச்சனைக்குத் தாவிச் செல்வதன் மூலம், காவுத்ஸ்கி புரட்சிக் கண்ணோட்டத்துக்குப் பதிலாய்ச் சந்தர்ப்பவாதக் கண்ணோட்டத்தைக் கொண்டு வந்து புகுத்துகிறார். அவர் சொல்வதன் பொருள் இதுதான்: தற்போது நாம் எதிர்த்தரப்பாய் இருக்கிறோம்; ஆட்சி அதிகாரத்தைப் பிடித்த பிற்பாடு எப்படி இருப்போம், அதை அப்புறம் பார்க்கலாம். **புரட்சி மறைந்தே விட்டது!** சந்தர்ப்பவாதிகள் விரும்பியது இதுவே தான்.

பிரச்சனை எதிர்ப்பும் அல்ல, பொதுவில் அரசியல் போராட்டமும் அல்ல; புரட்சிதான் பிரச்சனை. புரட்சி என்பது பாட்டாளி வர்க்கம் 'நிர்வாக இயந்திரத்தை, அரசு இயந்திரம் அனைத்தையுமே அழித்துவிட்டு, ஆயுதமேந்திய தொழிலாளர்களாலான ஒரு புதிய இயந்திரத்தை அதனிடத்தில் அமைப்பதில்தான் அடங்கியுள்ளது. காவுத்ஸ்கி 'அமைச்சகங்களிடம்' 'மூடபக்தி' கொண்டிருக்கிறார், இவற்றை நீக்கிவிட்டு, அனைத்து அதிகாரமுள்ள தொழிலாளர்கள், படையாட்கள் பிரதிநிதிகளது சோவியத்துகளின் கீழ் இயங்கும் நிபுணர் குழுக்களை இவற்றுக்குப் பதிலாய் அமைக்க முடியாதா?

'அமைச்சகங்களே' தொடர்ந்து இருக்குமா, அல்லது 'நிபுணர் குழுக்களோ', வேறு ஏதோ அமைப்புகளோ நிறுவப்படுமா என்பதல்ல கேள்வி - இது எப்படி இருப்பினும் ஒன்றுதான். பழைய அரசுப் பொறியமைவு (முதலாளித்துவ வர்க்கத்துடன் ஆயிரம் ஆயிரம் இழைகளால் பின்னிப் பிணைக்கப்பட்டதும் மாறாத மாமூல்களிலும் மந்தத்திலும் ஊறிவிட்டதுமான இந்தப் பொறியமைவு) தொடர்ந்து இருந்து வருமா, அல்லது **அழிக்கப்பட்டு** அதனிடத்தில் **புதிய** ஒன்று அமைக்கப்படுமா என்பதே கேள்வி. புதிய வர்க்கம் **பழைய** அரசுப் பொறியமைவின் துணை கொண்டு ஆணை செலுத்தி, ஆட்சி புரிவதில் அடங்குவதல்ல புரட்சி; இந்த வர்க்கம் இந்தப் பொறியமைவை நொறுக்கிவிட்டு, ஒரு புதிய பொறியமைவின் துணை கொண்டு ஆணை செலுத்தி, ஆட்சி புரிவதில்தான் புரட்சி அடங்கியுள்ளது. மார்க்சியத்தின் இந்த அடிப்படைக் கருத்தை காவுத்ஸ்கி மூடி மெழுகி விடுகிறார், அல்லது இதைப் புரிந்துகொள்ளத் தவறி விடுகிறார்.

அதிகாரிகளைப் பற்றி அவர் எழுப்பும் கேள்வி, கம்யூனின் படிப்பினைகளையும் மார்க்சின் போதனைகளையும் அவர் புரிந்து கொள்ளவில்லை என்பதைத் தெளிவாய்ப் புலப்படுத்துகிறது. "கட்சியிலும் தொழிற்சங்கங்களிலும் கூட நம்மால் அதிகாரிகள் இல்லாதபடி செய்ய முடியாதே..."

முதலாளித்துவத்தில், முதலாளித்துவ வர்க்கத்தின் ஆட்சியில் நம்மால் அதிகாரிகள் இல்லாதபடி செய்ய முடியாதுதான். முதலாளித்துவத்தால் பாட்டாளி வர்க்கம் ஒடுக்கப்பட்டு இருக்கிறது, உழைப்பாளி மக்கள் அடிமைப்படுத்தப்பட்டு இருக்கிறார்கள். முதலாளித்துவத்தில் ஜனநாயகம் கூலி அடிமை முறையின் எல்லா நிலைமைகளாலும் மக்களுடைய வறுமையாலும் துன்பத்தாலும் கட்டுண்டு, இறுக்கப்பட்டு, குறுகலாக்கப்பட்டு, குலைக்கப்பட்டு இருக்கிறது. இக்காரணத்தினால் தான், இது ஒன்றினால்தான், நமது அரசியல் நிறுவனங்கள், தொழிற்சங்கங்களின் நிர்வாகிகள் முதலாளித்துவ நிலைமைகளால் களங்கப்படுத்தப்படுகிறார்கள் - அல்லது இன்னும் துல்லியமாய்ச் சொல்வதெனில் களங்க முறுவதற்கான போக்குடையோர் ஆக்கப்படுகிறார்கள் - அதிகார வர்க்கத்தினராய், அதாவது மக்களிடமிருந்து பிரிந்து மக்களுக்கு **மேலானோராய்**, தனிச் சலுகை படைத்தோராய், மாறிவிடும் போக்குடையோராகின்றனர்.

அதிகார வர்க்க அமைப்பின் சாராம்சம் இது. முதலாளிகளுடைய உடைமைகள் பறிமுதல் செய்யப்படுகிறவரை, முதலாளித்துவ வர்க்கம் வீழ்த்தப்படுகிறவரை, பாட்டாளி வர்க்கத்தைச் சேர்ந்த நிர்வாகிகளும் **கூட** தவிர்க்க முடியாதபடி ஓரளவுக்கு 'அதிகார வர்க்க மயமாக்கப்படவே' செய்வர்.

தேர்ந்தெடுக்கப்படும் நிர்வாகிகள் சோஷலிசத்திலும் இருப்பார் களாதலால், காவுத்ஸ்கியின் கூற்றுப்படி அதிகாரிகளும் இருக்கவே

செய்வர், அதிகார வர்க்கமும் இருக்கவே செய்யும்! அவருடைய இந்தக் கூற்று முற்றிலும் தவறானது. மார்க்ஸ், கம்யூனுடைய உதாரணத்தைச் சுட்டிக்காட்டி, நிர்வாகிகள் 'அதிகார வர்க்கத்தினராய்' இருப்பது, 'அதிகாரிகளாய்' இருப்பது சோஷலிசத்தில் முடிவுற்றுவிடும் என்பதைக் காட்டுகிறார்; அதிகாரிகள் தேர்ந்தெடுக்கப்பட வேண்டும் என்னும் கோட்பாட்டுடன் கூட, **எந்த அளவுக்கு**, எந்நேரத்திலும் திருப்பியழைக்கப்படலாமென்ற கோட்பாடும் புகுத்தப்படுகிறதோ, சம்பளங்கள் சராசரி தொழிலாளியுடைய சம்பளத்தின் நிலைக்குக் குறைக்கப்படுகிறதோ, **மற்றும்** நாடாளுமன்ற உறுப்புகளுக்குப் பதிலாய் 'ஒருங்கே நிர்வாக மன்றங்களாகவும் சட்ட மன்றங்களாகவும் இயங்கும் செயலாற்றும் உறுப்புகள்' நிறுவப்படுகின்றனவோ **அந்த அளவுக்கு** 'அதிகார வர்க்கத்தினருக்கும்' 'அதிகாரிகளுக்கும்' முடிவு ஏற்பட்டுவிடும்.[51]

உண்மை என்னவென்றால், பெனெகக்குக்கு எதிரான காவுத்ஸ்கியின் வாதம் முழுதும், இன்னும் முக்கியமாய் நம் கட்சியிலும் தொழிற்சங்க நிறுவனங்களிலுங்கூட நம்மால் அதிகாரிகள் இல்லாதபடி செய்ய முடியாதே என காவுத்ஸ்கி கூறும் அதியற்புத வாதமும், பொதுவில் மார்க்சியத்தை எதிர்த்து பெர்ன்ஷ்டைன் கூறிய அந்தப் பழைய 'வாதங்களை' அப்படியே திருப்பிக் கூறுவதே ஆகும். அவருடைய ஓடுகாலிப் புத்தகமான **சோஷலிசத்தின் முதற்கோள்களில்** பெர்ன்ஷ்டைன் 'புராதன' ஜனநாயகத்தின் கருத்துக்களை எதிர்க்கிறார்; 'வறட்டுச் சூத்திர ஜனநாயகம்' என்பதாய் அவர் குறிப்பிடும் உரிமைக் கட்டளைகள், சம்பளமில்லா அதிகாரிகள், அதிகாரமில்லா மத்தியப் பிரதிநிதித்துவ அமைப்புகள் முதலானவற்றை எதிர்க்கிறார். இந்தப் 'புராதன' ஜனநாயகம் சரியானதல்ல என்று நிரூபிக்கும் பொருட்டு, அவர் வெப் தம்பதியர்[52] தந்த விளக்கத்தை ஆதாரமாய்க் கொண்டு பிரிட்டிஷ் தொழிற்சங்கங்களுடைய அனுபவத்தைக் குறிப்பிடுகிறார். 'பரிபூரண சுதந்திரத்தில்' தொழிற்சங்கங்கள் எழுபது ஆண்டுக் காலம் வளர்ச்சியுற்றன என்று கூறுகிறார் (பக்கம் 137, ஜெர்மன் பதிப்பு); புராதன ஜனநாயகம் உதவாது என்பதை இந்த வளர்ச்சி அவற்றுக்கு ஐயமற உணர்த்திற்று; ஆகவே அவை இதைக் கைவிட்டு, அதற்குப் பதிலாக சாதாரண ஜனநாயகத்தை, அதாவது நாடாளுமன்ற அமைப்பு அதிகார வர்க்கத்துடன் இணைந்தமைந்ததை ஏற்றன என்கிறார்.

உண்மையில், தொழிற்சங்கங்கள் வளர்ந்தது 'பரிபூரண சுதந்திரத்தில்' அல்ல, **பரிபூரண முதலாளித்துவ அடிமை முறையிலேதான்.** இந்த நிலைமையில், நடப்பிலுள்ள கேட்டுக்கும், வன்முறைக்கும், பொய்மைக்கும், 'மேல்நிலை' நிர்வாக விவகாரங்களிலிருந்து ஏழைகள் ஒதுக்கப்படுதலுக்கும் பல வழிகளிலும் அவை விட்டுக் கொடுப்பது 'இல்லாதபடி செய்ய முடியாது' என்பதைக் கூறத் தேவையில்லை. சோஷலிசத்தில் இந்தப் 'புராதன' ஜனநாயகத்தின் இயல்புகள் பலவும் தவிர்க்க முடியாதபடிப் புத்துயிர்

பெற்றெழும். ஏனென்றால், நாகரிக சமுதாயத்தின் வரலாற்றிலே முதன் முதலாய் மக்கள் தொகையில் மிகப் பெருந் திரளானோர் அப்பொழுது வாக்கெடுப்பிலும் தேர்தல்களிலும் மட்டுமின்றி, அரசின் அன்றாட நிர்வாகத்திலுங்கூட சுயேச்சையாய்ப் பங்கு பெறும் நிலைக்கு உயர்ந்துவிடுவார்கள். சோஷலிசத்தில் எல்லோரும் முறை வைத்துக் கொண்டு அரசாட்சி நடத்தி விரைவில் யாருமே அரசாளாத நிலைமை ஏற்படப் பழகிக் கொண்டு விடுவார்கள்.

விமர்சன - பகுத்தாய்வு மேதையான மார்க்ஸ் கம்யூனுடைய நடைமுறை நடவடிக்கைகளில் திருப்புமுனையைக் கண்ணுற்றார். இந்தத் திருப்புமுனை சந்தர்ப்பவாதிகளை நடுங்கச் செய்கிறது. அவர்கள் தமது கோழைத்தனம் காரணமாகவும், முதலாளித்துவ வர்க்கத்துடன் முடிவாகவும் முற்றாகவும் முறித்துக் கொள்ள விரும்பாததன் காரணமாகவும் இந்தத் திருப்புமுனையை அங்கீகரிக்க விரும்பவில்லை. அராஜகவாதிகள் அவர்கள் அவசரக்காரர்களாய் இருப்பதன் காரணமாகவோ, பெரிய சமுதாய மாறுதல்களுக்கான எல்லா நிலைமைகளையும் புரிந்து கொள்ளாததன் காரணமாகவோ இந்தத் திருப்புமுனையைப் பார்க்க விரும்பவில்லை. “பழைய அரசுப் பொறியமைவை அழிப்பது குறித்து நாம் நினைக்கவே கூடாது, அமைச்சகங்களும் அதிகாரிகளும் இல்லாமல் இருக்கவும் முடியுமா?” என்பதே சந்தர்ப்பவாதியின் வாதம். சந்தர்ப்பவாதி குட்டி முதலாளித்துவ மனப்பான்மையில் ஊறிப்போனவன், புரட்சியிலும் புரட்சியின் ஆக்க ஆற்றலிலும் உள்ளுக்குள் நம்பிக்கையில்லாதவன், புரட்சி என்றதுமே நடுங்கிச் சாகிறவன் (நமது மென்ஷிவிக்குகளையும் சோஷலிஸ்டு புரட்சியாளர்களையும் போல).

“பழைய அரசுப் பொறியமைவை ஒழிப்பது பற்றி மட்டுமே நாம் சிந்திக்க வேண்டும், முந்திய பாட்டாளி வர்க்கப் புரட்சிகளின் ஸ்தூல படிப்பினைகளை அலசி ஆராய்வதிலும், அழிக்கப்பட்டதன் இடத்தில் எதை வைப்பது, எப்படி வைப்பது என்று பகுத்தாய்வதிலும் பயனில்லை” என்பதாய் அராஜகவாதி வாதாடுகிறான் (அராஜகவாதிகளில் சிறந்தவர்களையே கூறுகிறேன், கிரப்போத்கின்களைப் போன்றோரைப் பின் தொடர்ந்து முதலாளித்துவ வர்க்கத்துக்கு வால்பிடித்துச் செல்வோரை அல்ல). ஆகவே, அராஜகவாதியின் போர்த்தந்திரம் வெகுஜன இயக்கத்தின் நடைமுறை நிலைமைகளைக் கணக்கில் கொண்டு ஸ்தூலமான பிரச்சனைகளுக்குத் தீர்வு காண்பதற்குரிய அஞ்சாநெஞ்சம் கொண்ட புரட்சிகர முயற்சியின் போர்த்தந்திரமாய் இல்லாது, விரக்தியின் போர்த்தந்திரமாகி விடுகிறது.

இரு தவறுகளையும் தவிர்த்துக் கொள்ள மார்க்ஸ் போதனை செய்கிறார். பழைய அரசுப் பொறியமைவு அனைத்தையும் அழித்திட உன்னதத் துணிவோடு செயல்படும்படி அவர் போதனை செய்கிறார்; அதேபோது பிரச்சனையை ஸ்தூலமாய் வகுத்திட அவர் போதனை

செய்கிறார்: கம்யூனானது விரிவான ஜனநாயகத்துக்கு வழி செய்யவும் அதிகார வர்க்கத்தை வேரோடு வீழ்த்திடவும் இந்த நடவடிக்கைகளை எடுத்து ஒரு சில வாரங்களுக்குள் ஒரு புதிய, பாட்டாளி வர்க்க அரசுப் பொறியமைவை அமைக்கத் தொடங்க முடிந்தது. கம்யூனார்டுகளிடமிருந்து நாம் புரட்சிகரத் துணிவைக் கற்றுக் கொள்ள வேண்டும்; அவர்களுடைய நடைமுறை நடவடிக்கைகளில் மெய்யாகவே அவசரமான, உடனடியாகவே சாத்தியமான நடவடிக்கைகளின் உருவரையை நாம் கண்டறிந்து கொள்ள வேண்டும்; பிறகு இந்தப் பாதையைப் பின்பற்றி நாம் அதிகார வர்க்கத்தை அடியோடு அழிப்பதில் வெற்றி பெறுவோம்.

அதிகார வர்க்கம் இவ்வாறு அழிக்கப்படுவதன் சாத்தியப்பாடு பின்வரும் உண்மைகளால் உத்தரவாதம் செய்யப்படுகிறது: சோஷலிசம் வேலை நேரத்தைக் குறையச் செய்யும், புது வாழ்வை மலரச் செய்து மக்கள் திரளை உயர்நிலைக்கு உயர்த்தி விடும், விதிவிலக்கின்றி ஒவ்வொருவரும் 'அரசுப் பணிகளைச்' செய்யக் கூடியவர்களாய் உயரும்படியான நிலைமைகளை மக்கள்தொகையில் பெரும்பான்மையோருக்கு உண்டாக்கித் தரும். பொதுவில் அரசின் ஒவ்வொரு வடிவமும் அறவே உலர்ந்து உதிர்வதற்கு இவ்விதம் வழி வகுக்கப்படும்.

"...அரசு அதிகாரத்தை அழிப்பது இதன் குறிக்கோளாய் [வெகுஜன வேலைநிறுத்தத்தின் குறிக்கோளாய்] இருக்க முடியாது" என்று காவுத்ஸ்கி தொடர்ந்து எழுதுகிறார். "அரசாங்கத்தைக் குறிப்பிட்ட பிரச்சனையில் இணங்கிவிடச் செய்வதே, அல்லது பாட்டாளி வர்க்கத்துக்குப் பகைமையாயுள்ள அரசாங்கத்தை நீக்கிவிட்டுப் பாட்டாளி வர்க்கத்தை இடைவழியில் சந்திக்க [entgegenkommende] விருப்பம் கொண்ட ஒன்றை அமர்த்துவதே அதன் குறிக்கோளாய் இருக்க முடியும்... ஆனால் ஒருபோதும், எப்படிப்பட்ட நிலைமையிலும், அது" [அதாவது, பகை அரசாங்கத்தின் மீதான பாட்டாளி வர்க்க வெற்றி] "அரசு அதிகாரத்தின் அழிவுக்கு இட்டுச் செல்ல முடியாது; அரசு அதிகாரத்தின் வரம்புக்குள் சக்திகளின் பரஸ்பர நிலையிலே ஓரளவு பெயர்ச்சியை [Verschiebung] உண்டாக்குவது மட்டுமே இதன் விளைவாய் இருக்க முடியும்... நாடாளுமன்றத்தில் பெரும்பான்மை பெறுவதன் மூலமும் நாடாளுமன்றத்தை அரசாங்கத்தின் எஜமானன் நிலைக்கு உயரச் செய்வதன் மூலமும் அரசு அதிகாரம் வெல்வதே, கடந்த காலத்தைப் போல இப்பொழுதும் நமது அரசியல் போராட்டத்தின் குறிக்கோள்."

(பக்கங்கள் 726,727,732.)

இது கலப்பற்ற படுமட்டமான சந்தர்ப்பவாதமே அன்றி வேறல்ல: சொல்லளவில் புரட்சி பேசி, செயலில் புரட்சியை நிராகரிப்பதே அன்றி வேரல்ல. "பாட்டாளி வர்க்கத்தை இடைவழியில் சந்திக்க விருப்பம் கொண்ட... ஓர் அரசாங்கம்" - காவுத்ஸ்கியின் சிந்தனைகள் இதற்கு

மேல் செல்ல முடியாதவை, "ஆளும் வர்க்கமாய் ஒழுங்கமைந்த பாட்டாளி வர்க்கம்" என்று **கம்யூனிஸ்டு அறிக்கை** பிரகடனம் செய்த 1847-ஆம் ஆண்டுடன் ஒப்பிடுகையில் இது குட்டி முதலாளித்துவக் கழிசடை நிலையின் திசையில் பின்னோக்கி ஓடுவதே ஆகும்.

ஷெய்டெமன்கள், பிளெஹானவ்கள், வண்டர்வேல்டேகள் - 'பாட்டாளி வர்க்கத்தை இடைவழியில் சந்திக்க விருப்பம் கொண்ட' ஓர் அரசாங்கத்துக்காகப் போராட ஒத்துக் கொள்ளும் இவர்கள் எல்லோருடனும் காவுத்ஸ்கி தமது இதயங்கனித்த 'ஐக்கியத்தை' அடைந்தாக வேண்டும்.

ஆனால் நாங்கள் சோஷலிசத்தின் துரோகிகளான இவர்களிடமிருந்து முறித்துக் கொள்ளவே செய்வோம். ஆயுதமேந்திய பாட்டாளி வர்க்கம் தானே அரசாங்கமாகி விடும் பொருட்டு நாம் பழைய அரசுப் பொறியமைவை அடியோடு அழிப்பதற்காகப் போராடவே செய்வோம். இவை 'இரண்டும் அறவே வேறானவை'.

'அரசு அதிகாரத்தின் வரம்புக்குள் சக்திகளின் பரஸ்பர நிலையிலே பெயர்ச்சியை உண்டாக்கவும்'. "நாடாளுமன்றத்தில் பெரும்பான்மை பெறவும்", "நாடாளுமன்றத்தை அரசாங்கத்தின் எஜமானது நிலைக்கு உயரச் செய்யவும்" பணி புரியச் சித்தமாயிருக்கும் லெகின்களும் டேவிட்களும், பிளெஹானவ்களும் பத்ரேசவ்களும் த்ஸெரெத்தேலிகளும் செர்னோவ்களுமானோரின் இனிய சகவாசத்தில் காவுத்ஸ்கி இன்பம் காணட்டும். யாவற்றையும் முதலாளித்துவ நாடாளுமன்றக் குடியரசின் வரம்புகளுக்குள்ளேயே இருத்திக் கொள்வதும், சந்தர்ப்பவாதிகளுக்கு முற்றிலும் ஏற்புடைத்ததுமான இந்த இலட்சியம் மிக்கச் சிறப்பானதே.

ஆனால் நாங்கள் சந்தர்ப்பவாதிகளிடமிருந்து முறித்துக் கொள்வோம். வர்க்க உணர்வு கொண்ட பாட்டாளி வர்க்கம் அனைத்தும் எங்களுடன் சேர்ந்து போராடும் - "சக்திகளின் பரஸ்பர நிலையில் பெயர்ச்சியை உண்டாக்குவதற்காக" அல்ல, முதலாளித்துவ வர்க்கத்தை வீழ்த்துவதற்காக, முதலாளித்துவ நாடாளுமன்ற முறையை அழிப்பதற்காக, கம்யூனை முன்மாதிரியாகக் கொண்ட ஜனநாயகக் குடியரசு அல்லது தொழிலாளர்கள், படையாட்களது பிரதிநிதிகளின் சோவியத்துகளுடைய குடியரசுக்காக, பாட்டாளி வர்க்கத்தின் புரட்சிகரச் சர்வாதிகாரத்துக்காகப் போராடும்.

***

சர்வதேச சோஷலிசத்தில் காவுத்ஸ்கிக்கு வலப்புறத்தில் ஜெர்மனியில் **சோஷலிஸ்டு மாத சஞ்சிகை**[53] (லெகின், டேவிட், கோல்ப் மற்றும் ஸ்டாளிங், பிராண்டிங் ஆகிய ஸ்காண்டினேவியர்களும் அடங்கலான ஏனைய பலரும்); பிரான்சிலும் பெல்ஜியத்திலும் ழோரேசைப் பின்பற்றியோரும்[54] வண்டர்வேல்டேயும்; இத்தாலியக் கட்சியின் டுராட்டியும் திரெவெசும்

பிற வலதுசாரிகளும்; பிரிட்டனில் ஃபேபியன்களும் 'சுயேச்சையாளர்களும்' ('சுயேச்சைத் தொழிற் கட்சி'[55] எப்பொழுதுமே, உண்மையில், மிதவாதிகளைச் சார்ந்ததாகவே இருந்துள்ளது), இன்ன பிறரும் உள்ளனர். இந்தக் கனவான்கள் எல்லோரும் நாடாளுமன்ற வேலையிலும் இவர்களுடைய கட்சிப் பத்திரிகைகளிலும் பெரும் பங்கு, பல சந்தர்ப்பங்களில் முதன்மையான பங்கு, ஆற்றுகிறவர்கள்; இவர்கள் பாட்டாளி வர்க்கச் சர்வாதிகாரத்தை அறவே புறக்கணித்துவிட்டு, ஒளிவுமறைவற்ற சந்தர்ப்பவாதக் கொள்கையைப் பின்பற்றுகிறவர்கள். இந்தக் கனவான்களின் கண்களில் பாட்டாளி வர்க்கச் 'சர்வாதிகாரம்' ஜனநாயகத்துக்கு 'முரணானது'!! இவர்களுக்கும் குட்டி முதலாளித்துவ ஜனநாயகவாதிகளுக்கும் உண்மையில் அடிப்படை வேறுபாடு எதுவும் இல்லை.

இந்தச் சூழ்நிலையைக் கருத்தில் கொண்டு பார்க்கையில், இரண்டாவது அகிலம், அதாவது அதன் அதிகாரபூர்வமான பிரதிநிதிகளில் மிகப் பெருவாரியான பிரிவு, முழுக்க முழுக்கச் சந்தர்ப்பவாதத்தில் மூழ்கிவிட்டது என்று முழு நியாயத்துடன் முடிவு செய்யலாம். கம்யூனின் அனுபவம் புறக்கணிக்கப்பட்டதோடு அல்லாமல், திரித்துப் புரட்டவும் பட்டிருக்கிறது. பழைய அரசுப் பொறியமைவை நொறுக்கி அதனிடத்தில் புதிய ஒன்றை அமைக்கத் தொழிலாளர்கள் செயல்பட வேண்டும், இவ்வழியில் அவர்கள் தமது அரசியல் ஆட்சியை சமுதாயத்தின் சோஷலிசப் புனரமைப்புக்குரிய அடித்தளமாக்கிக் கொள்ள வேண்டும், இதற்குரிய தருணம் அருகாமையில் வந்து கொண்டிருக்கிறது என்கிற கருத்தைத் தொழிலாளர்களுடைய மனதில் பதிய வைப்பதற்குப் பதிலாய், உண்மையில் இதற்கு நேர் விரோதமான ஒன்றைத்தான் இப்பிரதிநிதிகள் வெகுஜனங்களுக்குப் பிரசாரம் செய்து, சந்தர்ப்பவாதத்துக்கு ஆயிரக்கணக்கான நுழைவிடங்கள் விட்டு வைக்கும் விதத்தில் 'ஆட்சியதிகாரம் வெல்வதற்கான போராட்டத்தைச்' சித்திரித்துள்ளனர்.

ஏகாதிபத்திய போட்டியின் விளைவாய் விரிந்து வளர்ந்து விட்ட இராணுவ இயந்திரத்தைக் கொண்ட அரசுகள் இராணுவ பூதங்களாகி, உலகை ஆள வேண்டியது பிரிட்டனா, ஜெர்மனியா - இந்த நிதி மூலதனமா அல்லது அதுவா - என்னும் பிரச்சனையைத் தீர்ப்பதற்காக இப்பூதங்கள் இலட்சோப இலட்சம் மக்களை அழித்தொழித்திடும் ஒரு நேரத்தில், அரசின்பால் பாட்டாளி வர்க்கப் புரட்சிக்குள்ள போக்கு குறித்த பிரச்சனையைத் திரித்துப் புரட்டுவதும் மூடி மறைப்பதும் மிகப் பெரும் பாத்திரம் ஆற்றாது இருக்காது*

---

* கையெழுத்துப் பிரதி பின்வருமாறு தொடர்கிறது:

அத்தியாயம் - 7

1905, 1917ஆம் ஆண்டுகளின் ருஷ்யப் புரட்சிகளின் அனுபவம்

இந்த அத்தியாயத்தின் தலைப்பு குறிப்பிடும் பொருள் மிகப் பெரிது, இதைப் பற்றி பல புத்தகங்கள் எழுத முடியும், எழுத வேண்டும். இந்தப் பிரசுரத்தில் இயற்கையாகவே நாம், அனுபவம் அளித்திடும் மிக முக்கிய படிப்பினைகளை, அரசு அதிகாரம் குறித்துப் புரட்சியில் பாட்டாளி வர்க்கத்துக்குள்ள பணிகளுடன் நேரடியாய் சம்பந்தப்பட்ட படிப்பினைகளைப் பரிசீலிப்பதுடன் நிறுத்திக் கொள்வோம்."

(கையெழுத்துப் பிரதி இதோடு நின்றுவிடுகிறது. - பா்.)

முதற் பதிப்புக்குப் பின்னுரை

இந்தப் பிரசுரம் 1917 ஆகஸ்டு, செப்டம்பரில் எழுதப்பட்டது. ஏழாவதான அடுத்த அத்தியாயத்துக்கு - "1905, 1917-ஆம் ஆண்டுகளின் ருஷ்யப் புரட்சிகளின் அனுபவம்" - ஏற்கனவே திட்டம் வகுத்திருந்தேன். ஆனால் தலைப்பைத் தவிர்த்து இந்த அத்தியாயத்தில் ஒரு வரிகூட எழுத முடியவிலலை, நேரம் கிடைக்கவில்லை. 1917 அக்டோபர் புரட்சியின் தறுவாயிலான அரசியல் நெருக்கடி 'குறுக்கிட்டு விட்டது.' இது போன்ற 'குறுக்கீடு' வரவேற்கத்தக்கதே. ஆனால் பிரசுரத்தின் இரண்டாம் பாகத்தை ("1905, 1917-ஆம் ஆண்டுகளின் ருஷ்யப் புரட்சிகளின் அனுபவம்'') நெடுங்காலத்துக்கு ஒத்திப்போட வேண்டியதாகிவிடும் போலிருக்கிறது. 'புரட்சியின் அனுபவத்தை' எழுதுவதைக் காட்டிலும் நேரில் வாழ்ந்து காண்பது மேலும் இனிதாகவும் பயனுள்ளதாகவும் இருக்கிறது.

ஆசிரியர்

நூல் திரட்டு,
தொகுதி 33,
பக்கங்கள் 1-120

பெத்ரொகிராத்
1917, நவம்பர் 30

1917, ஆகஸ்டு-செப்டம்பரில் எழுதப்பட்டது

முதற் பதிப்புக்குப் பின்னுரை -
1917 நவம்பர் 30 லும்
& 3, அத்தியாயம் 2 -
1918 டிசம்பர் 17-க்கு முன்பும்
எழுதப்பட்டவை

1918-ல் 'ழீ ஸ்ன் இ ஸ்னானியே'
பதிப்பகத்தால் தனிப்பிரசுரமாய்
பெத்ரொகிராதில் வெளியிடப்பட்டது

குறிப்புகள்

1. **அரசும் புரட்சியும். அரசைப் பற்றிய மார்க்சியத் தத்துவமும் புரட்சியில் பாட்டாளி வர்க்கத்தின் கடமைகளும்** - முதலாளித்துவ இடைக்கால அரசாங்கத்தின் அடக்குமுறையிலிருந்து தப்புவதற்காக லெனின் தலைமறைவாய் இருக்கையில் 1917 ஆகஸ்டு, செப்டம்பர் மாதங்களில் இந்நூலை எழுதினார்.

அரசு பற்றிய பிரச்சனைக்குத் தத்துவார்த்த விளக்கம் தருவதன் அவசியம் குறித்து முதலில் அவர் 1916-ஆம் ஆண்டின் பிற்பாதியில் பேசினார். **இளைஞர் அகிலம்** என்ற தலைப்பில் அப்பொழுது அவர் எழுதிய குறிப்பில் அரசு குறித்து புகாரின் மார்க்சியத்துக்கு முரணான நிலையை அனுசரித்ததைக் கண்டன விமர்சனம் செய்து, அரசு குறித்து மார்க்சியத்தின் நிலை என்னவென்பது பற்றி விளக்கமான ஒரு கட்டுரை எழுதுவதாய் வாக்களித்திருந்தார். 1917 பிப்ரவரி 17-ல் கொலன்தாய்க்கு எழுதிய கடிதத்தில், அரசு குறித்து மார்க்சியத்தின் நிலை பற்றிய தமது நூற்பொருள் அநேகமாய்த் தயாராகிவிட்டதாய்க் கூறினார். **அரசு குறித்து மார்க்சியம்** என்று தலைப்பிடப்பட்ட நீல அட்டை தாங்கிய குறிப்பேட்டில் பொடி எழுத்துக்களில் இது நெருக்கமாய் எழுதப்பட்டிருந்தது. மார்க்ஸ், எங்கெல்ஸ் நூல்களிலிருந்து எடுக்கப்பட்ட மேற்கோள்களும், காவுத்ஸ்கி, பெனெகக், பெர்ன்ஷ்டைன் இவர்களது புத்தகங்களிலிருந்து சில வாசகங்களும் இவை பற்றிய விமர்சனக் கருத்துரைகளும் மற்றும் லெனினுடைய முடிவுகளும் பொது நிர்ணயிப்புகளும் இதில் அடங்கியிருந்தன.

இந்தக் குறிப்புகளை லெனின் **அரசும் புரட்சியும்** என்ற தமது நூலுக்கு அடிப்படையாகப் பயன்படுத்திக் கொண்டார்.

லெனினுடைய திட்டத்தின்படி **அரசும் புரட்சியும்** ஏழு அத்தியாயங்கள் கொண்டதாய் இருந்திருக்க வேண்டும். ஆனால் '1905, 1917-ஆம் ஆண்டுகளின் ருஷ்யப் புரட்சிகளின் அனுபவம்' என்னும் கடைசியான ஏழாவது அத்தியாயம் எழுதப்படவே இல்லை. இதற்குரிய விவரமான திட்டமும் 'முடிவுரையின்' திட்டமும் தான் நம்மிடம் உள்ளன. அக்டோபர் சோஷலிசப் புரட்சிக்குப் பிறகு 1918-ல் **அரசும் புரட்சியும்** 30,700 பிரதிகளிலான பதிப்பாக வெளியிடப்பட்டது.

இரண்டாம் அத்தியாயத்தில் '1852ல் இப்பிரச்சனையை மார்க்ஸ் எடுத்துரைத்தது' என்ற தலைப்பில் லெனின் சேர்த்துக் கொண்ட புதிய பிரிவுடன் இரண்டாம் பதிப்பு 1919-ல் வெளிவந்தது

2. **ஃபேபியன்கள்** [Fabians] - 1884ல் நிறுவப்பட்ட பிரிட்டிஷ் சீர்திருத்தவாத நிறுவனமான ஃபேபியன் கழகத்தின் [Fabian Society] உறுப்பினர்கள். ஃபேபியன் மாக்ஸிமஸ் (கி.மு. மூன்றாம் நூற்றாண்டு) என்னும் ரோமானியத் தளபதியின் பெயரை இக்கழகம் தனக்குச் சூட்டிக் கொண்டது. ஹனிபாலுக்கு எதிரான யுத்தத்தில் முடிவு கட்ட வல்ல

போர்களைத் தவிர்த்துக் கொண்டு ஒத்திப்போட்டுச் செல்லும் தந்திரத்தைக் கையாண்டதால் இந்தத் தளபதி 'தாமதவாதி' ['Cunctator') என்ற பெயரைப் பெற்றார். ஃபேபியன் கழகத்தின் உறுப்பினர்களில் பெரும்பான்மையோர் முதலாளித்துவ அறிவுத்துறையினராகிய விஞ் ஞானிகள், எழுத்தாளர்கள், அரசியல்வாதிகள் (சிட்னி வெபும் பியாட்ரீஸ் வெபும், ராம்சே மாக்டொனால்ட், பெர்னார்ட்ஷா முதலானோர்). பாட்டாளி வர்க்கத்தின் வர்க்கப் போராட்டம், சோஷலிசப் புரட்சி இவற்றின் அவசியத்தை ஃபேபியன்கள் மறுத்தனர்; சிறிய சமுதாயச் சீர்திருத்தங்கள், அதாவது படிப்படியான மாற்றங்கள் மூலமாய்த்தான் முதலாளித்துவத்திலிருந்து சோஷலிசத்துக்கான மாற்றத்தை ஏற்படுத்த முடியும் என்றனர். ஃபேபியன் கருத்துக்களை 'மிதமிஞ்சிய சந்தர்ப்பவாதப் போக்காகும்' என்று லெனின் குறிப்பிட்டார். 1900-ல் ஃபேபியன் கழகம் தொழிற்கட்சியுடன் இணைக்கப்பட்டது. 'ஃபேபியன் சோஷலிசம்' தொழிற் கட்சிக் கொள்கையின் சித்தாந்தத் தோற்றுவாய்களில் ஒன்றாகும்.

முதல் உலகப் போரின் போது (1914–18) ஃபேபியன்கள் சமூக-தேசியவெறிப் போக்கை அனுசரித்தனர்.

3. பி. எங்கெல்ஸ். **குடும்பம், தனிச்சொத்து, அரசு ஆகியவற்றின் தோற்றம்** (தமிழ் பதிப்பு, மாஸ்கோ, முன்னேற்றப் பதிப்பகம்). இதே நூலிலிருந்து லெனின் திரும்பவும் பக்கங்கள் 13, 16, 18–22ல் மேற்கோள்கள் தருகிறார் (மேற்படி பதிப்பு, பக்கம் 319–22).

4. **சோஷலிஸ்டுபுரட்சியாளர் கட்சி** –ருஷ்யாவில் 1901 இறுதியிலும் 1902 துவக்கத்திலும் பல்வேறு நரோத்னிக் கோஷ்டிகளையும் இணைத்து நிறுவப்பட்ட குட்டி முதலாளித்துவக் கட்சி. முதல் உலகப் போரின் போது சோஷலிஸ்டு-புரட்சியாளர்களில் பெரும்பாலோர் சமூக-தேசிய வெறிக் கருத்துக்களை ஆதரித்தனர்.

1917 பிப்ரவரி முலாளித்துவ-ஜனநாயகப் புரட்சியைத் தொடர்ந்து சோஷலிஸ்டு-புரட்சியாளர்களும் மென்ஷிவிக்குகளும் முதலாளித்துவ இடைக்கால அரசாங்கத்தின் பிரதான தூண்களாய்ச் செயல்பட்டனர். சோஷலிஸ்டு-புரட்சியாளர் கட்சியின் தலைவர்கள் (கேரென்ஸ்கி, அவ்க்சேன்தியெவ், செர்னோவ்) இடைக்கால அரசாங்கத்தின் உறுப்பினர்களாய் இருந்தனர். இக்கட்சி நிலவுடைமைப் பண்ணைகளை ஒழிக்க வேண்டுமென்ற விவசாயிகளின் கோரிக்கையை ஆதரிக்க மறுத்தது, இந்தப் பண்ணைகள் நீடிக்க வேண்டுமென்றது. நிலவுடைமைப் பண்ணைகளைப் பிடித்துக் கொண்ட விவசாயிகளுக்கு எதிராய் இடைக்கால அரசாங்கத்தின் சோஷலிஸ்டு-புரட்சியாளர் கட்சி அமைச்சர்கள் தண்டப் படைகளை அனுப்பினர். ஆயுதமேந்திய அக்டோபர் எழுச்சியின் தறுவாயில் இக்கட்சி பகிரங்கமாகவே எதிர்ப்புரட்சி முதலாளித்துவ வர்க்கத்தாருடன் சேர்ந்து கொண்டு, முதலாளித்துவ ஆட்சியை ஆதரித்தது. இதனால் புரட்சிகர மக்கள் திரளிடமிருந்து தனிமைப்படுத்தப்பட்டு விட்டது.

1917 நவம்பர் இறுதியில் சோஷலிஸ்டு-புரட்சியாளர் கட்சியின் இடதுசாரியினர் சுயேச்சைக் கட்சி ஒன்றை நிறுவிக் கொண்டனர். விவசாயிகளிடம் தமது செல்வாக்கைப் பாதுகாத்துக் கொள்ள முயன்ற இவர்கள் பெயரளவுக்கு சோவியத் ஆட்சியதிகாரத்தை அங்கீகரித்து, போல்ஷிவிக்குகளுடன் ஒப்பந்தத்துக்கு வந்தனர். ஆனால் சிறிது காலத்துக்கெல்லாம் சோவியத் ஆட்சியை எதிர்த்துப் போராடத் தலைப்பட்டனர்.

5. **மென்ஷிவிக்குகள்** - ருஷ்யாவின் சமூக-ஜனநாயகக் கட்சியில் இருந்த குட்டி முதலாளித்துவ, சந்தர்ப்பவாதப் போக்கின் ஆதரவாளர்கள், தொழிலாளர்கள் மீது முதலாளித்துவச் செல்வாக்கு செயல்படக் கருவிகளாய் இருந்தவர்கள். ருஷ்யாவின் சமூக-ஜனநாயகத் தொழிலாளர் கட்சியின் இரண்டாவது காங்கிரல் (1903 ஆகஸ்டு) கட்சியின் மத்திய உறுப்புக்களுக்காக நடைபெற்ற தேர்தலில் இவர்கள் சிறுபான்மை வாக்குகளைப் பெற்று சிறுபான்மையினர் (மென்ஷின்ஸ்த்வோ) ஆனதால் போல்ஷிவிக்குகள் என்று அழைக்கப்படலாயினர்

மென்ஷிவிக்குகள் பாட்டாளி வர்க்கத்துக்கும் முதலாளித்துவ வர்க்கத்துக்கும் உடன்பாடு காண முயன்று, தொழிலாளி வர்க்க இயக்கத்தில் சந்தர்ப்பவாதக் கொள்கையைக் கடைப்பிடித்தனர். 1917 பிப்ரவரி முதலாளித்துவ-ஜனநாயகப் புரட்சியைத் தொடர்ந்து மென்ஷிவிக்குகளும் சோஷலிஸ்டு-புரட்சியாளர் கட்சியினரும் இடைக்கால அரசாங்கத்தில் பதவிகள் ஏற்று, இந்த அரசாங்கத்தின் ஏகாதிபத்தியக் கொள்கையை ஆதரித்தனர்; வலுப்பெற்று ஓங்கி வந்த பாட்டாளி வர்க்கப் புரட்சியை எதிர்த்துப் போராடினர்.

அக்டோபர் சோஷலிசப் புரட்சிக்குப் பிறகு மென்ஷிவிக்குகள் பகிரங்கமாகவே எதிர்ப்புரட்சிக் கட்சியாகி சோவியத் ஆட்சியதிகாரத்தை எதிர்த்துச் சதிகளும் கலகங்களும் செய்தனர்.

6. **சமுதாயத்தின் புராதனக் குடி அல்லது குல வழியிலான ஒழுங்கமைப்பு** - புராதனக் கம்யூன் அமைப்பு அல்லது வரலாற்றின் முதலாவது சமூக-பொருளாதார அமைப்பு. குலக் கம்யூனானது பொருளாதார, சமுதாயப் பிணைப்புகளால் இணைக்கப் பெற்ற இரத்த உறவினர்களது கூட்டமைப்பாகும். இந்தப் புராதனக் குடியமைப்பு தாய்வழி, தந்தைவழி சமுதாயக் கட்டங்களைக் கடந்து சென்றது. தந்தை வழி அமைப்பானது முடிவில் புரதான சமுதாயம் வர்க்க சமுதாயமாய் மாறுவதிலும் அரசின் உதயத்திலும் கொண்டுபோய் விட்டது. புராதனக் கம்யூன் அமைப்பில் உற்பத்தி உறவுகள், உற்பத்திச் சாதனங்களின் சமூக உடைமையையும் எல்லாப் பண்டங்களின் சரிசமத்துவ விநியோகத்தையும் அடிப்படையாய்க் கொண்டிருந்தன. இது அக்காலத்திய உற்பத்தி சக்திகளது தாழ்ந்த வளர்ச்சி நிலைக்கும் அவற்றின் தன்மைக்கும் பிரதானமாய்ப் பொருந்துவதாய் இருந்தது.

7. கா. மார்க்சின் **கோத்தா வேலைத்திட்டத்தின் விமர்சனமும்** (பாகம் 4) பி. எங்கெல்சின் **டூரிங்குக்கு மறுப்பும்** மற்றும் பெபெலுக்கு எங்கெல்ஸ் எழுதிய 1875 மார்ச் 18-28 ஆம் தேதிக் கடிதமும் இங்கு குறிக்கப்படுகின்றன.

8. கா. மார்க்ஸ். **மூலதனம்**, தொகுதி 1.

9. **முப்பதாண்டுப் போர் (1618-48)** - முதலாவது பொது ஐரோப்பிய யுத்தம் ஐரோப்பிய அரசுகளது பல்வேறு கூட்டுகளுக்கும் இடையே முரண்பாடுகள் கடுமையாகியதால் இந்த யுத்தம் எழுந்தது. புரோட்டஸ்டன்டுகளுக்கும் கத்தோலிக்கர்களுக்குமான போராட்டத்தின் வடிவத்தில் இது வெளியாகியது. ஜெர்மனிதான் பிரதான போர் அரங்கும், இராணுவச் சூறையாடலுக்கும் கொள்ளைக்காரக் கோரிக்கைகளுக்குமான இலக்கும் ஆயிற்று. இந்த யுத்தம் 1648-ல் வெஸ்ட்பாலியா சமாதான ஒப்பந்தம் கையெழுத்தாகியதுடன் முடிவுற்றது. இந்த ஒப்பந்தத்தால் ஜெர்மனி அரசியல் வழியில் மேலும் சின்னாபின்னமாய்த் துண்டாடப்பட்டது.

10. **கோத்தா வேலைத்திட்டம்** - ஜெர்மனியின் சோஷலிஸ்டுத் தொழிலாளர் கட்சியின் கோத்தா காங்கிரஸ் 1875-ல் ஏற்ற வேலைத்திட்டம். கோத்தா காங்கிரஸ் ஐசனாச்சர்கள், லஸ்ஸாலியர்கள் ஆகிய இரு ஜெர்மன் சோஷலிஸ்டுக் கட்சிகளையும் ஒன்றிணைந்தது. ஐசனாச்சர்கள் ஔகுஸ்ட் பெபெல், வில்ஹெல்ம் லீப்க்னெஹ்ட் தலைமையில் இருந்தனர்; இவர்கள் சித்தாந்த வழியில் மார்க்ஸ், எங்கெல்சின் செல்வாக்குக்கு உட்பட்டவர்கள். கோத்தா வேலைத்திட்டம் கதம்பத் தேர்வு வாதத்தால் களங்கப்பட்டிருந்தது. ஐசனாச்சர்கள் பிரதான பிரச்சனைகளில் லஸ்ஸாலியர்களுக்கு விட்டுக் கொடுத்து லஸ்ஸாலிய நிர்ணயிப்புகளை ஏற்றுக்கொண்டு விட்டதால் இந்த வேலைத்திட்டம் சந்தர்ப்பவாதத் தன்மை கொண்டிருந்தது. 1869-ஆம் ஆண்டின் ஐசனாச்சர் வேலைத்திட்டத்துடன் ஒப்பிடுகையில் கோத்தா வேலைத்திட்டம் வெகுவாய்ப் பின்னோக்கிச் சென்று விட்டதென்று மார்க்சும் எங்கெல்சும் கருதினர். மார்க்ஸ் அவருடைய **கோத்தா வேலைத்திட்டத்தின் விமர்சனத்திலும்**, எங்கெல்ஸ் 1875 மார்ச் 18-28ல் பெபெலுக்கு எழுதிய கடிதத்திலும் இந்த வேலைத்திட்டத்தைக் கடுமையாய் விமர்சனம் செய்து தாக்கினர்.

11. கடந்த நூற்றாண்டின் இறுதியிலும் இந்நூற்றாண்டின் தொடக்கத்திலும் பல நாடுகளில் முதலாளித்துவ வர்க்கத்தின் ஆளும் வட்டாரங்கள் தொழிலாளி வர்க்க இயக்கத்தைப் பிளவுபடுத்தவும், சிறு சலுகைகள் அளித்துப் பாட்டாளி வர்க்கத்தைப் புரட்சிப் போராட்டத்திலிருந்து திசை திருப்பவும் முயன்றன. இந்த நோக்கத்துடன் அவை சோஷலிஸ்டுக் கட்சிகளின் சில சீர்திருத்தவாதத் தலைவர்களைப் பிற்போக்கு முதலாளித்துவ அரசாங்கங்களில் பங்கு கொள்ளச் செய்து சூழ்ச்சி புரிந்தன. இங்கிலாந்தில் 'அமைச்சர் பதவிக்காகத் தம்மை

முதலாளித்துவ வர்க்கத்துக்கு விற்றுக் கொண்டு தொழிலாளி வர்க்கத்துக்கு அப்பட்டமாய்த் துரோகம் புரிந்தவர்களில்' (வி.இ. லெனின்) ஒருவரான ஜான் பெர்னஸ் 1892-ல் நாடாளுமன்றத்துக்குத் தேர்ந்தெடுக்கப்பட்டார். பிரான்சில் சோஷலிஸ்டான அலெக்சாண்டர் எத்தியேன் மில்லரண்டு 1899-ல் வால் டெக்-ருசோவின் முதலாளித்துவ அரசாங்கத்தில் சேர்ந்து கொண்டு முதலாளித்துவ வர்க்கம் அதன் கொள்கையைச் செயல்படுத்த உதவினார். பிற்போக்கு முதலாளித்துவ அரசாங்கத்தில் மில்லரண்டு பங்கு கொண்டதானது பிரெஞ்சுத் தொழிலாளி வர்க்க இயக்கத்துக்குப் பெரிதும் தீங்கு புரிந்தது. மில்லரண்டு போக்கு துரோகச் செயலும் திருத்தல்வாதமும் ஆகுமென்று லெனின் குறிப்பிட்டார். இத்தாலியில் இருபதாம் நூற்றாண்டின் தொடக்கத்தில் லியோனிதா பிஸ்ஸொலாட்டி, இவனோவ் பொனொமி போன்ற சோஷலிஸ்டுகள் அரசாங்கத்துடன் கூடிக் கொள்ளும் போக்கின் பலத்த ஆதரவாளர்களாய்ச் செயல்பட்டனர். 1912-ல் இவர்கள் சோஷலிஸ்டுக் கட்சியிலிருந்து வெளியேற்றப்பட்டனர்.

முதல் உலகப் போரின் போது பல நாடுகளிலும் சமூக - ஜனநாயகக் கட்சிகளின் சந்தர்ப்பவாத வலதுசாரித் தலைவர்கள் அப்பட்டமான சமூக தேசிய வெறியர்களாகித் தமது நாடுகளின் முதலாளித்துவ அரசாங்கங்களில் பதவியேற்று அவற்றின் கொள்கையை ஆதரித்தனர்.

12. ருஷ்யாவில் 1917 பிப்ரவரி 27-ல் (மார்ச் 12) நடைபெற்ற முதலாளித்துவ ஜனநாயகப் புரட்சியின் விளைவாய் எதேச்சதிகாரம் வீழ்த்தப்பட்டு முதலாளித்துவ இடைக்கால அரசாங்கம் நிறுப்பட்டது.

13. **காடேட்டுகள்** - கான்ஸ்டிட்யூஷனல் டெமாக்கிரட்டிக் (அரசியலமைப்புச் சட்ட ஜனநாயக) கட்சியின் உறுப்பினர்கள். ருஷ்யாவின் மிதவாத முடியாட்சிவாத முதலாளித்துவ வர்க்கத்தாரின் தலைமையான கட்சியான இது, 1905 அக்டோபரில் நிறுவப்பட்டது. முதலாளிகள், நிலப்பிரபுக்களைச் சேர்ந்த ஸெம்ஸ்துவோ அதிகாரிகள், முதலாளித்துவ அறிவுத்துறையினர் ஆகியோர் இக்கட்சியில் ஒன்று சேர்ந்தனர். முதல் உலகப்போரின்போது ஜார் அரசாங்கத்தின் நாடு பிடிக்கும் வெளிநாட்டுக் கொள்கைக்குக் காடேட்டுகள் முழு ஆதரவளித்தனர். 1917 பிப்ரவரி முதலாளித்துவ ஜனநாயகப் புரட்சியின்போது முடியாட்சியைப் பாதுகாக்கப் பெருமுயற்சி செய்தனர். முதலாளித்துவ இடைக்கால அரசாங்கத்தில் தலைமை நிலை வகித்து, மக்கள் விரோத, எதிர்ப்புரட்சிக் கொள்கையைக் கடைப்பிடித்தனர். மாபெரும் அக்டோபர் சோஷலிசப் புரட்சிக்குப் பிற்பாடு காடேட்டுகள் சோவியத் ஆட்சியதிகாரத்தின் பரம வைரிகளாயினர்; ஆயுதமேந்திய எதிர்ப்புரட்சி நடவடிக்கைகள் யாவற்றிலும், தலையீட்டாளர்களது இராணுவத் தாக்குதல்கள் எல்லாவற்றிலும் பங்கு எடுத்துக் கொண்டனர்.

14. Die Neue Zeit ('புதிய காலம்') - ஜெர்மன் சமூக ஜனநாயகக் கட்சியின் தத்துவார்த்த சஞ்சிகை. 1883 லிருந்து 1923 வரை ஷ்டுட்கார்ட்டில் வெளியிடப்பட்டு வந்தது. 1917 அக்டோபர் வரையில் கார்ல் காவுத்ஸ்கியும், பிற்பாடு ஹென்ரிக் குனொவும் ஆசிரியர்களாய் இருந்தனர். மார்க்ஸ், எங்கெல்ஸ் எழுதியவை சில, முதன்முதல் இந்த சஞ்சிகையில் வெளிவந்து கொண்டிருந்தன. இதன் ஆசிரியர்களுக்கு எங்கெல்ஸ் ஆலோசனைகள் கூறி வந்தார். மார்க்சியத்தை விட்டுப் புரண்டு சென்றதற்காக அடிக்கடி அவர்களைக் கண்டன விமர்சனமும் செய்தார்.

தொண்ணூறாம் ஆண்டுகளின் பிற்பாதியில் எங்கெல்ஸ் இறந்தபின் இந்த சஞ்சிகை திருத்தல்வாதக் கட்டுரைகளை முறையாய் வெளியிடத் தொடங்கிற்று. மார்க்சியத்துக்கு எதிரான திருத்தல்வாத இயக்கத்தைத் துவக்கி வைத்த பெர்ன்ஷ்டைனின் **சோஷலிசப் பிரச்சனைகள்** என்னும் தொடர் கட்டுரையையும் இது வெளியிட்டது. முதலாவது உலகப்போரின் போது (1914-1918) இது மையவாத நிலையை ஏற்று, சமூக-தேசிய வெறியர்களுக்கு ஆதரவு அளித்து வந்தது.

15. இங்கே குறிப்பிடப்படுவது லண்டனில் 1870 செப்டம்பர் 6-க்கும் 9-க்கும் இடையில் கா. மார்க்ஸ் எழுதிய **பிரெஞ்சு-பிரஷ்ய யுத்தம் குறித்து சர்வதேச உழைப்பாளர் சங்கப் பொதுச்சபையின் இரண்டாவது உரை. ஐரோப்பாவிலும் அமெரிக்க ஐக்கிய நாட்டிலுமுள்ள சர்வதேச உழைப்பாளர் சங்க உறுப்பினர்களுக்கு.**

16. லு குகல்மனுக்கு கா. மார்க்சின் 1871 ஏப்ரல் 12 கடிதம்.

17. கா. மார்க்ஸ் **பிரான்சில் உள்நாட்டுப் போர்** பக்கங்கள் 63, 64, 72-73, 77-79 ல் லெனின் இதே நூலிலிருந்து மேற்கோள்கள் தருகிறார்.

18. **தியேலொ நரோதா** ('மக்கள் இலட்சியம்') சோஷலிஸ்டு புரட்சியாளர் கட்சியின் நாளேடு. 1917 மார்ச்சிலிருந்து 1918 ஜூலை வரை பெத்ரொகிராதில் வெளிவந்தது. அடிக்கடி இதன் பெயர் மாற்றப்பட்டு வந்தது. தேசக் காப்பென்று சொல்லி சமரசவாத நிலையை ஏற்று இது முதலாளித்துவ இடைக்கால அரசாங்கத்துக்கு ஆதரவளித்து வந்தது. 1918 அக்டோபரில் சமாராவில் திரும்பவும் தொடங்கி நான்கு இதழ்கள் வெளிவந்தன. 1919 மார்ச்சில் மாஸ்கோவில் 10 இதழ்கள் வெளியாயின. எதிர்ப்புரட்சி செயற்பாட்டில் இறங்கியதற்காக இந்தச் செய்தியேடு மூடப்பட்டது.

19. **ஹெரஸ்திராதஸ்** - அழியாப் புகழ் பெறலாமென்று எபிசுஸில் டியானா கோயிலுக்குத் தீ வைத்து எரியவிட்ட (கி.மு 356) கிரேக்கர்.

20. **ஜிரோண்டுவாதிகள்** - பதினெட்டாம் நூற்றாண்டின் கடைசிப் பகுதியில் நடைபெற்ற பிரெஞ்சு முதலாளித்துவப் புரட்சியின்போது செயல்பட்ட முதலாளித்துவ அரசியல் கோஷ்டி. மிதவாத முதலாளித்துவ வர்க்கத்தாரின் நலன்களைப் பிரதிபலித்தது. புரட்சிக்கும்

எதிர்ப்புரட்சிக்குமிடையே இக்கோஷ்டியினர் ஊசலாடினர். முடியாட்சியுடன் ஒப்பந்தங்கள் செய்து கொண்டனர்.

21. பி. எங்கெல்ஸ் குடியிருப்புப் பிரச்சனைக்குப் பிற்பாடு பக்கங்கள் 83–84ல் லெனின் இதே நூலிலிருந்து மேற்கோள்கள் தருகிறார்.

22. **பிளான்கிஸ்டுகள்** - பிரெஞ்சு சோஷலிஸ்டு இயக்கத்தில் தோன்றிய ஒரு போக்கின் ஆதரவாளர்கள்; பெயர் பெற்ற புரட்சியாளரும் பிரெஞ்சுக் கற்பனாவாதக் கம்யூனிசத்தின் பிரதிநிதியுமான லுயீ ஒகுஸ்ட் பிளான்கி [Blanquil] (1805-1881) இந்தப் போக்கிற்குத் தலைமை தாங்கினார். "கூலி அடிமை நிலையிலிருந்து மனித குலம் விடுதலை பெற பாட்டாளி வர்க்கப் போராட்டம் தேவையில்லை, சிறுபான்மை அறிவுத்துறையினரின் சிறு கோஷ்டியின் சதிகள் மூலம் இதைச் செய்து விடலாம்" (வி.இ.லெனின்) என்று பிளான்கிஸ்டுகள் நம்பினர். எழுச்சி வெற்றி பெற அவசியமான ஸ்தூல நிலைமைகளை அவர்கள் கணக்கில் எடுத்துக் கொள்ளவில்லை; வெகு ஜனங்களுடன் தொடர்புகள் கொண்டிருக்க வேண்டுமென்பதை உதாசீனம் செய்தனர். புரட்சிகரக் கட்சியின் முயற்சிகளுக்குப் பதிலாய் இரகசியச் சதியாளர் கோஷ்டியின் செயல்களைக் கொண்டு புரட்சி நடத்தி விடலாமென்று நினைத்தனர்.

23. **புரூதோனியவாதிகள்** - விஞ்ஞானத்துக்கு முரணான குட்டி முதலாளித்துவ சோஷலிசப் போக்கின் ஆதரவாளர்கள். மார்க்சியத்துக்குப் பகைமையான போக்கு இது. பிரெஞ்சு அராஜகவாத ழொஸேப் புரூதோன்தான் இதன் சித்தாந்தவாதி. பெரிய முதலாளித்துவ உடைமைகளைப் புரூதோன் குட்டி முதலாளித்துவக் கருத்தோட்டத்திலிருந்து கண்டன விமர்சனம் செய்தார். சின்னஞ் சிறு தனிவுடைமையாளர்களை என்றும் நிலைத்து நீடிக்கச் செய்ய நினைத்து, 'மக்கள்' வங்கிகளையும் 'பரிவர்த்தனை' வங்கிகளையும் அமைக்க வேண்டுமென்று கூறினார். இவற்றின் துணை கொண்டு தொழிலாளர்கள் உற்பத்திச் சாதனங்களைப் பெற்றுத் தொழில் வினைஞர்களாகி, தமது உற்பத்திப் பண்டங்கள் 'நியாய' விலையில் விற்பனையாவதற்கு ஏற்பாடு செய்து கொள்ள முடியுமென்று வாதாடினார். பாட்டாளி வர்க்கத்திற்குள்ள வரலாற்றுப் பணியைப் புரிந்து கொள்ளத் தவறிய அவர், வர்க்கப் போராட்டத்தையும் பாட்டாளி வர்க்கப் புரட்சியையும் பாட்டாளி வர்க்கச் சர்வாதிகாரத்தையும் நிராகரித்தார். அராஜகவாதியான அவர் அரசே தேவையில்லை என்று கருதினார். முதலாவது அகிலத்தின் மீது தமது கருத்துக்களைத் திணிக்க முயன்ற புரூதோனியர்களை எதிர்த்து மார்க்சும் எங்கெல்சும் விடாப்பிடியான போராட்டம் நடத்தினர்.

24. கா. மார்க்சின் Der politische Indifferentismus ('அரசியலின்பால் அக்கறையின்மை') என்னும் கட்டுரையையும், எங்கெல்சின் **அதிகாரம் குறித்து** என்னும் கட்டுரையையும் இங்கு லெனின் குறிப்பிடுகிறார். இக்கட்டுரைகள் 1873 டிசம்பரில் இத்தாலிய 'Almanacco Republicano per

l'anno 1874' என்ற இதழில் வெளியிடப்பட்டன. பிற்பாடு 1913-ல் இவற்றின் ஜெர்மன் மொழிபெயர்ப்பு Die Neue Zeit இல் வெளிவந்தது.

25. கா. மார்க்ஸ். Der politische Indifferentismus (*'அரசியலின்பால் அக்கறையின்மை'*).

26. பி. எங்கெல்ஸ். **அதிகாரம் குறித்து** (The Priniciple of Authorities).

27. பி. எங்கெல்ஸ். **அதிகாரம் குறித்து.**

28. கா. மார்க்ஸ். **கோத்தா வேலைத்திட்டத்தின் விமர்சனம்**

29. இங்கு குறிக்கப்படுவது கா. மார்க்சின் **மெய்யறிவின் வறுமை** (தமிழ் பதிப்பு, மாஸ்கோ, முன்னேற்றப் பதிப்பகம்).

30. **எர்ஃபுர்ட் வேலைத்திட்டம்** - ஜெர்மன் சமூக-ஜனநாயகக்கட்சி 1891 அக்டோபரில் எர்ஃபுர்ட் காங்கிரசில் ஏற்ற வேலைத்திட்டம். கோத்தா வேலைத்திட்டத்துடன் (1875) ஒப்பிடுகையில் இது முன்னேற்றத்தைக் குறித்தது. முதலாளித்துவப் பொருளுற்பத்தி முறை தவிர்க்க முடியாதவாறு வீழ்ச்சியுற்று அதற்குப் பதிலாய் சோஷலிச முறை தோன்றுமென்ற மார்க்ஸ் போதனையின் அடிப்படையில் இந்த வேலைத்திட்டம் வகுக்கப்பட்டது. தொழிலாளி வர்க்கம் அரசியல் போராட்டம் நடத்துவதன் அவசியத்தையும், இந்தப் போராட்டத்துக்குத் தலைமை தாங்குவது கட்சியின் பாத்திரமாகும் என்பதையும் இன்ன பிறவற்றையும் இது வலியுறுத்திற்று. அதேபோதில் இது சந்தர்ப்பவாதத்துக்கு முக்கிய வழிகளில் விட்டுக் கொடுக்கவும் செய்தது. இந்த வேலைத் திட்டத்தின் ஆதி நகலை எங்கெல்ஸ் தமது **1891 ஆம் ஆண்டின் சமூக ஜனநாயக வேலைத்திட்ட நகலின் விமர்சனம்** என்னும் நூலில் விவரமாய் விமர்சித்தார். மொத்தத்தில் இரண்டாவது அகிலத்தின் சந்தர்ப்பவாதம் பற்றிய விமர்சனமாய் இது விளங்கிற்று. ஆனால் ஜெர்மன் சமூக-ஜனநாயகத் தலைவர்கள் எங்கெல்சின் விமர்சனத்தைக் கட்சி உறுப்பினர்களுக்குத் தெரியாதபடி இருட்டடிப்பு செய்துவிட்டனர். வேலைத் திட்டத்தின் இறுதி வாசகத்தை வகுக்கையில் எங்கெல்சின் மிக முக்கிய கருத்துரைகளைக் கவனியாது ஒதுக்கிவிட்டனர். பாட்டாளி வர்க்கச் சர்வாதிகாரம் குறித்து எர்ஃபுர்ட் வேலைத்திட்டம் ஒன்றும் சொல்லாததுதான் அதன் பிரதான குறைபாடு என்றும், சந்தர்ப்பவாதத்துக்குக் கோழைத்தனமாய் விட்டுக் கொடுப்பதாகும் என்றும் லெனின் கருதினார்.

31. **சோஷலிஸ்டு எதிர்ப்புச் சட்டம்** (சோஷலிஸ்டுகளுக்கு எதிரான விசேஷச் சட்டம்) - ஜெர்மனியில் தொழிலாளி வர்க்க இயக்கத்தையும் சோஷலிஸ்டு இயக்கத்தையும் எதிர்ப்பதற்காக பிஸ்மார்க் ஆட்சி 1878-ல் பிறப்பித்த சட்டம். இந்தச் சட்டத்தின்படி எல்லா சமூக-ஜனநாயகக் கட்சி நிறுவனங்களுக்கும் தொழிலாளர்களுடைய வெகுஜன நிறுவனங்களுக்கும் தொழிலாளி வர்க்கப் பத்திரிகைகளுக்கும் தடை விதிக்கப்பட்டது; சோஷலிச நூல்களும் வெளியீடுகளும் பறிமுதல்

செய்யப்பட்டன; சமூக-ஜனநாயகவாதிகள் நாடு கடத்தப்படுவதும் அடங்கலாய்ப் பலவாறாகவும் அடக்குமுறைக்கு இலக்காயினர். 1890-ல் மக்களின் நிர்ப்பந்தம் காரணமாகவும் வளர்ந்து ஓங்கிவிட்ட தொழிலாளி வர்க்க இயக்கம் காரணமாகவும் சோஷலிஸ்டு-எதிர்ப்புச் சட்டம் ரத்து செய்யப்பட வேண்டியதாயிற்று.

32. **பிராவ்தா** ('உண்மை') - சட்டப்பூர்மான போல்ஷிவிக் நாளேடு. இதன் முதல் இதழ் 1912 ஏப்ரல் 22-ல் (மே 5) பீட்டர்ஸ்பர்கில் வெளிவந்தது.

சித்தாந்த வழியில் லெனின் **பிராவ்தாவுக்கு** வழிகாட்டி வந்தார், அநேகமாய்த் தினசரி அதற்குக் கட்டுரைகள் எழுதி வந்தார். அதைப் போர்க்குணம் படைத்த புரட்சி ஏடாக்கும் பொருட்டு அதன் ஆசிரியர்களுக்கு ஆசோசனைகள் கூறி வந்தார்.

கட்சியின் ஒழுங்கமைப்புப் பணியில் ஒரு கணிசப் பகுதி **பிராவ்தாவின்** மூலம் நடைபெற்றது. வட்டாரக் கட்சிக் குழுக்களின் பிரதிநிதிகளுடனான மாநாடுகள் **பிராவ்தா** அலுவலகத்தில் கூட்டப்பட்டன. ஆலைகளில் கட்சிப் பணி பற்றிய தகவல்களும் அதற்கு வந்து சேர்ந்தன. கட்சியின் மத்தியக்குழு, பெத்ரொகிராத் குழு இவற்றின் தாக்கீதுகளை அது கட்சி நிறுவனங்களுக்கு அனுப்பி வைத்தது.

பிராவ்தா போலீசாரின் விடாப்பிடியான தாக்குதல்களுக்கு இலக்காகி வந்தது; 1914 ஜூலை 8-ல் (21-ல்) மூடப்பட்டது.

1917-ஆம் ஆண்டு பிப்ரவரி முதலாளித்துவ-ஜனநாயகப் புரட்சிக்குப் பிற்பாடுதான் திரும்பவும் அது வெளிவரத் தொடங்கிற்று. 1917 மார்ச் 5 (18) முதலாய் அது ருஷ்ய சமூக-ஜனநாயகத் தொழிலாளர் கட்சியின் மத்தியக்குழு, பெத்ரொகிராத் குழு இவற்றின் ஏடாய் வெளி வரலாயிற்று.

பெத்ரொகிராத் வந்து சேர்ந்ததும் லெனின் அதன் ஆசிரியர் குழுவில் சேர்ந்து கொண்டார். முதலாளித்துவ-ஜனநாயகப் புரட்சியை சோஷலிசப் புரட்சியாய் வளரச் செய்வதற்கான லெனின் திட்டத்துக்குரிய இயக்கத்தை **பிராவ்தா** தொடங்கிற்று.

எதிர்ப்புரட்சி இடைக்கால அரசாங்கத்தின் அடக்குமுறை காரணமாய், 1917 ஜூலையிலிருந்து அக்டோபருக்குள் அது தனது பெயரைப் பன்முறை மாற்றிக் கொள்ள வேண்டியதாயிற்று. **லிஸ்தோக் பிராவ்தி, புரொலிட்டாரி, ரபோச்சி, ரபோச்சி பூத்** ஆகிய பெயர்களில் வெளிவந்தது. மாபெரும் அக்டோபர் சோஷலிசப் புரட்சி வெற்றி யடைந்ததும் 1917 அக்டோபர் 27 (நவம்பர் 9) முதலாய் திரும்பவும் **பிராவ்தா** என்னும் பெயரில் வெளிவந்து கொண்டிருக்கிறது.

33. பி. எங்கெல்ஸ். மார்க்சின் **'பிரான்சில் உள்நாட்டுப் போர்' என்னும் நூலுக்கு முன்னுரை.** எங்கெல்ஸ் எழுதிய இதே முன்னுரையிலிருந்து லெனின் திரும்பவும் பக்கங்கள் 106-118 ல் மேற்கோள்கள் தருகிறார்.

34. இங்கு குறிக்கப்படுவது இடைக்கால அரசாங்கத்தின் அமைச்சரான மென்ஷிவிக் த்ஸெரெத்தேலி 1917 ஜூன் 11 ல் (24 ல்) நிகழ்த்திய சொற்பொழிவு. சோவியத்துக்களின் முதலாவது அனைத்து ருஷ்யக் காங்கிரசின் தலைமைக் குழு, பெத்ரொகிராத் தொழிலாளர், படைவீரர் பிரதிநிதிகளது சோவியத்தின் நிர்வாகக் குழு, விவசாயிகள் பிரதிநிதிகளுடைய சோவியத்தின் நிர்வாகக் குழு, காங்கிரசில் கலந்து கொண்ட எல்லாக் கோஷ்டிகளின் குழுக்கள் ஆகியவற்றின் கூட்டு அமர்வில் அவர் சொற்பொழிவாற்றினார். பெத்ரொகிராத் தொழிலாளர்கள், படை வீரர்களது அமைதியான ஆர்ப்பாட்டங்கள் குறித்து இதைக் கூட்டு அமர்வு விவாதித்தது. போல்ஷிவிக்குகள் இந்த ஆர்ப்பாட்டங்களை ஜூன் 10 (23) ல் நடத்தத் திட்டமிட்டிருந்தனர். இந்தச் சொற்பொழிவு அவதூறாகவும் எதிர்ப்புரட்சியானதாகவும் இருந்தது. த்ஸெரெத்தேலி தமது உரையில், போல்ஷிவிக்குகள் அரசாங்கத்துக்கு எதிராகச் சதி செய்வதாகவும் எதிர்ப்புரட்சிக்கு உதவுவதாகவும் குற்றம் சாட்டினர்; போல்ஷிவிக்குகளைப் பின்பற்றும் தொழிலாளர்களிடமிருந்து ஆயுதங்களைப் பறிப்பதற்குத் தீர்மானகரமான நடவடிக்கைகள் எடுக்கப் போவதாக அச்சுறுத்தினார்.

35. முதல் உலகப் போருக்கு முன்பு ஜெர்மனியில் Los-von-Kirche-Bewegung ('மதச் சபையை விட்டு வெளியேறு') அல்லது Kirchenaustrittsbewegung (மதச் சபையிலிருந்து பிரிந்து விடும் இயக்கம்) பெரிய அளவுக்கு வளர்ந்துவிட்டது. திரிபுவாதியான பால் கோரே எழுதிய *Kirchenaustrittsbewegung Sozialdemokratie* ('மதச் சபையிலிருந்து பிரிந்துவிடும் இயக்கமும் சமூகஜனநாயகமும்') என்னும் கட்டுரையை 1914 ஜனவரியில் *Die Neue Zeit* வெளியிட்டு, இந்த இயக்கம் குறித்து ஜெர்மன் சமூக-ஜனநாயகக் கட்சியின் போக்கு பற்றிய விவாதத்தைத் துவக்கி வைத்தது. மதச்சபையிலிருந்து பிரிந்து விடுவதற்கான இயக்கம் குறித்து கட்சி நடுநிலைமை வகிக்க வேண்டுமென்றும், தனது உறுப்பினர்கள் மதத்துக்கும் மதச் சபைக்கும் எதிரான பிரசாரத்தில் ஈடுபடுவதைத் தடுக்க வேண்டுமென்றும் வற்புறுத்திய கோரேயைக் கண்டிப்பதற்கு ஜெர்மன் சமூக-ஜனநாயகத்தின் பிரபல தலைவர்கள் தவறிவிட்டனர்.

36. சாத்தியமான சம்பளங்களை 1917 பிற்பாதியில் வழக்கிலிருந்த ரூபிள் நோட்டின் பெறுமானத்தில் லெனின் குறிப்பிடுகிறார்.

முதல் உலகப் போரின் போது ருஷ்யாவில் ரூபிள் நோட்டு வெகுவாய் மதிப்புக் குறைந்திருந்தது.

37. **லஸ்ஸாலியர்கள்** - ஜெர்மன் குட்டி முதலாளித்துவ சோஷலிஸ்டு பெர்டினான்டு லஸ்ஸாலின் ஆதரவாளர்கள், ஜெர்மன் தொழிலாளர்களது பொதுச் சங்கத்தின் உறுப்பினர்கள். இச்சங்கம், தொழிலாளி வர்க்கத்தின் மீது செல்வாக்கு பெற முயன்ற முதலாளித்துவ முன்னேற்றவாதிகளை எதிர்ப்பதற்காக 1863-ல் லைப்சிகில் கூட்டப்பட்ட

தொழிலாளர் நிறுவனங்களது காங்கிரசில் நிறுவப் பெற்றது. இச்சங்கத்தின் முதலாவது தலைவரே லஸ்ஸால். அதன் வேலைத்திட்டத்தையும் அதன் போர்த்தந்திரத்தின் அடிப்படைக் கூறுகளையும் லஸ்ஸால் வகுத்திட்டார். சங்கத்தின் அரசியல் வேலைத்திட்டம் அனைத்து மக்கள் வாக்குரிமைக்காகப் போராடவும், அதன் பொருளாதார வேலைத்திட்டம் அரசாங்க மானிய உதவி பெற்ற தொழிலாளர் பொருளுற்பத்திக் கழகங்களுக்காகப் போராடவும் அறை கூவின. நடைமுறையில் லஸ்ஸாலும் அவரைப் பின்பற்றியோரும் பிரஷ்யா மேலாதிக்கம் பெறத்தக்க முறையில் நடந்து கொண்டனர், பிஸ்மார்க்கின் பேரரசுக் கொள்கையை ஆதரித்தனர்.

38. **ருஷ்ய சமூக ஜனநாயகத் தொழிலாளர் கட்சியின் இரண்டாவது காங்கிரஸ்** இங்கு குறிக்கப்படுகிறது. இது 1903 ஜூலை 17 - ஆகஸ்டு 10 ல் (ஜூலை 30 – ஆகஸ்டு 23) நடைபெற்றது. முதல் 13 அமர்வுகள் பிரஸ்ஸெல்ஸில் நடைபெற்றன. பிற்பாடு போலீஸ் அடக்குமுறை காரணமாய், காங்கிரஸ் லண்டனில் நடைபெற வேண்டியதாயிற்று.

39. கா. மார்க்ஸ். **பிரான்சில் உள்நாட்டுப் போர்.**

40. **ஷைலாக்** - ஷேக்ஸ்பியரின் **வெனிஸ் வணிகன்** நாடகத்தில் வரும் பாத்திரம். பேராசையும் பழிவெறியும் கொண்ட கடுவட்டிக்காரன், தன்னிடம் கடன் வாங்கியவரிடமிருந்து, கடன் பத்திரத்தில் குறிக்கப்பட்டதன்படி ஒரு ராத்தல் சதை வேண்டுமெனக் கோரியவன்.

41. **புர்சாக்கி** - பழைய ருஷ்யாவின் மதப் பாடசாலைகளது மாணவர்கள். **மதப் பாடசாலை வாழ்க்கைச் சித்திரங்கள்** என்னும் புத்தகத்தில் நி.கி. பொமியாலோவ்ஸ்கி இம்மாணவர்களது முரட்டுப் பழக்கங்களை எடுத்துரைத்தார்.

42. **முதலாவது அகிலத்தின் ஹேக் காங்கிரஸ்** - 1872 செப்டம்பர் 2-7 ல் நடைபெற்றது. 15 தேசிய நிறுவனங்களைச் சேர்ந்த 65 பிரதிநிதிகள் இதில் கலந்து கொண்டனர். இந்தக் காங்கிரசிற்குத் தயார் செய்கையில் மார்க்சும் எங்கெல்சும் பாட்டாளி வர்க்கப் புரட்சி சக்திகளை ஒன்றுபடுத்த பெரு முயற்சிகள் மேற்கொண்டனர். அவர்களுடைய பிரேரணைக்கு ஏற்ப நிகழ்ச்சி நிரல் ஏற்கப்பட்டது. காங்கிரசிற்கான தேதியும் நிர்ணயிக்கப்பட்டது. நிகழ்ச்சி நிரலில் இரு பிரதான பிரச்சனைகள் இடம் பெற்றன: 1) பொதுச்சபையின் உரிமைகள், 2) பாட்டாளி வர்க்கத்தின் அரசியல் செயற்பாடு.

பொதுச் சபையின் உரிமைகளை விரிவாக்குவது குறித்தும், அதன் தலைமையகத்தை இடம் மாற்றுவது குறித்தும், இரகசிய ‘சமூக ஜனநாயகக் கூட்டணி’ செயல்கள் குறித்தும், இன்ன பிறவற்றைக் குறித்தும் இந்தக் காங்கிரஸ் தீர்மானங்கள் ஏற்றது. பெரும்பாலான தீர்மானங்களை மார்க்சும் எங்கெல்சும் தயாரித்துக் கொடுத்தனர்

ஏனையவை அவர்களுடைய பிரேரணைகளின் அடிப்படையில் வகுக்கப் பெற்றவை.

பாட்டாளி வர்க்கத்தின் அரசியல் செயற்பாடு பற்றிய தீர்மானம் 'அரசியல் ஆட்சியதிகாரம் வெல்வது பாட்டாளி வர்க்கத்தின் பெரும் பணியாகி வருகிறது' என்றும் 'சமுதாயப் புரட்சியின் வெற்றிக்கு உறுதி செய்து, வர்க்கங்களை ஒழித்திடுவதென்ற அதன் இறுதி நோக்கத்தை அடையும் பொருட்டு' பாட்டாளி வர்க்கம் தனது சொந்த அரசியல் கட்சியை நிறுவிக் கொண்டாக வேண்டும் என்றும் கூறியது.

எல்லா வகையான குட்டி முதலாளித்துவக் குறுங்குழு வாதத்தையும் எதிர்த்து மார்க்சும் எங்கெல்சும் அவர்களைப் பின்பற்றியோரும் பல ஆண்டுகளாய் நடத்தி வந்த போராட்டம் வெற்றிகரமாய் முடிவுற்றதை இந்தக் காங்கிரஸ் குறிப்பிட்டது. பக்கூனினும் குயில்யோமேயும் ஏனைய அராஜகவாதத் தலைவர்களும் அகிலத்திலிருந்து விலக்கப்பட்டனர்.

ஹேக் காங்கிரசின் பணிகள் அனைத்தும் மார்க்ஸ், எங்கெல்சின் தலைமயில் நடைபெற்றன. இந்தக் காங்கிரசின் தீர்மானங்கள் குட்டி முதலாளித்துவ அராஜகவாதக் கண்ணோட்டத்தின் மீது மார்க்சியம் வெற்றிவாகை சூடியதை அறிவித்தன. பல நாடுகளிலும் தொழிலாளி வர்க்கத்தின் சுயேச்சை அரசியல் கட்சிகள் உதயமாவதற்கு இத்தீர்மானங்கள் பாதையைச் செப்பனிட்டன

43. பி. எங்கெல்ஸ், கா. மார்க்சின் **'கோத்தா வேலைத்திட்டத்தின் விமர்சனம்' என்னும் நூலுக்கு முன்னுரை.**

44. **ஸார்யா** ('உதயம்') - ஷ்டுட்கார்ட்டில் 1901-02ல் **இஸ்க்ரா** ஆசிரியர்கள் வெளியிட்ட மார்க்சிய விஞ்ஞான அரசியல் சஞ்சிகை. நான்கு இதழ்கள் வெளியாயின.

இந்தச் சஞ்சிகை சர்வதேச, மற்றும் ருஷ்யத் திருத்தல்வாதத்தை விமர்சித்தும், மார்க்சியத்தின் தத்துவார்த்த அடிப்படைகளைப் பாதுகாத்தும் எழுதியது

45. இங்கு குறிப்பிடப்படுவது பாரிசில் 1900 செப்டம்பர் 23-27 ல் நடைபெற்ற இரண்டாவது அகிலத்தின் ஐந்தாவது உலக காங்கிரஸ் வால்டெக்-ருசோ எதிர்ப்புரட்சி அரசாங்கத்தில் மில்லாண்டு பங்கு கொண்டதால் விவாதத்துக்கு வந்த 'அரசியல் ஆட்சியதிகாரம் போராடிப் பெறுவதும் முதலாளித்துவக் கட்சிகளுடன் கூட்டணிகளும்' என்னும் அடிப்படைப் பிரச்சனை குறித்துப் பெரும்பான்மைப் பிரதிநிதிகள் கார்ல் காவுத்ஸ்கியின் தீர்மானத்துக்கு ஆதரவாய் வாக்களித்தனர். இத்தீர்மானம் கூறியதாவது: 'தனிப்பட்ட ஒரு சோஷலிஸ்டு முதலாளித்துவ அரசாங்கத்தில் பங்கு கொள்வது அரசியல் ஆட்சியதிகாரம் போராடிப் பெறுவதற்கு முறையான துவக்கமாய் அமையுமெனக் கொள்வதற்கில்லை; அவசர நிலைமையில் தற்காலிகமான, விதிவிலக்கான ஏற்பாட்டுக்கு மேல் இது அதிகமாகிவிட முடியாது.'

சந்தர்ப்பவாதிகள் முதலாளித்துவ வர்க்கத்தாருடன் தாம் ஒத்துழைப்பதற்கு நியாயம் கூற அடிக்கடி இந்தத் தீர்மானத்தை ஆதாரமாய்க் குறிப்பிட்டு வந்தனர்.

46. **பெர்ன்ஷ்டைனியம்** - சர்வதேச சமூக-ஜனநாயகத்தில் மார்க்சியத்துக்கு விரோதமான சந்தர்ப்பவாதப் போக்கு. பத்தொன்பதாம் நூற்றாண்டின் இறுதியில் ஜெர்மனியில் தோன்றியது. இந்தப் போக்கு திருத்தல்வாதத்தின் பலத்த ஆதரவாளரான எடுவார்டு பெர்ன்ஷ்டைனின் பெயரைப் பெறலாயிற்று.

47. கா. மார்க்ஸ். **லூயீ போனப்பார்ட்டின் புரூமேர் பதினெட்டு.**

48. கா. மார்க்ஸ். பி. எங்கெல்ஸ், **கம்யூனிஸ்டு அறிக்கையின்** 1872 ஆம் ஆண்டு ஜெர்மன் பதிப்புக்கு முகவுரை (தமிழ் பதிப்பு, மாஸ்கோ, முன்னேற்றப் பதிப்பகம்).

49. கா. மார்க்ஸ், **பிரான்சில் உள்நாட்டுப் போர்.**

50. கா. மார்க்ஸ், பி. எங்கெல்ஸ். **கம்யூனிஸ்டுக் கழகத்திற்கு மத்தியக் குழுவின் உரை.**

51. கா. மார்க்ஸ். **பிரான்சில் உள்நாட்டுப் போர்.**

52. இங்கு கூறப்படுவது சிட்னி, பியாட்ரீஸ் வெப் எழுதிய **ஆங்கிலேயத் தொழிற்சங்க இயக்கத் தத்துவமும் நடைமுறையும்.**

53. **சோஷலிஸ்டு மாத சஞ்சிகை** ('Sozialistische Monatshefte') - ஜெர்மன் சந்தர்ப்பவாதிகளுடைய தலைமையான சஞ்சிகை, சர்வதேசத் திருத்தல்வாதத்தின் வெளியீடு. பெர்லினில் 1897 லிருந்து 1933 வரை வெளியிடப்பட்டு வந்தது. முதல் உலக ஏகாதிபத்தியப் போரின்போது (1914-18) இது சமூக-தேசியவெறி நிலையை மேற்கொண்டது.

54. **ழொரேசைப் பின்பற்றியோர்** - பிரெஞ்சு சோஷலிஸ்டு இயக்கத்தின், சர்வதேச சோஷலிஸ்டு இயக்கத்தின் தலைவர்களில் ஒருவரான ழான் ழொரேசைப் பின்பற்றியோர். ஏகாதிபத்திய ஒடுக்குமுறையையும் நாடு பிடிக்கும் போர்களையும் எதிர்த்து ஜனநாயகத்துக்காகவும் மக்களின் சுதந்திரங்களுக்காகவும் சமாதானத்துக்காகவும் ழொரேஸ் போராடினார். ழொரேசும் அவரைப் பின்பற்றியோரும் மார்க்சியத்தின் அடிப்படைக் கோட்பாடுகளைத் திருத்த விரும்பினர். முதலாளித்துவ வர்க்கத்துக்கு எதிரான பாட்டாளி வர்க்கப் போராட்டத்தால் சோஷலிசத்தைப் பெற முடியாது. 'ஜனநாயகக் கருத்து மலர்வதன்' விளைவாகவே பெற முடியும் என்று கருதினர். ஒடுக்குவோருக்கும் ஒடுக்கப்பட்டோருக்குமிடையே வர்க்க அமைதி நிலவ வேண்டும் என்றனர். கூட்டுறவு இயக்கத்தைப் பற்றிய புரூதோனிய பிரமைகள் கொண்டிருந்தனர். முதலாளித்துவத்தில் கூட்டுறவு இயக்கத்தின் வளர்ச்சி படிப்படியாய் சோஷலிசத்துக்கான மாற்றத்தை ஏற்படுத்துமென நம்பினர். 1902-ல் இவர்கள் பிரெஞ்சு சோஷலிஸ்டுக் கட்சியை நிறுவினர். இந்தக் கட்சி சீர்திருத்தவாதக்

கருத்துக்களை ஆதரித்தது. 1905-ல் இது பிரான்சின் கேட்டு சோஷலிஸ்டுக் கட்சியுடன் இணைந்து ஐக்கிய பிரெஞ்சு சோஷலிஸ்டுக் கட்சியை நிறுவிற்று. ழொரேசும் அவரைப் பின்பற்றியோரும் கொண்டிருந்த சீர்திருத்தவாதக் கருத்துக்களை லெனின் கடுமையாய்க் கண்டன விமர்சனம் செய்தார்.

நெருங்கி வந்த யுத்த அபாயத்தை எதிர்த்து, சமாதானத்துக்காக ழொரேஸ் போராடினார், இதனால் அவர் ஏகாதிபத்திய முதலாளித்துவ வர்க்கத்தாரின் வெறுப்புக்குப் பாத்திரமானார். உலக யுத்தம் ஆரம்பமாகும் தறுவாயில் பிற்போக்கின் கையாட்களில் அவர் கொல்லப்பட்டார்.

முதல் உலகப் போரின்போது பிரெஞ்சு சோஷலிஸ்டுக் கட்சித் தலைமையில் ஆதிக்க நிலையில் இருந்த ழொரேசைப் பின்பற்றியோர் பகிரங்கமாகவே ஏகாதிபத்திய யுத்தத்தை ஆதரித்து, சமூக-தேசியவெறி நிலையை ஏற்றனர்.

55. **பிரிட்டிஷ் சுயேச்சைத் தொழிற் கட்சி** (Independent Labour Party) - வேலைநிறுத்தப் போராட்டம் உயிர் பெற்றெழவும், தொழிலாளி வர்க்க இயக்கம் முதலாளித்துவக் கட்சிகளிடமிருந்து சுயேச்சை பெற முயலவும் முற்பட்ட போது 1893-ல் நிறுவிய சீர்திருத்தவாதக் கட்சி, 'புதிய தொழிற்சங்கங்களின்' உறுப்பினர்களும், பழைய தொழிற்சங்கங்கள் பலவற்றின் உறுப்பினர்களும், மற்றும் ஃபேபியன்களுடைய செல்வாக்கிலிருந்த அறிவுத்துறையினரும், குட்டி முதலாளித்துவப் பகுதியோரும் இதில் சேர்ந்து கொண்டனர். கியெர் ஹார்டியும் ராம்சே மாக்டொனால்டும் இதற்குத் தலைமை தாங்கினர். தொடக்கத்திலிருந்தே இக்கட்சி முதலாளித்துவ - சீர்திருத்தவாத நிலையை ஏற்று நாடாளுமன்றப் போராட்ட முறைகளிலும் மிதவாதக் கட்சியுடன் நாடாளுமன்ற உடன்பாடுகள் காண்பதிலும் தான் முக்கிய கவனம் செலுத்தி வந்தது. 'மெய்யான சந்தர்ப்பவாதக் கட்சியாகும், எப்பொழுதுமே இது முதலாளித்துவ வர்க்கத்தையே சார்ந்திருந்துள்ளது' என்று லெனின் இதைப் பற்றிக் கூறினார்.

முதல் உலகப்போர் தொடங்கியதும் இக்கட்சி யுத்த எதிர்ப்பு அறிக்கை வெளியிட்டது, ஆனால் விரைவில் சமூக-தேசியவெறி நிலைகளுக்குச் சரிந்து சென்றுவிட்டது.

பெயர்க்குறிப்பு அகராதி

அவ்க்சேன்தியெவ், நி. தி. [Avksentyev, N.D.] *(1878-1943)* - சோஷலிஸ்டு புரட்சியாளர் தலைவர்களில் ஒருவர், அக்கட்சியின் மத்தியக் குழு உறுப்பினர். முதல் உலகப் போரின் போது சமூக-தேசிய வெறியராய் இருந்தார். 1917 பிப்ரவரி முதலாளித்துவ-ஜனநாயகப் புரட்சிக்குப் பிறகு அனைத்து ருஷ்ய விவசாயிகள் பிரதிநிதிகளது சோவியத்தின் நிர்வாகக் குழுவின் தலைவரானார். இரண்டாவது கூட்டு இடைக்கால

அரசாங்கத்தில் உள்நாட்டு அமைச்சராகவும், பிறகு எதிர்ப்புரட்சி நிறுவனமான 'ருஷ்யக் குடியரசின் இடைக்கால சபையின்' (பூர்வாங்க நாடாளுமன்றம்) தலைவராகவும் இருந்தவர். அக்டோபர் சோஷலிசப் புரட்சிக்குப் பிற்பாடு பல எதிர்ப்புரட்சிக் கலகங்களுக்கு ஏற்பாடு செய்தவர்.

எங்கெல்ஸ், பிரெடெரிக் [Engels, Frederick] *(1820–1895)* – விஞ்ஞானக் கம்யூனிசத்தின் மூலவர்களில் ஒருவர். சர்வதேசப் பாட்டாளி வர்க்கத்தின் தலைவர், போதனாசிரியர். கார்ல் மார்க்சின் நண்பரும் போராட்டத் தோழரும் ஆவார்.

கார்னெலிசன், கிறிஸ்டியன் [Cornelissen,Christian] – டச்சு அராஜகவாதி, பி.அ. கிரப்போத்கினைப் பின்பற்றியவர். மார்க்சியத்தை எதிர்த்துப் போராடினார். முதல் உலகப் போரின்போது தேசிய வெறியர்.

காவுத்ஸ்கி, கார்ல் [Kautsky, Karl] *(1854–1938)* – ஜெர்மன் சமூகஜனநாயகக் கட்சியின், இரண்டாவது அகிலத்தின் தலைவர்களில் ஒருவர்; தமது அரசியல் வாழ்க்கையின் தொடக்கப் பகுதியில் மார்க்சியவாதியாய் இருந்தவர்; பிற்பாடு மார்க்சியத்தைக் காட்டிக் கொடுத்தவர். சந்தர்ப்பவாதத்தின் மிகவும் அபாயகரமான, மிகவும் தீமையான வகைகளில் ஒன்றான மையவாத (காவுத்ஸ்கிவாத) நிலையின் சித்தாந்தவாதி. ஜெர்மன் சமூக-ஜனநாயகவாதிகளின் தத்துவார்த்த இதழான Die Neue Zeit இன் பதிப்பாசிரியர்.

முதல் உலக யுத்தத்தின் போது (1914–1918), காவுத்ஸ்கி மையவாதக் கொள்கையைப் பின்பற்றினார்; தமது சமூக-தேசியவெறிக் கொள்கையை சர்வதேசியத்தைப் பற்றிய வாய்வீச்சைக் கொண்டு மூடி மறைத்தார்.

அதீத ஏகாதிபத்தியம் என்பதான பிற்போக்குவாதத் தத்துவத்தை முன் வைத்தவர்.

கிரப்போத்கின், பி.அ. [Kropotkin, P.A.] *(1842–1921)* – அராஜகவாதத்தின் பிரபல தலைவர்களிலும் சித்தாந்தவாதிகளிலும் ஒருவர். முதல் உலகப் போரின் போது (1914–1918) தேசிய வெறியர். நாடு கடத்தப்பட்டுப் பல ஆண்டுகள் வெளிநாடுகளில் இருந்த பின் 1917–ல் ருஷ்யாவுக்குத் திரும்பினார். அவருடைய முதலாளித்துவக் கருத்தோட்டங்கள் இன்னும் மறையவில்லை என்றாலும், 1920–ல் ஐரோப்பியத் தொழிலாளர்களுக்கு வெளியிட்ட ஒரு கடிதத்தில், அக்டோபர் சோஷலிசப் புரட்சியின் முக்கியத்துவத்தை ஏற்றுக் கொண்டார்; சோவியத் ருஷ்யாவுக்கு எதிரான ஆயுதப்படைத் தலையீட்டைத் தடுக்கும்படி தொழிலாளர்களுக்கு வேண்டுகோள் விடுத்தார்.

கிராவெ, ழான் [Grave, Jean] (1854-1939) – பிரெஞ்சுக் குட்டி முதலாளித்துவ சோஷலிஸ்டு, அராஜகவாதத்தின் ஒரு தத்துவவாதி. 20–ஆம் நூற்றாண்டின் தொடக்கத்தில் அராஜக சிண்டிக்கலிஸ்டு நிலையை ஏற்றார். முதல் உலகப்போரின் போது சமூக-தேசிய வெறியராய் இருந்தவர்.

கெட்டு, ழூல் [Guesde,Jules] *(பேசில், **மத்தியூ**) (1854-1922)* - *பிரெஞ்சு சோஷலிஸ்டு இயக்கம், இரண்டாவது அகிலம் இவற்றின் அமைப்பாளர்கள், தலைவர்களில் ஒருவர். 1901-ல் கெட்டும் அவரைச் சேர்ந்தோரும் பிரான்சின் சோஷலிஸ்டுக் கட்சியை நிறுவினர். 1905-ல் இக்கட்சி சீர்திருத்தவாத பிரெஞ்சு சோஷலிஸ்டுக் கட்சியுடன் இணைந்து ஐக்கிய பிரெஞ்சு சோஷலிஸ்டுக் கட்சி ஆயிற்று. பிரான்சில் மார்க்சியக் கருத்துக்களைப் பரப்பவும், சோஷலிஸ்டு இயக்கத்தை வளர்க்கவும் கெட்டு தீவிரமாகப் பணியாற்றியவர்.*

வலதுசாரி சோஷலிஸ்டுகளுடைய கொள்கைகளை எதிர்த்துப் போராடுகையில், தத்துவார்த்தப் பிரச்சனைகளிலும் போர்த்தந்திரப் பிரச்சனைகளிலும் குறுங்குழுவாத முறைகளை அனுசரித்துப் பல தவறுகள் புரிந்தார். முதல் உலகப்போர் ஆரம்பமானதும் சமூக-தேசியவெறி நிலையை ஏற்று, பிரெஞ்சு முதலாளித்துவ அரசாங்க உறுப்பினர் ஆனார்.

குகல்மன், லூத்விக் [Kugelmann, Ludwig] *(1830-1902)* - *ஜெர்மன் சமூக ஜனநாயகவாதி, கார்ல் மார்க்சின் நண்பர். 1848-49ல் ஜெர்மனியில் நடைபெற்ற புரட்சியில் பங்கெடுத்துக் கொண்டவர். முதலாவது அகிலத்தின் உறுப்பினர்.*

கே, அ.யூ. [Ghe, A.Y.] *(1879-1919)* - *ருஷ்ய அராஜகவாதி. அக்டோபர் சோஷலிசப் புரட்சிக்குப் பின் சோவியத் ஆட்சியை ஆதரித்தார்.*

கேரென்ஸ்கி, அ.பி. [Kerensky, A.F.] *(1881-1970)* - *சோஷலிஸ்டுப் புரட்சியாளர் கட்சியின் உறுப்பினர். 1917-ல் பிப்ரவரி முதலாளித்துவ ஜனநாயகப் புரட்சிக்குப் பின் முதலாளித்துவ இடைக்கால அரசாங்கத்தில் நீதி, யுத்தம், கடற்படை ஆகியவற்றுக்கான அமைச்சராகவும் பிற்பாடு தலைமை அமைச்சராகவும், தலைமைத் தளபதியாகவும் இருந்தார். அக்டோபர் சோஷலிசப் புரட்சிக்குப் பின் சோவியத் ஆட்சியதிகாரத்தை எதிர்த்துப் போரிட்டார்; 1918-ல் வெளிநாடு போய்விட்டார்.*

கோல்ப், வில்ஹெல்ம் [Kolb, Wilhelm] *(1870-1918)* - *ஜெர்மன் சமூக ஜனநாயகவாதி, கடைக்கோடியான சந்தர்ப்பவாதி, திருத்தல்வாதி.*

செம்பா, மார்செல் [Sembat, Marcel] *(1862-1922)* - *பிரெஞ்சு சோஷலிஸ்டுக் கட்சியின் சீர்திருத்தவாதத் தலைவர், பத்திரிகையாளர். முதல் உலகப் போரின் போது சமூக தேசியவெறியர். 1914 ஆகஸ்டிலிருந்து 1917 செப்டம்பர் வரை பிரான்சின் ஏகாதிபத்திய 'தேசியப் பாதுகாப்பு அரசாங்கத்தில்' பொது மராமத்து அமைச்சராய் இருந்தவர். ஆன்டான்ட் நாடுகளின் சோஷலிஸ்டுகளை சமூக-தேசியவெறிக் கொள்கையின் அடிப்படையில் ஐக்கியப்படுத்த 1915 பிப்ரவரியில் கூட்டப்பட்ட லண்டன் மாநாட்டில் பங்கெடுத்துக் கொண்டார்.*

செர்னோவ், வி.மி. [Chernov, V. M.] *(1876-1952)* - *சோஷலிஸ்டு புரட்சியாளர் கட்சியின் தலைவர்களிலும் தத்துவவாதிகளிலும் ஒருவர்.*

முதல் உலகப் போரின் போது இடதுசாதிப் பதப் பிரயோகங்களில் ஈடுபட்டார் என்றாலும், உண்மையில் சமூக-தேசியவெறி நிலைகளையே அனுசரித்தார். 1917 மே-ஆகஸ்ட் மாதங்களில் முதலாளித்துவ இடைக்கால அரசாங்கத்தில் விவசாய மந்திரியாக இருந்தார்; நிலப்பிரபுக்களுக்குச் சொந்தமான நிலத்தை எடுத்துக் கொண்ட விவசாயிகளைக் கொடுமையாய் அடக்கும் கொள்கையைப் பின்பற்றினார்.

ஸென்ஸீனோவ், வி. மி. [Zenzinov, V. M.] *(பிறப்பு1881) - சோஷலிஸ்டு புரட்சியாளர் கட்சியின் தலைவர்களில் ஒருவர். இக்கட்சியின் மத்தியக் குழு உறுப்பினர். முதல் உலகப் போரின் போது "தாயகப் பாதுகாப்பு" போர்த் தந்திரத்தை ஆதரித்தவர். 1917-ல் பெத்ரொகிராத் சோவியத்தின் செயற்குழு உறுப்பினரானார். முதலாளித்துவ வர்க்கத்துடன் கூட்டு சேர வேண்டும் என்றார். சோஷலிஸ்டு - புரட்சியாளர்களுடைய ஏடான* **தியேலொ நரோதாவின்** *ஆசிரியர்களில் ஒருவர்.*

ஸ்கோபெலெவ், மி.இ. [Skobelev, M. I.] *(1885-1939) - 1903 முதலாய் மென்ஷிவிக்காய் சமூக-ஜனநாயக இயக்கத்தில் பங்கெடுத்துக் கொண்டவர். முதல் உலகப்போரின் போது மையவாத நிலையை அனுசரித்தார். 1917 பிப்ரவரி முதலாளித்துவ ஜனநாயகப் புரட்சிக்குப் பின் பெத்ரொகிராத் சோவியத்தின் துணைத்தலைவரும், முதல் அமர்வினது மத்தியச் செயற்குழுவின் துணைத்தலைவரும் ஆனார் - 1917 மே யிலிருந்து ஆகஸ்டு வரை முதலாளித்துவ இடைக்கால அரசாங்கத்தில் தொழிலாளர் துறை அமைச்சராய் இருந்தார்.*

ஸ்டானிங்கு, தொர்வால்டு [Stauning, Thorwald] (1873-1942) - *டச்சு அரசுப் பிரமுகர்; டச்சு சமூக-ஜனநாயகக் கட்சி, இரண்டாவது அகிலம் இவற்றின் வலதுசாரித் தலைவர்களில் ஒருவர்; கட்டுரையாளர். முதல் உலகப்போரின் போது சமூக-தேசிய வெறியர். 1916-20ல் டச்சு முதலாளித்துவ அரசாங்கத்தில் இலாகா இல்லாத அமைச்சர். பிறகு சமூக-ஜனநாயக அரசாங்கத்துக்கும், முதலாளித்துவத் தீவிரவாதிகள், வலதுசாரி சமூக-ஜனநாயகவாதிகளின் கூட்டு அரசாங்கத்துக்கும் தலைமை தாங்கினார்.*

ஸ்டிர்னர், மாக்ஸ் [Stirner, Max] *(1806-1856) - ஜெர்மன் தத்துவவியலாளர், முதலாளித்துவத் தனித்துவவாதம், அராஜகவாதம் ஆகியவற்றின் சித்தாந்தவாதி.*

ஸ்துரூவே, பி.பெ. [Struve, P. B.] *(1870-1944) - முதலாளித்துவப் பொருளியலாளர், கட்டுரையாளர், காடெட்டுக் கட்சியின் தலைவர்களில் ஒருவர். 1890-ஆம் ஆண்டுகளில் 'சட்டப்பூர்வ மார்க்சியத்தின்' பிரபல பிரதிநிதிகளில் ஒருவர். மார்க்சின் பொருளாதார, தத்துவவியல் தத்துவங்களுக்குத் 'திருத்தங்களை' முன்வைத்தார்; மார்க்சியத்தையும் தொழிலாளி வர்க்க இயக்கத்தையும் முதலாளித்துவ நலன்களுக்கு ஏற்றவாறு மாற்றியமைக்க முயன்றார்.*

ஸ்பென்சர், ஹெர்பர்ட் [Spencer, Herbert] *(1820-1903)* - ஆங்கிலேயத் தத்துவவியலாளர், உளவியலாளர், சமூகவியலாளர், பிரபல நேர்காட்சிவாதி. சமுதாயத்தைப் பற்றிய அங்ககத் தத்துவம் எனப்படுவதன் மூலவர்களில் ஒருவர்.

ஷெய்டெமன், ஃபிலிப் [Scheidemann, Philip] *(1865-1939)* - ஜெர்மன் சமூக-ஜனநாயகக் கட்சியின் அதீத வலதுசாரி சந்தர்ப்பவாதப் பிரிவின் ஒரு தலைவர். முதல் உலகப்போரின் போது சமூக-தேசிய வெறியர். ஜெர்மனியில் 1918-ல் நடைபெற்ற நவம்பர் புரட்சியின் போது, மக்கள் பிரதிநிதிகள் அவை எனப்பட்ட அவையின் உறுப்பினராகினார். ஸ்பார்ட்டகஸ் நிறுவனத்தைச் சேர்ந்தோருக்கு எதிராகப் படு கொலைச் செயல்களை ஊக்குவித்தார். 1919 பிப்ரவரியிலிருந்து ஜூன் வரை வெய்மர் குடியரசின் கூட்டு அரசாங்கத்துக்குத் தலைமை தாங்கினார். 1918-க்கும் 1921-க்கும் இடையில் ஜெர்மன் தொழிலாளி வர்க்க இயக்கத்தைக் கொடிய முறையில் நசுக்க ஏற்பாடு செய்தோரில் ஒருவர். பிறகு முனைப்பான அரசியல் செயற்பாடுகளிலிருந்து விலகிக் கொண்டார்.

ஹெகல், கியோர்கு வில்ஹெல்ம் ஃபிரீட்ரிஹ் [Hege, Georg] *(1770-1831)* - மாபெரும் ஜெர்மன் தத்துவவியலாளர், புறநிலைக் கருத்துமுதல்வாதி, ஜெர்மன் முதலாளித்துவ வர்க்கத்தின் சித்தாந்தவாதி. இயக்கவியலை மிக விரிவான, ஆழமான முறையில் செப்பம் செய்தார், இது தத்துவவியலுக்கு ஹெகல் ஆற்றிய வரலாற்று முக்கியத்துவம் வாய்ந்த தொண்டு.. ஹெகலின் இயக்கவியல், இயக்கவியல் பொருள் முதல்வாதத்தின் தத்துவார்த்தத் தோற்றுவாய்களில் ஒன்றாகியது. எனினும் ஹெகலின் பொதுவான பழமைவாத இயக்க மறுப்புத் தத்துவவியலுடன் நெருங்கிப் பிணைப்புக் கொண்டிருந்த அவருடைய இயக்கவியல், கருத்து முதல்வாதத் தன்மையதாய் இருந்தது.

ஹேண்டர்சன், ஆர்தர் [Henderson, Arthur] *(1863-1935)* - பிரிட்டிஷ் தொழிற் கட்சி, பிரிட்டிஷ் தொழிற்சங்க இயக்கம் இவற்றின் ஒரு தலைவர். முதல் உலகப் போரின் போது சமூக-தேசிய வெறியராய் இருந்தார். பிரிட்டிஷ் முதலாளித்துவ அரசாங்கங்களில் சிற்சில சமயம் மந்திரிப்பதவி வகித்தவர்.

ஹைண்ட்மன், ஹென்றி மாயர்ஸ் [Hyndman, Henry Myers] *(1842-1921)* - ஆங்கிலேய சோஷலிஸ்டு; சீர்திருத்தவாதி. 1881-ல் ஜனநாயகக் கூட்டவையை நிறுவினார். பிற்பாடு 1884-ல் இது சமூக ஜனநாயகக் கூட்டவையாகத் திருத்தியமைக்கப்பட்டது 1900-1910ஆம் ஆண்டுகளில் அவர் சர்வதேச சோஷலிஸ்டு பியூரோவில் உறுப்பினராக இருந்தார் 1916 வரை பிரிட்டிஷ் சோஷலிஸ்டுக் கட்சியின் தலைவர்களில் ஒருவர் ஏகாதிபத்திய யுத்தம் குறித்து சமூக-தேசியவெறி நிலை ஏற்றதற்காக அவர் 1916-ல் சால்பர்டில் நடைபெற்ற இக்கட்சியின் மாநாட்டில் கண்டிக்கப்பட்டார்.

டூராட்டி, ஃபிலிப்போ [Turati, Filippo] *(1857-1932)* - *இத்தாலியத் தொழிலாளர் இயக்கத்தில் பங்கு கொண்டவர்; இத்தாலிய சோஷலிஸ்டு கட்சி ஸ்தாபகர்களில் (1892) ஒருவர்; அதன் சீர்திருத்தவாத வலதுசாரிப் பகுதியின் தலைவர்.*

டூரிங், ஒய்கென் [Duhring, Eugen] (1833-1921) - *ஜெர்மன் தத்துவவியலாளர், பொருளியலாளர், குட்டி முதலாளித்துவச் சித்தாந்தவாதி.*

டேவிட், எடுவார்டு [David, Eduard] *(1863-1930)* - *ஜெர்மன் சமூக-ஜனநாயகத்தின் வலதுசாரித் தலைவர்களில் ஒருவர்; திருத்தல்வாதி. தொழிலில் பொருளியலாளர். 1903-ஆம் ஆண்டு முதல் ஜெர்மன் நாடாளுமன்றமாகிய ரைஹஸ்டாகில் உறுப்பினர். உலகப் போரின் போது (1914-1918) சமூக-தேசிய வெறியர்.*

துகான்பரனோவ்ஸ்கி, *மி. இ.* [Tugan-Baranovsky, M. I.] *(1865-1919)* - *ருஷ்ய முதலாளித்துவப் பொருளியலாளர்; 1890ஆம் ஆண்டுகளில் 'சட்டப்பூர்வ மார்க்சியத்தின்' பிரதிநிதிகளில் ஒருவர். 1905-1907 ஆண்டுகளில் நடந்த புரட்சியின் போது காடெட்டுக் கட்சி உறுப்பினர். அக்டோபர் புரட்சிக்குப் பிறகு உக்ரைனில் எதிர்ப்புரட்சி வேலைகளில் முனைப்புடன் ஈடுபட்டார்.*

த்ஸெரெத்தேலி, இ.கி [Tsereteli, I. G.] *(1881-1959)* - *ஒரு மென்ஷிவிக் தலைவர். முதல் உலகப்போரின் போது மையவாத நிலையை அனுசரித்தார். 1917 பிப்ரவரி முதலாளித்துவ-ஜனநாயகப் புரட்சிக்குப் பின், முதலாளித்துவ இடைக்கால அரசாங்கத்தில் தபால் தந்தி அமைச்சராகவும் பிறகு உள்துறை அமைச்சராகவும் இருந்தார். போல்ஷிவிக்குகளுக்கு எதிரான கொடிய அடக்குமுறைக்கு ஊக்கமூட்டியோரில் ஒருவர். அக்டோபர் சோஷலிசப் புரட்சிக்குப் பிறகு, ஜார்ஜியாவில் மென்ஷிவிக்குகளின் எதிர்ப்புரட்சி அரசாங்கத்துக்குத் தலைவர். பிறகு வெளிநாடுகளுக்கு ஓடினார்.*

நெப்போலியன் [Napoleon], **முதலாம் (போனப்பார்ட்)** *(1769-1821)* - *1804 முதல் 1814 வரையிலும் 1815லும் பிரெஞ்சுப் பேரரசர்.*

நெப்போலியன் [Napoleon] **மூன்றாம் (போனப்பார்ட், லூயீ)** *(1808-1873)* - *1852 முதல் 1870 வரை பிரெஞ்சுப் பேரரசர், முதலாம் நெப்போலியனுடைய மைத்துனர்.*

பக்கூனின், மி. அ. [Bakunin, M. A] (1814-1876) - *நரோதியம், அராஜகவாதம் இவற்றின் சித்தாந்தவாதிகளில் ஒருவர். 1840-ல் ருஷ்யாவை விட்டு வெளியே சென்றார். ஜெர்மனியில் 1848-49 ஆண்டுகளின் புரட்சியில் பங்கு எடுத்துக் கொண்டார். முதலாவது அகிலத்தில் உறுப்பினராய் இருந்து மார்க்சியத்தின் கடும் பகைவராய்ச் செயல்பட்டார். பாட்டாளி வர்க்கச் சர்வாதிகாரமும் அடங்கலாய் எல்லா வகையான அரசையும் அவர் நிராகரித்தார். உலக வரலாற்றில் பாட்டாளி வர்க்கத்துக்குள்ள பாத்திரத்தைப் புரிந்து கொள்ளத் தவறிய அவர் சுயேச்சையான*

தொழிலாளி வர்க்கக் கட்சி நிறுவப்படுவதை எதிர்த்தார்; தொழிலாளி வர்க்கம் அரசியல் செயற்பாட்டில் ஈடுபடக் கூடாதென்னும் கருத்தை ஆதரித்தார்.

பல்ச்சீன்ஸ்கி, பி.இ. [Palchinsky, P. I] (1875-1929) – பொறியாளர், 'புரொதூகல்' சிண்டிக்கேட்டை நிறுவியவர். வங்கி முதலாளிகளுடன் நெருங்கி இணைப்புக் கொண்டவர். 1917 பிப்ரவரி முதலாளித்துவ ஜனநாயகப் புரட்சிக்குப் பின் முதலாளித்துவ இடைக்கால அரசாங்கத்தில் வர்த்தகம், தொழில் துறை அமைச்சரானார். தொழில் துறை முதலாளிகளுடைய சீர்குலைவு வேலைகளுக்கு ஏற்பாடு செய்தவர், ஜனநாயக நிறுவனங்களை எதிர்த்துப் போராடியவர்.

பிஸ்ஸொலாட்டி, லியொனிதா [Bissolati, Leonida] (1857-1920) இத்தாலிய சோஷலிஸ்டுக் கட்சியின் நிறுவனர்களிலும், அதன் வலதுசாரி சீர்திருத்தவாதப் பிரிவின் தலைவர்களிலும் ஒருவர். 1912-ல் இத்தாலிய சோஷலிஸ்டுக் கட்சியிலிருந்து நீக்கப்பட்டார்; 'சமூக சீர்திருத்தவாதக் கட்சியை' நிறுவினார். முதல் உலகப்போரின் போது சமூக-தேசிய வெறியராய் இருந்து, ஆன்டான்ட் அரசுகளுக்கு ஆதரவாய் இத்தாலிய போரில் சேர்ந்து கொள்ள வேண்டும் என்றார். 1916-லிருந்து 1918-வரையில் இலாகா இல்லாத அமைச்சராய் இருந்தார்.

பிஸ்மார்க், ஓட்டோ எடுவார்டு லியோப்போல்டு [Bismark,Otto Eduard Leopold] (1815-1898) – பிரஷ்யாவின், ஜெர்மனியின் அரசுப் பிரமுகரும் ராஜதந்திரியும். சின்னஞ் சிறு அரசுகளாய்ப் பிரித்திருந்த ஜெர்மன் அரசுகளைப் பிற்போக்குவாத பிரஷ்ய ஜங்கர்களுடைய ஆதிக்கத்தின் கீழ் பலவந்தமாய் ஒன்றிணைப்பதே பிஸ்மார்க்கின் தலைமையான குறிக்கோள். 1871 ஜனவரியில் ஜெர்மன் முடிப்பேரரசின் தலைமை அமைச்சரானார். நிலப்பிரபுத்துவ ஜங்கர்களின் நலன்களுக்கு ஏற்ப 29 ஆண்டுக் காலத்துக்கு ஜெர்மனியின் உள்நாட்டு, வெளிநாட்டுக் கொள்கையை வகுத்து நடத்திச் சென்றவர்; அதே போது ஜங்கர்களுக்கும் பெரு முதலாளிகளுக்குமிடையே ஒற்றுமையை உறுதி செய்து கொள்ளவும் முயன்றவர். தொழிலாளி வர்க்க இயக்கத்தை நசுக்கி விட வேண்டுமென்று 1878- ல் சோஷலிஸ்டு-எதிர்ப்புச் சட்டம் இயற்றியவர். ஆனால் இந்தச் சட்டத்தின் மூலம் அவர் இதைச் செய்ய முடியாமற் போன பின், வெகுஜனங்களை ஏமாற்றும் வாய்வீச்சுத் திட்டமாகச் சமூகக் காப்புறுதித் திட்டத்தை வகுத்து, தொழிலாளர்களில் சில பகுதியோருக்குக் கட்டாயச் சமூகக் காப்புறுதிக்கான சட்டங்களை இயற்றினார். ஆனால் இந்த அற்பக் கவனங்களைக் கொண்டு தொழிலாளர் இயக்கத்தைப் பிளவுபடுத்துவதற்கான பிஸ்மார்க்கின் முயற்சிகள் தோல்வியடைந்தன. 1890-ல் அவர் அரசாங்கத்திலிருந்து விலக்கப்பட்டார்.

பிராக்கே, வில்ஹெல்ம் [Bracke, Wilhelm] (1842-1880) – ஜெர்மன் சோஷலிஸ்டு, புத்தகப் பதிப்பாளர், விற்பனையாளர். ஐசனாச்சர் கட்சியின் (1869) நிறுவனர்களிலும் தலைவர்களிலும் ஒருவர்.

பிரெஷ்கோ பிரெஷ்கோவ்ஸ்கயா, எ.க. [Breshko-Brechkovskaya, E. K.] (1844-1934) - சோஷலிஸ்டு புரட்சியாளர் கட்சியின் நிறுவனர்களிலும் தலைவர்களிலும் ஒருவர். அதன் கடைக்கோடி வலதுசாரியைச் சேர்ந்தவர். 1917 பிப்ரவரி முதலாளித்துவ-ஜனநாயகப் புரட்சிக்குப் பிறகு இடைக்கால அரசாங்கத்தை ஆதரித்தார். ஏகாதிபத்தியப் போரை 'வெற்றிகர முடிவுக்குத்' தொடர்ந்து நடத்திச் செல்ல வேண்டும் என்றவர்.

பிராண்டிங்கு, கார்ல் யால்மர் [Branting, Karl Hjalmar] (1860-1825) - ஸ்வீடனின் சமூக-ஜனநாயகக் கட்சி, இரண்டாவது அகிலம் இவற்றின் தலைவர்களில் ஒருவர். சந்தர்ப்பவாத நிலைகளை ஏற்றவர். முதல் உலகப் போரின் போது சமூக-தேசிய வெறியர். 1917-ல் ஈடனின் மிதவாத-சோஷலிஸ்டுக் கூட்டு அரசாங்கத்தில் சேர்ந்து கொண்டார்

பிளெஹானவ், கி.வ. [Plekhanov, G. V.] (1856-1918) - ருஷ்ய, சர்வதேசத் தொழிலாளி வர்க்க இயக்கத்தின் தலைசிறந்த பிரமுகர்களில் ஒருவர். ருஷ்யாவில் மார்க்சியத்தை முதன்முதல் பரப்பியவர். முதலாவது ருஷ்ய மார்க்சியக் கழகமான 'உழைப்பு விடுதலைக்' குழுவை 1883-ல் ஜெனீவாவில் நிறுவியவர். நரோதியத்தையும் சர்வதேசத் தொழிலாளர் இயக்கத்தில் திருத்தல்வாதத்தையும் எதிர்த்துப் போராடினார். இந்நூற்றாண்டின் ஆரம்ப ஆண்டுகளில் **இஸ்க்ரா** செய்தியேடு, **ஸார்யா** சஞ்சிகை இவற்றின் ஆசிரியர் குழுவில் இருந்தார்.

பொருள்முதல்வாத உலகக் கண்ணோட்டத்தைப் பாதுகாக்கவும் பரப்பவும் 1883க்கும் 1903-க்கும் இடையில் பிளெஹானவ் பல நூல்களை எழுதினார். ஆயினும் அப்பொழுதே அவர் பல கடும் பிழைகள் புரிந்தார்; இவை அவருடைய பிற்கால மென்ஷிவிக் கருத்தோட்டங்களுக்கு வித்திட்டன. ருஷ்யாவின் சமூக-ஜனநாயகத் தொழிலாளர் கட்சியின் இரண்டாவது காங்கிரசிற்குப் பிறகு பிளெஹானவ் சந்தர்ப்பவாதம் குறித்து சமரசப் போக்கை அனுசரித்தார்; பிற்பாடு மென்ஷிவிக்குகளுடன் சேர்ந்து கொண்டார். முதல் ருஷ்யப் புரட்சியின் போது (1905-1907) பிரதான பிரச்சனைகளில் மென்ஷிவிக் நிலையை ஏற்றார். முதல் உலகப் போரின் போது சமூக-தேசியவெறி நிலைகளுக்கு மாறிவிட்டார். 1917 பிப்ரவரி முதலாளித்துவ-ஜனநாயகப் புரட்சிக்குப் பிறகு ருஷ்யாவுக்குத் திரும்பியதும், மென்ஷிவிக்குகள் பாதுகாப்புவாதிகளின் தீவிர வலதுசாரிக் குழுவான 'எதீன்ஸ்த்வோ' குழுவுக்குத் தலைமை தாங்கினார். போல்ஷிவிக்குகளையும் சோஷலிசப் புரட்சியையும் எதிர்த்தார்; சோஷலிசத்துக்கு மாறிச் செல்ல ருஷ்யா இன்னும் பக்குவ நிலையில் இல்லை என்று நினைத்தார். அக்டோபர் சோஷலிசப் புரட்சி குறித்து அவர் எதிர்மறைப் போக்கை அனுசரித்தார் என்றாலும், சோவியத் ஆட்சியதிகாரத்தை எதிர்த்துப் போராடவில்லை.

புரூதோன், பியேர் ஜொஸேப் [Proudhon, Pierre Joseph] (1809-1865) - பிரெஞ்சுக் கட்டுரையாளர், பொருளியலாளர், சமூகவியலாளர், குட்டி

முதலாளித்துவச் சித்தாந்தவாதி. அராஜகவாதத்தின் மூலவர்களில் ஒருவர்.

பெபெல், ஒளகுஸ்ட் [Bebel, August] (1840-1913) - ஜெர்மன் சமூக ஜனநாயகம், சர்வதேசத் தொழிலாளி வர்க்க இயக்கம் இவற்றின் பிரபலத் தலைவர்களில் ஒருவர்.

பெர்ன்ஷ்டைன், எடுவார்டு [Bernstein, Eduard] (1850-1932) - ஜெர்மன் சமூக -ஜனநாயகக் கட்சி, இரண்டாவது அகிலம் இவற்றின் கடைக்கோடியான சந்தர்ப்பவாதப் பகுதியின் தலைவர். சீர்திருத்தவாதம், திருத்தல்வாதம் இவற்றின் தத்துவவாதி. 1870-ஆம் ஆண்டுகளின் நடுப் பகுதியில் சமூக-ஜனநாயக இயக்கத்தில் பங்கெடுத்துக் கொள்ள முற்பட்டார். 1881-1889 ஆம் ஆண்டுகளில் ஜெர்மன் சமூக-ஜனநாயகக் கட்சியின் மைய ஏடான Die Sozial-demokrat இன் ('சமூக-ஜனநாயகவாதி') ஆசிரியராக இருந்தார். 1896-1898 ஆம் ஆண்டுகளில் Die Neue Zeit ('புதிய காலம்') சஞ்சிகையில் 'சோஷலிசத்தின் பிரச்சனைகள்' என்னும் தலைப்பில் கட்டுரைத் தொடர் ஒன்றை வெளியிட்டார். பிற்பாடு இக்கட்டுரைகள் 'சோஷலிசத்தின் முதற்கோள்களும் சமூகஜனநாயகத்தின் கடமைகளும்' என்ற தலைப்பில் ஒரு புத்தகமாய் வெளிவந்தன. புரட்சிகர மார்க்சியத்தின் தத்துவவியல், அரசியல், பொருளாதார அடிப்படைகளை இக்கட்டுரைகளில் அவர் திருத்த முற்பட்டார். முதலாளித்துவத்தில் தொழிலாளர்களுடைய பொருளாதார நிலையை உயர்த்துவதை நோக்கமாய்க் கொண்ட சீர்திருத்தங்களுக்காகப் போராடுவதே தொழிலாளி வர்க்க இயக்கத்தின் பிராதன கடமையாகுமென அவர் கூறினார். 'இயக்கமே அனைத்தும், இறுதிக் குறிக்கோள் ஒரு பொருட்டல்ல' என்ற சந்தர்ப்பவாத சூத்திரத்தை முன்வைத்தார். முதல் உலகப் போரின் போது மையவாத நிலையை அனுசரித்தார்; சர்வ தேசியம் குறித்து வாய் வீச்சடித்துத் தமது தேசிய வெறிப் போக்கை மறைத்துக் கொள்ள முயன்றார்.

பெனெகக், ஆன்டனி [Pannekoek Anthony] (1873-1960) - டச்சு சமூக ஜனநாயகவாதி; 1910 முதலாய் ஜெர்மன் இடதுசாரி சமூக-ஜனநாயகவாதிகளுடன் நெருங்கிய தொடர்பு கொண்டிருந்தார், அவர்களுடைய பத்திரிகைகளில் செயல் முனைப்பு வாய்ந்த பங்காற்றி வந்தார். முதல் உலகப்போரின் போது சர்வதேசவாதியாகச் செயல்பட்டார், ஸிமர்வால்டு இடதுசாரிக் கட்சியின் தத்துவார்த்த ஏடாகிய Vorbote ஐ ('முன்னோடி') வெளியிடுவதில் பங்கு கொண்டார். 1918-21 ல் நெதர்லாந்து கம்யூனிஸ்டுக் கட்சியில் உறுப்பினராயிருந்தார்; கம்யூனிஸ்டு அகிலத்தின் வேலையில் பங்கு கொண்டார். அதிதீவிர இடதுசாரிக் குறுங்குழுவாதப் போக்கைப் பின்பற்றினார்.

பத்ரேசவ், அ.நி. [Potresov, A. N.] (1869-1934) - மென்ஷிவிக் தலைவர்; முதல் உலகப்போரின் போது சமூக-தேசிய வெறியர். அக்டோபர் சோஷலிசப் புரட்சிக்குப் பிற்பாடு வெளிநாடு சென்றுவிட்டார்.

பொமியலோவ்ஸ்கி, நி.கெ. [Pomyalovsky, N. G.] *(1835–1863)* – *பெயர் பெற்ற ருஷ்ய எழுத்தாளர், ஜனநாயகவாதி. ருஷ்யாவின் எதேச்சதிகார வர்க்கப் பழக்க வழக்கங்களையும் வன்முறைகளையும் தான்தோன்றித்தனத்தையும் தமது நூல்களில் தாக்கினார்.*

போனப்பார்ட், லுயீ [Bonaparte] – **மூன்றாம் நெப்போலியனைப் பார்க்கவும்.**

மாண்டிஸ்கியே, சார்லெஸ் லுயீ [Montesquieu, Charles Louis] (1689-1755) - *பிரபல பிரெஞ்சு முதலாளித்துவ சமூகவியலாளர், பொருளியலாளர், எழுத்தாளர். பதினெட்டாவது நூற்றாண்டின் முதலாளித்துவ அறிவு இயக்கவாதி, சட்டமுறை முடியாட்சியின் தத்துவவாதி.*

மார்க்ஸ், கார்ல் [Marx, Karl] *(1818–1883)* – *விஞ்ஞானக் கம்யூனிசத்தின் தந்தை, ஒப்பற்ற சிந்தனையாளர், சர்வதேசத் தொழிலாளி வர்க்கத்தின் தலைவர், போதனாசிரியர்.*

மிகைலோவ்ஸ்கி, நி.க. [Mikhailovsky, N. K.] *(1842–1904)* – *மிதவாத நரோதியத்தின் பிரபல தத்துவவாதிகளில் ஒருவர். பத்திரிகையாளர், இலக்கிய விமர்சகர், நேர்காட்சிவாதத் தத்துவவியலாளர், அகநிலை மரபைச் சேர்ந்த சமூகவியலாளர். 1892–ல் மார்க்சிய எதிர்ப்பு சஞ்சிகையான* **ரூஸ்கொயே பகாத்ஸ்த்வோவுக்குப்** *பொறுப்பாளர் ஆனார்.*

மில்லரண்டு, அலெக்சாண்டர் எத்தியேன் [Millerand, Alexandre Etienne] (1859-1943) *பிரெஞ்சு அரசியல்வாதி. 1890–ஆம் ஆண்டுகளில் சோஷலிஸ்டுகளின் ஆதரவாளராகி, பிரெஞ்சு சோஷலிஸ்டு இயக்கத்தின் சந்தர்ப்பவாதப் போக்குக்குத் தலைமை தாங்கினார். 1899–ல் வால்டெக் ருசோவின் பிற்போக்குவாத முதலாளித்துவ அரசாங்கத்தின் உறுப்பினரானார்; பாரிஸ் கம்யூனை நசுக்கிய கொலைகாரரான ஜெனரல் கல்லிபெயுடன் ஒத்துழைத்தார்.*

1904–ல் சோஷலிஸ்டு கட்சியிலிருந்து நீக்கப்பட்டதும் மில்லரண்டும் ஏனைய முன்னாள் சோஷலிஸ்டுகளும் (பிரியாண்ட், விவியானி) 'சுயேச்சை சோஷலிஸ்டுகள்' என்றொரு கோஷ்டியை அமைத்துக் கொண்டனர். 1909–10, 1912–13, 1914–15 ஆகிய ஆண்டுகளில் அமைச்சராய் இருந்தார். 1920–24ல் பிரெஞ்சுக் குடியரசின் ஜனாதிபதி.

மேரிங், ஃபிரான்ஸ் [Mehring, Franz] (1846-1919) - *ஜெர்மன் தொழிலாளர் இயக்கத்தின் முக்கிய பிரமுகர். ஜெர்மன் சமூக-ஜனநாயகத்தின் இடதுசாரியினது தலைவர்கள், தத்துவவாதிகளில் ஒருவர். இக்கட்சியின் தத்துவார்த்த ஏடாகிய* Die Neue Zeit *இன் ('புதிய காலம்') ஆசிரியர்களில் ஒருவர். ஜெர்மன் கம்யூனிஸ்டுக் கட்சியை நிறுவுவதில் முக்கிய பங்கெடுத்துக் கொண்டார்.*

ராதெக், கா. பெ. [Radek, K. B.] *(1885–1939)* – *இருபதாம் நூற்றாண்டின் ஆரம்பத்தில் கலீஷியாவிலும் போலந்திலும் ஜெர்மனியிலும் சமூக-ஜனநாயக இயக்கத்தில் ஈடுபட்டார். ஜெர்மன் இடதுசாரி சமூக-ஜனநாயக வெளியீடுகளை வெளியிடுவதில் பங்கு கொண்டார். முதல்*

உலகப் போரின் போது சர்வதேசிய நிலையை அனுசரித்தார் என்றாலும் மையவாதத்தை நோக்கி ஊசலாடினார். தேசிய இனங்களது சுய நிர்ணய உரிமை பற்றிய பிரச்சனையில் தவறான நிலையை அனுசரித்தார்.

ருசானவ், நி.ஸெ. [Rusanov, V.S.] *(பிறப்பு: 1859)பத்திரிகையாளர்; முதலில் நரோத்னிக், பிறகு சோஷலிஸ்டு புரட்சியாளர்.*

ருபனோவிச், இ.அ. [Rubanovich, I. A.] *(1860-1920) - சோஷலிஸ்டு புரட்சியாளர்களின் தலைவர்களில் ஒருவர். சர்வதேச சோஷலிஸ்டு பியூரோவின் உறுப்பினர். முதல் உலகப் போரின் போது (1914-1918) சமூக தேசிய வெறியர்.*

ரெனொடேல், பியேர் [Renaudel, Pierre] *(1871-1935) - பிரெஞ்சு சோஷலிஸ்டுக் கட்சியின் சீர்திருத்தவாதத் தலைவர்களில் ஒருவர். முதல் உலகப் போரின் போது (1914-1918) சமூக-தேசிய வெறியர்.*

லஸ்ஸால், பெர்டினான்டு [Lassalle, Ferdinand] *(1825-1864) - ஜெர்மன் குட்டி முதலாளித்துவ சோஷலிஸ்டு. ஜெர்மன் தொழிலாளர் இயக்கத்தில் நிலவிய ஒரு வகை சந்தர்ப்பவாதமாகிய லஸ்ஸாலியத்தின் மூலவர். அகில ஜெர்மன் தொழிலாளர் சங்கத்தை நிறுவியவர் (1863). இந்தச் சங்கம் நிறுவப்பட்டதானது தொழிலாளர் இயக்கத்திற்கு ஆக்கம் தரும் முக்கியத்துவம் வாய்ந்ததாய் இருந்தது. ஆனால் இந்தச் சங்கத்தின் தலைவராகத் தேர்ந்தெடுக்கப்பட்ட லஸ்ஸால், இதனைச் சந்தர்ப்பவாத வழியில் அழைத்துச் சென்றார். பிற்போக்குவாத பிரஷ்யாவினது ஆதிக்கத்தின் கீழ் ஜெர்மனியை 'மேலிருந்தபடி' ஒன்றுபடுத்தும் கொள்கையை லஸ்ஸால் ஆதரித்தார். லாஸ்ஸாலியர்களின் சந்தர்ப்பவாதக் கொள்கை முதலாவது அகிலத்தின் செயற்பாடுகளுக்கும், ஜெர்மனியில் மெய்யான தொழிலாளி வர்க்கக் கட்சி உருவாவதற்கும், தொழிலாளர்கள் வர்க்க உணர்வு பெறுவதற்கும் தடங்கலாய் இருந்தது.*

லீப்க்னெஹ்ட், வில்ஹெல்ம் [Liebknecht, Wilhelm] *(1826-1900) - ஜெர்மன், சர்வதேசத் தொழிலாளி வர்க்க இயக்கத்தின் முக்கியத் தலைவர், ஜெர்மன் சமூக-ஜனநாயகக் கட்சியின் ஸ்தாபகர்களிலும் தலைவர்களிலும் ஒருவர்.*

லுக்சம்பர்க், ரோஸா [Luxemburg, Rosa] *(1871-1919) - சர்வதேசத் தொழிலாளர் இயக்கத்தின் தலைவர்களில் ஒருவர், இரண்டாவது அகிலத்தின் இடதுசாரிப் பிரிவின் தலைவர்களில் ஒருவர். போலந்து சமூக-ஜனநாயகக் கட்சியின் ஸ்தாபகர்களிலும் தலைவர்களிலும் ஒருவர். 1897-லிருந்து ஜெர்மன் சமூக-ஜனநாயக இயக்கத்தில் தீவிரப் பங்கு ஆற்றினார். ஜெர்மன் கம்யூனிஸ்டுக் கட்சியை நிறுவியவர்களில் இவரும் ஒருவர். 1919 ஜனவரியில் எதிர்ப் புரட்சியாளர்களால் கைது செய்யப்பட்டுப் பேய்த்தனமாகக் கொல்லப்பட்டார்.*

லூயீ நெப்போலியன் [Louis-Napoleon] - *மூன்றாம் நெப்போலியனைப் பார்க்கவும்.*

லெகின், கார்ல் [Legien, Karl] *(1861-1920)* – ஜெர்மன் வலதுசாரி சமூக-ஜனநாயகக் கட்சியின் உறுப்பினர், தொழிற்சங்கத் தலைவர்களில் ஒருவர், திருத்தல்வாதி. 1890 முதல் ஜெர்மன் தொழிற்சங்கப் பொதுக் குழுவின் தலைவராகவும், 1903 முதல் அதன் செயலாளராகவும் இருந்தார். 1913 முதல் சர்வதேசத் தொழிற்சங்கச் செயலகத்தில் தலைவராக இருந்தவர். 1893-லிருந்து 1920 வரை இடையில் சிற்சில இடைவெளிகள் விட்டு, ஜெர்மன் சமூக-ஜனநாயகத்தின் பிரதிநிதியாக ரீஹ்ஸ்டாகில் உறுப்பினர். முதல் உலகப் போரின் போது தீவிர சமூகதேசிய வெறியர். புரட்சிகரத் தொழிலாளி வர்க்க இயக்கத்தை எதிர்த்தவர், முதலாளித்துவக் கொள்கையை ஆதரித்தவர்.

லெனின், வி. இ. *[லெனின், நி.]* *(1870-1924)* – வாழ்க்கை குறித்த விவரங்கள்.

வண்டர்வேல்டே, எமீல் [Vandervelde, Emil] *(1866-1938)* – பெல்ஜியத் தொழிலாளர் கட்சியின் தலைவர். இரண்டாம் அகிலத்தின் சர்வதேச சோஷலிஸ்டு பியூரோவின் தலைவர். அதீத சந்தர்ப்பவாத நிலையை மேற்கொண்டார். முதல் உலகப் போரின் போது சமூக தேசிய வெறியர், முதலாளித்துவ அரசாங்கத்தின் உறுப்பினர்.

வெப், பியாட்ரீஸ் [Webb, Beatrice] *(1859-1947)* – பிரபல பிரிட்டிஷ் பொது வாழ்வுப் பிரமுகர், சீர்திருத்தவாதி. அவர் மனைவி பியாட்ரீஸ் வெப்புடன் சேர்ந்து பிரிட்டிஷ் தொழிலாளர் இயக்கத்தின் வரலாறு, தத்துவம் குறித்துப் பல புத்தகங்கள் எழுதினார். குட்டி முதலாளி வர்க்கத்தினர், தொழிலாளர், பிரபுக்குலத்தோர் இவர்களது சித்தாந்தவாதியான இவர் முதலாளித்துவ அமைப்பின் கட்டுக் கோப்பினுள் தொழிலாளர்களுடைய பிரச்சனைக்குச் சமாதான வழியில் தீர்வு காணலாம் என்றார். சீர்திருத்தவாத ஃபேபியன் கழகத்தை நிறுவியோரில் ஒருவர். முதல் உலகப் போரின் போது சமூக-தேசிய வெறியராய் இருந்தார். முதலாவது (1924), இரண்டாவது (1929-31) தொழிற்கட்சி அரசாங்கங்களில் உறுப்பினராய் இருந்தவர்.

வெய்டமையர், யோஸிப் [Weydemeyer, Joseph] *(1818-1866)* – ஜெர்மன், அமெரிக்கத் தொழிலாளி வர்க்க இயக்கத்தில் முக்கிய தலைவர்; மார்க்ஸ், எங்கெல்ஸின் நண்பர், சக ஊழியர்.

ழொரேஸ், ழான் [Jaures, Jean] *(1859-1914)* – பிரெஞ்சு, சர்வதேச சோஷலிஸ்டு இயக்கத்தின் ஒரு முக்கியத் தலைவர்; வரலாற்றியலாளர் 1885-89, 1893-98, 1902-14 ஆம் ஆண்டுகளில் நாடாளுமன்ற உறுப்பினர்; நாடாளுமன்றத்தில் சோஷலிஸ்டுக் கட்சிக் குழுவின் தலைவர்களில் ஒருவர். 1904-ஆம் ஆண்டில் L'Humanite ('மனிதகுலம்') செய்தியேட்டை ஆரம்பித்து, தமது வாழ்வின் இறுதி வரை அதன் ஆசிரியராக இருந்து வந்தார். ஜனநாயகத்தையும் தேசங்களது சுதந்திரத்தையும் ஆதரித்தார். ஏகாதிபத்திய ஒடுக்குமுறையையும் ஆக்கிரமிப்பு யுத்தத்தையும் எதிர்த்துச்

சமாதானத்துக்காக நின்றார். சோஷலிசம் ஒன்றால் மட்டுமே யுத்தங்களுக்கும் காலனியாதிக்க ஒடுக்குமுறைக்கும் முடிவு கட்ட முடியுமென அவர் நம்பினார். ஆனால் சோஷலிசம் வெற்றி பெறுவதற்கு வழி, முதலாளித்துவ வர்க்கத்தை எதிர்த்துப் பாட்டாளி வர்க்கம் நடத்தும் வர்க்கப் போராட்டமல்ல; 'ஜனநாயகக் கருத்து மலர்ச்சியடைவதன்' விளைவாக இவ்வெற்றி வரப் பெறுமென அவர் கருதினார். ழொரேஸைச் சந்தர்ப்பவாதப் பாதையில் இழுத்துச் சென்ற அவரது இந்தச் சீர்திருத்தவாதக் கருத்தை லெனின் கடுமையாகக் கண்டித்து விமர்சித்தார்.

நெருங்கி வந்த யுத்த அபாயத்தை எதிர்த்துப் போராடிய ழொரேஸ், ஏகாதிபத்திய முதலாளி வர்க்கத்தின் வெறுப்புக்குப் பாத்திரமானார். முதல் உலகப்போர் வெடிக்கும் தறுவாயில் அவர் பிற்போக்கின் கையாட்களால் கொலை செய்யப்பட்டார்.

www.ingramcontent.com/pod-product-compliance
Lightning Source LLC
LaVergne TN
LVHW042305051026
849519LV00012B/2291